ಛಂದ ಪುಸ್ತಕ

ಓದಿ ಓದಿ ಮರುಳಾಗಿ!

ಅಪ್ಪನ ರ್‍ಯಾಲೀಸ್ ಸೈಕಲ್

ಎಲ್ಲ ಹೂಗಳೂ ಅರಳಿ ನಗುವುದಿಲ್ಲ
ಎಲ್ಲ ಕವಿತೆಗಳೂ ಹಾಡಾಗುವುದಿಲ್ಲ

ಪ್ರಬಂಧಗಳು

ದರ್ಶನ್ ಜಯಣ್ಣ

Appana Rallies Cycle
-Collection of Essays in Kannada
by Darshan Jayanna
Published by Chanda Pustaka,
I-004, Mantri Paradise,
Bannerughatta Road, Bangalore-560 076
ISBN: 978-81-957904-1-8

ಮೊದಲ ಮುದ್ರಣ: 2022

ಮುಖಪುಟ: ವಿ.ಎಂ. ಮಂಜುನಾಥ್
ಕರಡು ತಿದ್ದುವಿಕೆ: ಕಾವ್ಯಾ ಕಡಮೆ / ಪುನರ್ವಸು
ಪುಟಗಳು: 94+iv ಬೆಲೆ: ₹ 120
ಕಾಗದ: ಸ್ಟೋರಾ 70 ಜಿಎಸ್ಎಂ, 1/8 ಡೆಮಿ
ಪ್ರತಿಗಳಿಗಾಗಿ ಸಂಪರ್ಕಿಸಿ:

ಛಂದ ಪುಸ್ತಕ
ಐ–004, ಮಂತ್ರಿ ಪ್ಯಾರಡೈಸ್
ಬನ್ನೇರುಘಟ್ಟ ರಸ್ತೆ
ಬೆಂಗಳೂರು–560 076
ಸೆಲ್: 98444 22782
info@chandapustaka.com

ಮುದ್ರಣ:

ಟ್ರಿನಿಟಿ ಅಕಾಡೆಮಿ, ಕುಡ್ಲು ಗೇಟ್, ಹೊಸೂರು ರಸ್ತೆ, ಬೆಂಗಳೂರು

ದರ್ಶನ್ ಜಯಣ್ಣ

ಹುಟ್ಟೂರು ಹೊಸದುರ್ಗ, ಚಿತ್ರದುರ್ಗ ಜಿಲ್ಲೆ (1985). ಆಡಿ ಬೆಳೆದದ್ದು ಶಾಲೆ ಕಲಿತದ್ದು ತುಮಕೂರಿನಲ್ಲಿ. ವೃತ್ತಿಯಿಂದ 'ಕೆಮಿಕಲ್ ಇಂಜಿನಿಯರ್', ಡಿಗ್ರಿ ಪಡೆದದ್ದು RVCE–ಬೆಂಗಳೂರು (2006).

ಮೊದಲಿಗೆ ಮಂಗಳೂರಿನ MCF ನಲ್ಲಿ ಪ್ರೊಡಕ್ಷನ್ ಎಂಜಿನಿಯರ್, ಅನಂತರ ಬೆಂಗಳೂರಿನ GE ಮತ್ತು SABIC ತಂತ್ರಜ್ಞಾನ ಕೇಂದ್ರಗಳಲ್ಲಿ ಸಂಶೋಧಕನಾಗಿ ಕೆಲಸ. ಕಳೆದ ಕೆಲವು ವರ್ಷಗಳಿಂದ ಸೌದಿ ಅರೇಬಿಯಾದ SABIC ಪೆಟ್ರೋ ಕೆಮಿಕಲ್ಸ್‌ನಲ್ಲಿ Senior Scientist.

ಮೊದಲ ಪ್ರಯತ್ನ "ಪದ್ಯ ಸಿಕ್ಕಿತು" ಎಂಬ ಕವನ ಸಂಕಲನ. ಓದು ಮತ್ತು ದೇಶ ಸುತ್ತುವುದು ಬದುಕಿನ ಒಂದು ಭಾಗ. ಅರ್ಥಶಾಸ್ತ್ರ ಮತ್ತು ಇತಿಹಾಸ ಸಂಬಂಧಿ ವಿಷಯಗಳಲ್ಲಿ ವಿಶೇಷ ಆಸಕ್ತಿ.

darshu44.dj@gmail.com | 88841 42425

ಜೀವನದುದ್ದಕ್ಕೂ ಅಪ್ಪನ
ಸರಿಸಮಾನವಾಗಿ ದುಡಿದು
ನಂತರದ ದಿನಗಳಲ್ಲಿ ಅವರನ್ನು
"ನೆರಳಂತೆ ಕಾಯ್ದ ಅಮ್ಮನಿಗೆ!"

ಅರಿಕೆ

ಅಪ್ಪ ಹುಟ್ಟಿದ್ದು, ಬೆಳೆದದ್ದು, ಬದುಕಿದ್ದು, ಕಡೆಗೆ ತೀರಿಹೋಗಿದ್ದೂ ತುಮಕೂರಿನ ಹೃದಯ ಭಾಗದ ಅರಳೆಪೇಟೆ ಮತ್ತು ಹೊರಪೇಟೆಗಳಲ್ಲೇ. ಇವುಗಳಾಚೆಗೆ ಅಪ್ಪನಿಗೆ ವ್ಯವಹಾರವಿತ್ತೇ ಹೊರತು ಸೆಳೆತವಿರಲಿಲ್ಲ.

ಹೀಗಿದ್ದೂ ಅಪ್ಪನಿಗೆ ಐದಾರು ಭಾಷೆಗಳನ್ನು ನಿರರ್ಗಳವಾಗಿ ಮಾತನಾಡಲು ಬರುತ್ತಿತ್ತು. ಹತ್ತಾರು ಕಸುಬುಗಳು ಗೊತ್ತಿದ್ದವು. ಅದಕ್ಕೇ ಕೆಲವರು ಅಪ್ಪನನ್ನು ಕುರಿತು "ನಿಂದು ಭುಜಂಗಯ್ಯನ ದಶಾವತಾರ" ಎನ್ನುತ್ತಿದ್ದರು. ಅಪ್ಪನಿಗೆ ನಮ್ಮ ರಾಜ್ಯದ ಸುಮಾರು ಬುಡಕಟ್ಟುಗಳ ಬದುಕು ಮತ್ತು ಅವರ ಜೀವನೋಪಾಯ, ತಾಪತ್ರಯದ ಬಗ್ಗೆ ಗೊತ್ತಿತ್ತು.

ರಾಜಕೀಯ, ಸಾಂಸ್ಕೃತಿಕ ಮತ್ತು ಎಲ್ಲಕ್ಕಿಂತ ಹೆಚ್ಚಾಗಿ ಸಾಮಾಜಿಕ ಪ್ರಜ್ಞೆ ಮತ್ತು ಕಾಳಜಿ ಇತ್ತು.

ಹೀಗಾಗಿಯೇ ನನಗೆ ಅಪ್ಪನನ್ನು ನೆನೆದಾಗಲೆಲ್ಲ ಆತನ 'ಜಂಗಮ' ಗುಣ ನೆನಪಾಗುತ್ತದೆ. ಆತ ತನ್ನ 62 ವರ್ಷಗಳ ಬದುಕಿನಲ್ಲಿ ಒಂದೇ ಪ್ರದೇಶದ ಒಂದೇ ಭಾಗದಲ್ಲಿದ್ದರೂ ಮನಸ್ಸು, ಆಚಾರ, ಕನಸುಗಳು ಮತ್ತು ಆಸಕ್ತಿಗಳು ಜಂಗಮವಾಗಿದ್ದವು.

ಅಪ್ಪ ಯಾವ ಸಂಶೋಧನೆಯ ವಿದ್ಯಾರ್ಥಿಯಾಗಿರದಿದ್ದರೂ ಕೂಡ, ಗಿಡಮೂಲಿಕೆಗಳ ಆಧಾರಗಳನ್ನು ಮತ್ತು ಅವುಗಳ ಉಪಯುಕ್ತತೆಗಳನ್ನು ಹಳೆಯ ಗ್ರಂಥಗಳಲ್ಲಿ ಹುಡುಕುತ್ತಿದ್ದ ಪರಿ ನನ್ನನ್ನು ಹಲವು ಬಾರಿ ಆಶ್ಚರ್ಯಚಕಿತನನ್ನಾಗಿ ಮಾಡಿದೆ. ಪುಟ್ಟ ಊರೊಂದರ ಗ್ರಂಥಿಗೆ ಅಂಗಡಿಯ ಅಪ್ಪ ಕೆಲವೊಮ್ಮೆ ರಾತ್ರಿ ಎಲ್ಲಾ ಟೇಬಲ್ ಲ್ಯಾಂಪ್‌ನ ಅಡಿಯಲ್ಲಿ ಆಧಾರ ಹುಡುಕುತ್ತಿದ್ದು, ಬೆಳಿಗ್ಗೆ ಅದರ ಬಗ್ಗೆ ತನ್ನನ್ನು ಅರಸಿ ವಾತ, ಪಿತ್ತ, ಕಫ ಮುಂತಾದವುಗಳ ನಿವಾರಣೆಗೆ ಬಂದ ಹಳ್ಳಿಯವರಿಗೆ ಕುತೂಹಲದಿಂದ ಹೇಳುತ್ತಿದ್ದದ್ದು ಕಣ್ಣಿಗೆ ಕಟ್ಟಿದ ಹಾಗಿದೆ.

ಅಪ್ಪ ತನ್ನಂತೆಯೇ ಬದುಕಿ, ತನಗೇನು ಅನಿಸುವುದೋ ಅದನ್ನೇ ಮಾಡಿ, ಯಾರ ಮರ್ಜಿಗೂ ಮುಲಾಜಿಗೂ ಬೀಳದೆ, ಯಾರಿಗೂ ತಲೆಬಾಗದೆ, ಪೂಜಾ ಸಾಮಗ್ರಿ ಅಂಗಡಿ ಮತ್ತು ಮಠಗಳ ಊರಿನಲ್ಲಿ ಇದ್ದರೂ ಸ್ವಾಮಿಗಳ ಓಂದೆ ಬೀಳದೆ, ಐನೋರುಗಳಿಗೆ ಒಂದು ರೂಪಾಯಿಯೂ ಕಮಿಷನ್ ಕೊಡದೆ ತನ್ನಷ್ಟಕ್ಕೆ ತಾನು ಎಂಬಂತೆ ಇದ್ದುಬಿಟ್ಟ ಆಸಾಮಿ.

ಇದರ ಜೊತೆ ಜೊತೆಗೆ ತನ್ನ ಆರೋಗ್ಯದ ಕಡೆಗೆ ಸರಿಯಾಗಿ ಗಮನ ಕೊಡದೆ ತಿನ್ನುವಾಗ ತಿನ್ನದೆ, ತೊಡುವಾಗ ತೊಡದೆ, ವಿಲಾಸಿಯಾಗದೆ, ಹೆಂಡತಿ ಮಕ್ಕಳ ಕಾಳಜಿಗೆ ಎಂದೂ ಕಿವಿಗೊಡದೆ ಬದುಕಿದ ಸೀದಾ ಸಾದಾ ಮನುಷ್ಯ. He was a very complex character!

ಒಟ್ಟಿನಲ್ಲಿ ನನಗನಿಸುವುದು ನಮ್ಮೂರಿನಲ್ಲಿ ಅಪ್ಪನಿಗೆ ಸಿಗಬೇಕಾದ ಮನ್ನಣೆ ಸಿಗಲಿಲ್ಲ. ಅದು ಅವರನ್ನು ಸ್ವಲ್ಪ ಮಟ್ಟಿಗೆ ಕಾಡಿತ್ತು. ಅದಕ್ಕೆ ಕಾರಣ "ಕಾಣಿಸಿಕೊಳ್ಳಲು ಬಯಸದಿರುವಿಕೆ" ಎಂದು ಅವರಿಗೂ ಗೊತ್ತಿತ್ತು. He was ok with it!

ಇವೆಲ್ಲವನ್ನೂ ಮೀರಿ ಅಪ್ಪನಿಗೆ ಪ್ರಾಣಿ, ಪಕ್ಷಿ, ಪಶು, ಕೀಟ, ಕಾಡು, ಮೂಲಿಕೆ, ಮರ ಗಿಡ, ತೊರೆ ಹಳ್ಳ, ಬುಡಕಟ್ಟು ಬವಣೆ, ಭಾಷೆ ಇವೆಲ್ಲದರ ಬಗ್ಗೆ ಮಗುವಿನ ಬೆರಗು ಹಾಗು ಸಂಶೋಧಕನ ಕುತೂಹಲವಿತ್ತು. ಇದು ಅವರ ಮಾತಿನಲ್ಲಿ ಪ್ರತಿನಿತ್ಯ ಅನಾವರಣಗೊಳ್ಳುತ್ತಿತ್ತು.

ಅಂದ ಹಾಗೆ ಆತ ಒಬ್ಬ ಅದ್ಭುತ ಮಾತುಗಾರ, A great narrator.

ದರ್ಶನ್ ಜಯಣ್ಣ

ನನ್ನಪ್ಪ

ನನ್ನಪ್ಪ ನಾನೆಂದೋ ಓದಿದ
ಕವಿತೆಯ ಅವ್ವನಂತೆ
ದುಡಿದದ್ದು ಪಡೆದದ್ದು ಬಡಿದಾಡಿದ್ದು
ಎಲ್ಲ ನಮಗಾಗಿಯೇ

ಉಣುವಾಗ ಉಣದೆ ತೊಡುವಾಗ ತೊಡದೆ
ಆಗೊಮ್ಮೆ ಈಗೊಮ್ಮೆಯೂ ವಿಲಾಸಿಯಾಗದೆ
ಹರುಷದ ಕೂಳು ನೆಚ್ಚಿದರೆ
ವರುಷದ ಕೂಳು ಹಾಳು ಎನ್ನುತ್ತಿದ್ದ

ಮರಳು ಸಿಮೆಂಟು ಇಟ್ಟಿಗೆಯವರು ಸಾಲದಕ್ಕೆ
ಮೇಸ್ತ್ರಿಯೊಡನೆಯೂ ಗುದ್ದಾಡಿ ಮನೆಕಟ್ಟಿದ

ಬಾಗಿಲುಗಳ ಬಡಿಯಲಿಲ್ಲ ಮಠಗಳಿಗೆ ಹೋಗಲಿಲ್ಲ
ಮನೆಯೇ ಮಂತ್ರಾಲಯ ಅವಗೆ, ಕಾಯಕ ಕೈಲಾಸ

ಆಡು ಮುಟ್ಟದ ಸೊಪ್ಪಿಲ್ಲ ಅವ ಮಾಡಿರದ ಕಸುಬಿಲ್ಲ
ಗ್ರಂಥಿಗೆಯಿಂದ ಗಿರ್ಮಿಟ್ಟಿನವರೆಗೆ ಪಟಾಕಿಯಿಂದ ಸ್ಪಿರಿಟ್ಟಿನವರೆಗೆ

ಯಾವ ಕಣ್ಣು ಕುತ್ತೋ ಯಾರ ಶಾಪ ಬಿತ್ತೋ
ಕುಂತಲ್ಲೆ ಕುಂತಿಹನು ಈಗ ಮೌನಿಯಾಗಿ

ತಾನೇ ಹೊಡೆಸಿದ ಪಾಂಪ್ಲೆಟ್ಟುಗಳು ಹೇಳುತಿವೆ
"ಮನೋವ್ಯಾಧಿಯೇ ಮಾನವನ ಮೊದಲ ಕಾಯಿಲೆ" ಯೆಂದು ಕೂಗಿ!

(ಅಪ್ಪ ತೀರಿಕೊಳ್ಳುವ ಕೆಲವು ವರ್ಷಗಳ ಮುಂಚೆ ಬರೆದದ್ದು)

ಪರಿವಿಡಿ

“When an old man dies, a library burns to the ground”

– An Old African proverb

“In the end, we’ll all become stories”

– Margaret Atwood

ಅಪ್ಪ ಇಲ್ಲವಾಗಿ

ಅಪ್ಪ ಇಲ್ಲವಾಗಿ ಐದು ನಿಮಿಷಗಳಾಗಿತ್ತು. ಆಸ್ಪತ್ರೆಯಲ್ಲಿ ಬಿಲ್ಲು ಕಟ್ಟಲು ಕರೆದರು. ವಾಸ್ತವ ಅಪ್ಪಳಿಸುವುದೇ ಹೀಗೆ, ಅಲ್ಲಿ ಎಲ್ಲವೂ ಸರಿ ಮತ್ತು ಸಕಾಲಿಕ. ಬಿಲ್ಲು ಕಟ್ಟಿ ಅಲ್ಲೇ ಮೆಟ್ಟಿಲಿನ ಮೇಲೆ ಕುಂತೆ, ಅಮ್ಮನನ್ನು ಮಾವ ಸಂತೈಸುತ್ತಿದ್ದರು. ಅಪ್ಪ ಹೋದದ್ದು ದಿಢೀರನೆ ಅಲ್ಲವಾದರೂ 62 ಸಾಯುವ ವಯಸ್ಸಾಗಿರಲಿಲ್ಲ. 57 ಕ್ಕೆ ಅವರಿಗೆ ಬಡಿದ ಸ್ಟ್ರೋಕ್ ಮುಂದೆ Parkinson's ಮತ್ತು Dementia ಎಂದು ತಿಳಿದಾಗ, ಇವೆರಡೂ ಸಂಕೀರ್ಣ ಸ್ಥಿತಿಗಳು ಅವರಿಗೇ ಏಕೆ ಬಂದವು ಎಂದು ಮರುಗಿದೆವು. ಅತ್ಯಂತ ಲವಲವಿಕೆಯಿಂದಿದ್ದ ಅವರನ್ನು ಹೀಗೆ ಮೂಲೆಗುಂಪು ಮಾಡಿದ ಕಾಯಿಲೆಗಳ ಬಗ್ಗೆ ನನಗೂ, ಅಮ್ಮನಿಗೂ ಮತ್ತು ಅಪ್ಪನನ್ನು ನೋಡಿದ ಎಲ್ಲರಿಗೂ ಬೇಸರವಿತ್ತು. ಮೆಟ್ಟಿಲುಗಳ ಮೇಲೆ ಕುಂತು ಖಾಲಿ ಖಾಲಿ ಅನ್ನಿಸತೊಡಗಿರುವಾಗಲೇ, ಇಂದು ನಾನು ಕಟ್ಟಿದ್ದು ಅಪ್ಪನ ಕಡೆಯ ಬಿಲ್ಲು ಎಂದು ಹೊಳೆದು ಅಳು ಒತ್ತರಿಸಿ ಬಂತು. ಅಪ್ಪನ ಐದು ವರ್ಷದ ಡಿಪೆಂಡೆಂಟ್ ಸ್ಥಿತಿ ಅವರಿಗೂ, ಅಮ್ಮನಿಗೂ ಮತ್ತು ನಮಗೂ ಸುಖಕರವಾಗಿ ಖಂಡಿತವಾಗಿಯೂ ಇರಲಿಲ್ಲ. ಆದರೆ ನಾವು ಅವರ ಇಲಾಜಿಗಾಗಿ ನಮ್ಮ ಕೈಲಾದ ಎಲ್ಲ ಪ್ರಯತ್ನ ಮಾಡಿದೆವು. ಯಾರೋ "ಮೇಲೆ ಬರಬೇಕಂತೆ" ಅಂತ ಕರೆದರು, ಹೋದೆ. "ನಿಮ್ಮಲ್ಲಿ ಕಾಲುಕೈ ಮಡಿಸಬೇಕಾ?" ಎಂದು ಕೇಳಿದರು. "ಹೌದು" ಎಂದೆ. ಮಡಿಸಿದವರು, ತಲೆಯನ್ನು ಬಾಯಿ ಜಾರದ ಹಾಗೆ ಕಟ್ಟಿದರು. ಅರ್ಧ ಗಂಟೆಯ ಮುಂಚೆ ಕಡೆಯ ಬಾರಿ ಅಪ್ಪ ಪೈಪ್‌ನ ಮೂಲಕ 'ರವೆ'ಗಂಜಿ ಕುಡಿದಿದ್ದರು. ಎರಡೇ ನಿಮಿಷದಲ್ಲಿ ICU ಖಾಲಿ ಮಾಡಿಸಿ ಮತ್ತೊಬ್ಬರಿಗೆ ಬೆಡ್ಡು ಅಣಿಮಾಡಲಾಯಿತು. ಅಪ್ಪನನ್ನು ಸ್ಟ್ರೆಚರ್ ಮೇಲೆ ಮಲಗಿಸಿ ಆಸ್ಪತ್ರೆ ಮುಂದೆ ಕರೆತರಲಾಯಿತು. ಆಂಬುಲೆನ್ಸ್ ರೆಡಿ ಇತ್ತು, ಶಿಫ್ಟ್ ಮಾಡಿದೆವು. ಅಮ್ಮ ಮತ್ತು ಇನ್ನೊಬ್ಬರು ಹತ್ತಿದರು.

ಆಸ್ಪತ್ರೆಯ ಮಾಲಿಕರೂ ಆಗಿದ್ದ ಮತ್ತು ಅಪ್ಪನನ್ನು ನೋಡಿದ ವೈದ್ಯರು "ನಿಮ್ಮ ಕೈಲಾದಷ್ಟು ನೋಡಿಕೊಂಡಿದ್ದೀರ, ಈ ಸ್ಥಿತಿಯೇ ಹೀಗೆ ಏನೂ ಮಾಡಲಿಕ್ಕಾಗುವುದಿಲ್ಲ, ಇಟ್ಸ್ ಆ ಡಿಜೆನೆರೆಟಿವ್ ಡಿಸ್‌ಆರ್ಡರ್" ಅಂದರು. ಜೊತೆಗೆ "ನಾವೆಲ್ಲಾ ಚಿಕ್ಕವರಿರುವಾಗ ನಿಮ್ಮ ಅಂಗಡಿಗೆ ಬಂದು ಜ್ಯೂಸು ಕುಡಿಯುತ್ತಿದ್ದೆವು. ಒಳ್ಳೆಯ ಮನುಷ್ಯ" ಅಂದರು. ಆಂಬುಲೆನ್ಸ್‌ನ ಮುಂದಿನ ಸೀಟಿನಲ್ಲಿ ನಾನು ಕುಳಿತುಕೊಂಡೆ, ಡ್ರೈವರ್ಗೆ ಮನೆಯ ದಾರಿ ತೋರಿಸಬೇಕಿತ್ತು. ಅಮ್ಮ ಅಳು ನಿಲ್ಲಿಸಿದ್ದಂತಿತ್ತು. ನಾನು ಹಿಂದಿರುಗಿ ನೋಡಲು ಹೆದರಿದೆ. ನನ್ನೊಳಗೆ ಏನಾಗುತ್ತಿತ್ತೋ ಹೇಳುವುದು ಕಷ್ಟ. ಡ್ರೈವರ್ ದಾರಿ ಕೇಳಿದ. "ದ್ವಾರಕಾ ಹೋಟೆಲ್ಲಿನ ಹತ್ತಿರ ಮನೆ" ಅಂದೆ. ಬಿ.ಎಚ್. ರಸ್ತೆಯ ರಾಂಗ್ ಸೈಡ್‌ನಲ್ಲಿ ಹೊರಟ. "ಬೇಡಪ್ಪ ಸರಿಯಾದ ಕಡೆ ಹೋಗೋಣ, ಜನ ಬೈಕೋತಾರೆ" ಅಂದೆ. "ಇಲ್ಲ ಬಿಡಿ ಸಾರ್ ಆಂಬುಲೆನ್ಸ್‌ಗೆ ಯಾರೂ ಬೈಕಳಲ್ಲ" ಅಂದ, ನಾನು ಸುಮ್ಮನಾದೆ. ದಾರಿ ಸಾಗುತ್ತಾ ನಾವು ಪೋಲೀಸ್ ಸ್ಟೇಷನ್ ಬಳಿ ಬಂದಾಗ "ಅದೋ ಅಲ್ಲಿ ಮುಂದೆ ಬಲಕ್ಕೆ ತಿರುಗಿ ಅಲ್ಲೇ ಮನೆ" ಅಂದೆ. ಡ್ರೈವರ್ "ಓಹ್ ಸಾರ್ ಆ ಜ್ಯೂಸು ಮಾಡ್ತಾರಲ್ಲ ಅವರ ಮನೆಹತ್ರನಾ?" ಅಂತ ಕೇಳಿದ್ದನ್ನು ಕಂಡು ನಾನು ಅವಾಕ್ಕಾದೆ! "ಹೌದು ಅವರೇ ಇವರು, ನಮ್ಮಪ್ಪ!" ಅಂದೆ. ಅವನು ಕೊಂಚ ಸುಮ್ಮನಾದಂತೆ ಕಂಡು ನಂತರ "ಹೌದು ಸಾರ್, ಅದೇ ಅನ್ಕೊಂಡೆ ಈಗ ಒಂದು 2–3 ವರ್ಷಗಳಿಂದ ಅಂಗಡಿ ತಗೀತಾ ಇಲ್ವಲ್ಲ ಅಂತ, ಪಾಪ ಸಾರ್" ಅಂದ. ಅಮ್ಮ "ಐದು ವರ್ಷ ಆಯ್ತಪ್ಪ" ಅಂದಳು, ಅವನು ತಲೆಯಾಡಿಸಿದ. ಮನೆಯ ಹತ್ತಿರ ಬಂದಾಗ ಅಕ್ಕಪಕ್ಕದವರೆಲ್ಲಾ ಸೇರಿದ್ದರು. ಚಿಕ್ಕಪ್ಪ ಅಪ್ಪನನ್ನು ಒಳಗಡೆ ಮಲಗಿಸಲು ಎಲ್ಲ ವ್ಯವಸ್ಥೆ ಮಾಡಿದ್ದರು. ಅವರನ್ನು ಒಳಗೆ ಮಲಗಿಸಿದ ನಂತರ ಆಂಬುಲೆನ್ಸ್‌ನವನೂ ಅವರನ್ನೊಮ್ಮೆ ನೋಡಿ ಹೊರಟ. ನಾನು ಹೊರಬಂದು" ದುಡ್ಡು ಎಷ್ಟು ಕೊಡಬೇಕು?" ಕೇಳಿದೆ. "ಸಾರ್ ಅಲ್ಲಿ ಇದ್ದಾರಲ್ಲ ಆಗ್ಲೇ ಕೊಟ್ಟಿದ್ದಾರೆ" ಅಂತ ನನ್ನ ಸ್ನೇಹಿತನ ಕಡೆ ಕೈ ಮಾಡಿದ. ಅವನು ಅದಕ್ಕೆ ಸಮ್ಮತಿಸಿದ. ಅಪ್ಪನನ್ನು ಆಸ್ಪತ್ರೆಯಲ್ಲಿ, ಮನೆಯಲ್ಲಿ ಕಡೆಗೆ ಸಮಾಧಿಯ ಬಳಿ ತುಂಬಾ ಜನ ನೋಡಲು ಬಂದರು. ಊಹಿಸಲಾರದವರೆಲ್ಲ ಬಂದು ಅಮ್ಮನಿಗೆ ಸಾಂತ್ವನ ಹೇಳಿದರು. ಆದರೆ ನನ್ನನ್ನು ಕಾಡಿದ್ದು ಅವರನ್ನು ಟ್ರೀಟ್ ಮಾಡಿದ ವೈದ್ಯರಿಂದ ಹಿಡಿದು ಕಡೆಗೆ ಬಿಟ್ಟು ಹೋದ ಆಂಬುಲೆನ್ಸ್‌ನ ಡ್ರೈವರ್‌ನವರೆಗೂ ಅಪ್ಪ ಮುಟ್ಟಿದ್ದರು! ಹುಟ್ಟಿದ್ದು, ಆಡಿ ಬೆಳೆದದ್ದು, ವ್ಯಾಪಾರ ಸಂಸಾರ ಮಾಡಿದ್ದು ಅದೇ ಪೇಟೆ ಅದೇ ಬೀದಿ, ಕಡೆಗೆ ತೀರಿದ್ದೂ ಅಲ್ಲಿಯೇ. ಅಪ್ಪ ಯಾವತ್ತೂ ಬದುಕು ಏಕತಾನ ಅನ್ನಲಿಲ್ಲ. ಅಪ್ಪ ಓದಿದ್ದು ಎಸ್‌ಎಸ್‌ಎಲ್‌ಸಿ (ಸೆಕೆಂಡ್ ಕ್ಲಾಸ್). ಮುಂದೆ ಓದಲಿಕ್ಕಾಗದೆ ಮಾಡಿದ್ದು ನಾನಾ ಉದ್ಯೋಗ – ಸೌದೆ ಕಂಟ್ರಾಕ್ಟರ್, ಗ್ರಂಥಿಗೆ ಅಂಗಡಿ, ಗುಲ್ಕನ್ ಫ್ಯಾಕ್ಟರಿ, ಸ್ಪಿರಿಟ್ ಮತ್ತು ಪಟಾಕಿ ವ್ಯಾಪಾರ, ಪೂಜಾ ಸಾಮಗ್ರಿ ಮತ್ತು ಸಮಿತ್ತು, ಪಂಚಲೋಹದ ವಿಗ್ರಹಗಳ ವ್ಯಾಪಾರ, ಡ್ರೈ ಫ್ರುಟ್ಸ್, ಜ್ಯೂಸು ಅಂಗಡಿ, ಪಾರ್ಟಿ ಹಾಲ್, ಆಯುರ್ವೇದ ಪಂಡಿತ ಹೀಗೆ ಭುಜಂಗಯ್ಯನದ್ದು ದಶಾವತಾರವಾದರೆ ಅಪ್ಪನದ್ದು ಶತಾವತಾರ!

ಯಾರ ಮಾತೂ ಕೇಳದ, ಯಾವುದಕ್ಕೂ ಅಂಟಿಕೊಳ್ಳದ, ಯಾರ ಮರ್ಜಿಗೂ ಸಿಗದ, ಅವರಿವರೆನ್ನದೆ ಎಲ್ಲರನ್ನೂ ನಮ್ಮವರೆಂದುಕೊಂಡ, ಸದಾ ಕಾಯಕ ಮತ್ತು ಶ್ರಮವನ್ನು ಮಾತ್ರ ನಂಬಿದ ಅಪ್ಪ ನನ್ನ ಪಾಲಿಗಂತೂ ಅಚ್ಚರಿಯ ದಾರಿ ದೀಪ. ಅವರ ಬಗ್ಗೆ ಬರೆದು ನೀಗಿಸಿಕೊಳ್ಳುವುದು ಸಾಕಷ್ಟಿದೆ ಅನಿಸತೊಡಗಿತು.

ಶಿವರಾತ್ರಿ

ಅವತ್ತು ಶಿವರಾತ್ರಿ. ನಾವು ಮನೆಯವರೆಲ್ಲ ಉಪವಾಸ ಮಾಡಿ ಮತ್ತೆ ಸ್ನಾನ ಮಾಡಿ ಶಿವಪೂಜೆ ಮುಗಿದ ನಂತರವೇ ಫಲಾಹಾರ ಮಾಡುವುದು ವಾಡಿಕೆ. ಫಲಾಹಾರವೆಂದರೆ ಉಪ್ಪಿಟ್ಟು, ತಂಬಿಟ್ಟು ಮತ್ತು ರಸಾಯನ.

ನನ್ನ ಅಜ್ಜಿ, ಅಪ್ಪ, ಅಮ್ಮ ಎಲ್ಲ ಒಂದು ಹನಿ ನೀರೂ ಕುಡಿಯುತ್ತಿರಲಿಲ್ಲವಾದರೂ ನನಗೆ ರಿಯಾಯಿತಿ ಇತ್ತು. ನಾನೂ ಬೆಳಿಗ್ಗೆ ಎದ್ದಕೂಡಲೇ ಮೊದಲನೇ ಸ್ನಾನದ ಮುನ್ನ ಒಂದು ಲೋಟ ಹಾಲು ಕುಡಿಯಬಹುದಿತ್ತು.

ಶಿವರಾತ್ರಿ ಎಂದರೆ ಪ್ರತಿ ಮನೆಯಲ್ಲಿ ಅದರಲ್ಲೂ ಶಿವನ ಆರಾಧಕ ಮನೆಗಳಲ್ಲಿ ಅದೇನೋ ಸಂಭ್ರಮ. ಅದರಲ್ಲೂ ನಮ್ಮ ಮನೆಯಲ್ಲಿ ಒಂದು ಕೈ ಮೇಲೆ, ಕಾರಣ ಧಾರ್ಮಿಕವಲ್ಲ ಬದಲಾಗಿ ವ್ಯಾಪಾರ. ಹೌದು, ಅಪ್ಪನ ಗ್ರಂಥಿಗೆ ಅಂಗಡಿಯಲ್ಲಿ ಅವತ್ತೇ ಭರ್ಜರಿ ವ್ಯಾಪಾರ. ವರ್ಷದಿಂದ ಖರ್ಚಾಗದೆ ಉಳಿದ ವಿಭೂತಿಗಟ್ಟಿ, ವಸ್ತ್ರ, ಟವಲ್ಲು, ಮಗುಟ, ಲಿಂಗು, ಕರಡಿಗೆ, ರುದ್ರಾಕ್ಷಿ, ಸಾಲಿಗ್ರಾಮ, ಕುಂಕುಮ-ಅರಿಶಿನ, ಶಿವದಾರ, ಅಭಿಷೇಕದ ಸಾಮಾನು ಹೀಗೆ ವ್ಯಾಪಾರ ಜೋರೋ ಜೋರು. ನಾವು ಅಭಿಷೇಕದ ಸಾಮಾನಿಗೆ ಬೇಕಾದ ಪರಿಕರಗಳಾದ ಆದ್ಯ, ಪಾದ್ಯ, ಆಚಮನ, ಅಷ್ಟಗಂಧಗಳನ್ನು ತಂದು ಮನೆಯಲ್ಲಿ ಜೇನುತುಪ್ಪ ಬೆರೆಸಿ ತಯಾರಿಸುತ್ತಿದ್ದೆವು. ಇದಕ್ಕೆ ಕಾರಣ ಬಜಾರಿನಲ್ಲಿ ಸಿಗುತ್ತಿದ್ದ ಅಭಿಷೇಕದ ಸಾಮಾನಿನಲ್ಲಿ ಇರುತ್ತಿದ್ದವು ಒಂದೋ ಎರಡೋ ಪರಿಕರಗಳು ಮಾತ್ರ.

ಅವತ್ತು ಅಪ್ಪನ ಜೊತೆಗೆ ನಾನೂ ಸಂಜೆಯವರೆಗೆ ಅಂಗಡಿಯಲ್ಲೇ ಇರುತ್ತಿದ್ದೆ. ನನಗೆ ಇದೆಲ್ಲದರ ವ್ಯಾಪಾರ ಅತ್ಯಂತ ಖುಷಿಯ ಸಂಗತಿಯಾಗಿತ್ತು. ಸುಮಾರು ಸಂಜೆ ನಾಲ್ಕರ ಹೊತ್ತಿಗೆ ವ್ಯಾಪಾರ ಮುಗಿದ ಮೇಲೆ ಮನೆಗೆ ಬಂದು ಸ್ನಾನ ಮಾಡಿ ಪೂಜೆ ಆರಂಭಿಸುತ್ತಿದ್ದೆವು.

ಆ ವರ್ಷವೂ ಹಾಗೆಯೇ ಆಯಿತು. ಆದರೆ ಮನೆಗೆ ಬಂದಾಗ ಅಪ್ಪನಿಗೆ ಎಳನೀರು ತರುವುದು ಮರೆತೆನಲ್ಲ ಎಂಬುದು ತಿಳಿವಿಗೆ ಬಂದು "ಬಾರೋ ಎಳನೀರು ತರೋಣ" ಎಂದರು. ನಾನು ನಮ್ಮ ಹೊಸ ಕೈನೆಟಿಕ್ ಹೋಂಡಾದ ಮೇಲೆ ಹೋಗುವ ಸಂಭ್ರಮಕ್ಕೆ ಹಿಗ್ಗಿದೆ.

ಒಳ್ಳೆಯ ಎಳನೀರು ತುಮಕೂರಿನಲ್ಲಿ ಆಗ ಸಿಗುತ್ತಿದ್ದುದು ಹೈಸ್ಕೂಲ್ ಫೀಲ್ಡ್‌ನಲ್ಲಿ. ಅಲ್ಲಿಗೆ ನಾನೂ ಅಪ್ಪ ಹೋದಾಗ ಅಲ್ಲಿದ್ದ ಐದಾರು ಜನ ವರ್ತಕರು ಅಪ್ಪನೆಡೆಗೆ ಯಾವುದೇ ಮುತುವರ್ಜಿ ತೋರದಿರಲು ಕಾರಣ ಅಪ್ಪನನ್ನು ಮೆಚ್ಚಿಸಲು ಅವರ ಬಳಿ ಯಾವ ಎಳನೀರು ಇದ್ದರೂ ಸಾಲದೇ ಹೋಗಬಹುದೆಂಬ ಭಯ ಅಥವಾ ತಾತ್ಸಾರ.

ಅಪ್ಪನಿಗೆ ತೆಂಗು ಬೆಳಸಿ, ಕಾಯಿ ಕೀಳಿಸಿ, ಮಾರಿ ಗೊತ್ತಿದ್ದರಿಂದ ಅವರನ್ನು ಸುಲಭವಾಗಿ ಮೆಚ್ಚಿಸಲು ಆಗುತ್ತಿರಲಿಲ್ಲ. ಹೀಗಿರುವಾಗ ಅಲ್ಲೊಬ್ಬ ವರ್ತಕ ಹೊಸಬನಂತೆ ಕಂಡ. ಅವನಲ್ಲಿದ್ದ ಕಾಯಿಗಳು ಚೆನ್ನಾಗಿದ್ದವು.

ಅಪ್ಪ "ಬಾ ಅಲ್ಲಿ ಹೋಗೋಣ. ನೋಡು ಎಷ್ಟು ಚೆನ್ನಾಗಿವೆ ಎಳನೀರು, ಎರಡಾದ್ರೆ ಸಾಕು ಅಭಿಷೇಕಕ್ಕೆ" ಎಂದರು.

ನಾವು ಅಲ್ಲಿಗೆ ಹೋದಾಗ ಆಗಲೇ ಕಾರಿನಲ್ಲಿ ಬಂದಿದ್ದ ಒಬ್ಬರು ಕಾಯಿ ಕೆತ್ತಿಸುತ್ತಿದ್ದರು. ನೋಡುವುದಕ್ಕೆ ತುಂಬಾ ಅನುಕೂಲಸ್ಥರ ಹಾಗೆ ಕಾಣುತ್ತಿದ್ದರಾದರೂ ಎಳನೀರಿನವನನ್ನು ಹತ್ತು ಹಲವು ಪ್ರಶ್ನೆ ಕೇಳುತ್ತಿದ್ದರು. ಅವನ ಉತ್ತರಕ್ಕೆ ಇವರ ಕುಹಕ ಎದ್ದು ಕಾಣುತ್ತಿತ್ತು.

ಅದಲ್ಲದೆ ತೆಗೆದುಕೊಳ್ಳುತ್ತಿದ್ದ ನಾಲ್ಕು ಕಾಯಿಗೆ ನಲವತ್ತು ಮಾತು ಮತ್ತು ಚೌಕಾಸಿ ಕೂಡ. ವರ್ತಕನ ಮುಖ ಪೇಲವವಾಗಿತ್ತು. ಬಿಟ್ಟರೆ ಗಿರಾಕಿ ಹಾಳು ಮಾಡಿಕೊಳ್ಳಬೇಕಾಗಬಹುದೆಂದು ಸಹಿಸಿಕೊಳ್ಳುತ್ತಿದ್ದ. ಇದೆಲ್ಲದರ ಮಧ್ಯೆ ಹೀಗೆ ಕೊಚ್ಚು, ಹಾಗೆ ಕೊಚ್ಚು ಎಂದೂ ತಲೆ ತಿನ್ನುತ್ತಿದ್ದ. ಅಪ್ಪ ನಾನು ಅವರನ್ನೇ ನೋಡುತ್ತಿದ್ದೆವು.

ಇದ್ದಕ್ಕಿದ್ದ ಹಾಗೆ ವರ್ತಕ ಚೀರಿದ. ನೋಡುವಾಗ, ಮಚ್ಚು ಅವನ ಎಡಗೈನ ಬೆರಳಿಗೆ ತಗುಲಿ ರಕ್ತ ಹೋಗುತ್ತಿತ್ತು. ನಾವು ಕಂಗಾಲಾದೆವು. ಅಪ್ಪ ಗಾಡಿಯ ಕೀಲಿಕೈಯನ್ನು ನನಗೆ ಕೊಟ್ಟು "ಹೋಗು ಫಸ್ಟ್ ಏಡ್ ಕಿಟ್ ತೆಗೆದುಕೊಂಡು ಬಾ" ಎಂದರು. ನಾನು ಓಡಿದೆ.

ಆದರೆ ಇದಾವುದರ ಪರಿವೆಯೇ ಇಲ್ಲದ ಆ ದೊಡ್ಡ ಮನುಷ್ಯ "ಎಷ್ಟು ವರ್ಷದಿಂದ ಈ ಕೆಲಸ ಮಾಡ್ತಾ ಇದ್ದೀಯಯ್ಯ? ನೋಡ್ಕೊಂಡು ಕೊಚ್ಚಬಾರದ?" ಎಂದು ದವಲತ್ತಿನ ಮಾತನಾಡಿ ಚೌಕಾಸಿ ಮಾಡಿದ್ದ ರೇಟಿಗೆ ಕಾಯಿಕೊಂಡು ಕಾರು ಹತ್ತಿ ಹೋಗಿಬಿಟ್ಟ.

ನನ್ನಪ್ಪ ಜತನದಿಂದ ಎಳನೀರಿನವನಿಗೆ ಫಸ್ಟ್ ಏಡ್ ಮಾಡಿದರು. ವರ್ತಕನ ಕಣ್ಣು ಒದ್ದೆಯಾದದ್ದನ್ನು ನಾನು ಕಂಡೆ. ಅವನು ಏನೂ ಮಾತನಾಡಲಿಲ್ಲ.

ಅಪ್ಪ "ನಿನಗೆ ಕೊಚ್ಚಲಿಕ್ಕೆ ಕಷ್ಟವಾಗಬಹುದು ನಾನು ಬೇರೆಡೆ ಕಾಯಿ ಕೊಳ್ಳುತ್ತೇನೆ" ಎಂದರು.

"ಇಲ್ಲಾ ಸಾಮಿ, ಇದೆಂಥಾ ಗಾಯ. ನೋಡಿ ಇಪ್ಪತ್ತೈದು ವರ್ಷದಿಂದ ಕಾಯಿ ಕೊಚ್ತಾ ಇದ್ದೀನಿ ಇವತ್ತು ಆಯಪ್ಪ ಯಾಮಾರಿಸಿಬಿಟ್ಟ, ಒಳ್ಳೆ ಗ್ರಹಚಾರ" ಎಂದ.

ಅಪ್ಪ "ಹಂಗೇನಪ್ಪಾ ದುಡ್ಡಿರೋರ ಕಥೆ" ಅಂದರು. ವರ್ತಕ ಸಾವರಿಸಿಕೊಂಡು ಹುಡುಕಿ ಒಳ್ಳೆಯ ಎರಡು ನೀರಿನ ಕಾಯನ್ನು ಕೊಚ್ಚಿ ಕಟ್ಟಿ ಕೊಟ್ಟ.

ಅಪ್ಪ "ಎಷ್ಟು ದುಡ್ಡು?" ಎಂದಾಗ, "ಅಯ್ಯೋ ನಿಮ್ಮ ಹತ್ರ ಕಾಸು ತಗೋಳೋಕಾಯ್ತದಾ? ಬೇಡ ಸಾಮಿ" ಅಂದ.

ಅದಕ್ಕೆ ಅಪ್ಪ ನಕ್ಕು "ಬೇಡ ತಗಳಪ್ಪ, ಎಳನೀರು ದೇವರ ಅಭಿಷೇಕಕ್ಕೆ, ಬಿಟ್ಟಿ ತಗೊಂಡೋದ್ರೆ ದೇವರು ಮೆಚ್ಚಲ್ಲ" ಅಂದರು.

ಒದ್ದೆಯಾಗಿದ್ದ ವರ್ತಕನ ಕಣ್ಣು ಜಿನುಗಿತು.

ಇದಾದ ನಂತರ ಮನೆಗೆ ಹಿಂತಿರುಗುವಾಗ ಅಪ್ಪ "ನೋಡ್ದಾ ಮಗಾ ದೊಡ್ಡವರ ಲೆಕ್ಕಾಚಾರ?" ಎಂದು ಹೇಳುತ್ತಾ ಮನೆಯೆಡೆಗೆ ಗಾಡಿ ತಿರುಗಿಸಿದರು.

ಗಣೇಶ ಹಾಲು ಕುಡಿದ!

ಅದು ಸತ್ಯದ ಕಾಲ. ಆಗೆಲ್ಲ ದೃಶ್ಯಮಾಧ್ಯಮ ಇಷ್ಟೆಲ್ಲಾ ಮುಂದುವರಿದಿರಲಿಲ್ಲ. ಆದರೂ ಒಂದಷ್ಟು ಸುದ್ದಿಗಳು ಕಾಡ್ಗಿಚ್ಚಿನಂತೆ ಪಸರಿಸುತ್ತಿದ್ದವು. ಅವುಗಳಲ್ಲಿ ಕೆಲವು ಸಾಯಿಬಾಬಾ ಫೋಟೋದಿಂದ ಕಣ್ಣೀರು ಬಂದದ್ದು. ಕಲ್ಕಿ ಭಗವಾನ್ ಫೋಟೋದಿಂದ ಜೇನುತುಪ್ಪ ಬಂದದ್ದು. ಯಾರದ್ದೋ ಮನೆಯ ಗರ್ಭಗುಡಿಯಲ್ಲಿ ಆರಡಿ ಹುತ್ತ ತಲೆಯೆತ್ತಿ ನಿಂತದ್ದು ಮತ್ತು ಬಹುಮುಖ್ಯವಾಗಿ ಗಣೇಶ ಹಾಲು ಕುಡಿದದ್ದು!

ಈ ಎಲ್ಲಾ ಸಂಗತಿಗಳಿಗೆ ಅಪ್ಪನದ್ದು ಮಿಶ್ರ ಪ್ರತಿಕ್ರಿಯೆ. ಕೆಲವೊಮ್ಮೆ ಫೋಟೋದಿಂದ ಹಂಗೆಲ್ಲಾ ಆಗುವುದು ಅಸಾಧ್ಯ ಅನ್ನುತ್ತಿದ್ದವರು ಮನೆಯಲ್ಲಿ ಹುತ್ತ ಬೆಳೆದುದರ ಬಗ್ಗೆ ಏನೂ ಹೇಳಲಿಲ್ಲ. ಇದಕ್ಕೆ ಕಾರಣ ಅಪ್ಪನಿಗೆ 'ನಾಗ' ದೇವರ ಮೇಲಿದ್ದ ಅನನ್ಯ ಭಕ್ತಿ ಇರಬಹುದು. ಆದರೆ ಗಣೇಶನ ಕೇಸಿನಲ್ಲಿ ಅಪ್ಪನಿಗೆ ನಗು, ಸಿಟ್ಟು, ಬೇಸರ ಎಲ್ಲಾ ಒಟ್ಟಿಗೆ ಬಂದಿತ್ತು.

ಕಾರಣ ಇಷ್ಟೇ. ನಮ್ಮ ಮೇನ್ ರೋಡಿನ ಜ್ಯೂಸ್ ಸೆಂಟರ್‌ನಲ್ಲಿ ವ್ಯಾಪಾರ ಯಾವತ್ತೂ ಸಂಜೆಯ ಹೊತ್ತು. ಬೆಳಿಗ್ಗೆ ಎಲ್ಲಾ ಅಪ್ಪ ಮನೆಯ ಮುಂದಿನ ಗ್ರಂಥಿಗೆ ಅಂಗಡಿ (ಅಂಗಡಿಮನೆ) ನೋಡಿಕೊಳ್ಳುತ್ತಿದ್ದರು. ಸಂಜೆಯ ಹೊತ್ತು ನಮ್ಮ ಅಂಗಡಿಗೆ ಬರುವ ಗಿರಾಕಿಗಳು ಥರಾವರಿ ವಿಷಯಗಳ ಬಗ್ಗೆ ಚರ್ಚಿಸುತ್ತಿದ್ದರು. ಅದು ತುಮಕೂರು –ಬೆಂಗಳೂರು ರಸ್ತೆಯ ವಾಹನ ಸಂದಣಿಯಿಂದ ಹಿಡಿದು, ಮಳೆ, ಬೇಸಾಯ, ರಾಜಕೀಯ, ದೇವರು, ವ್ಯಾಪಾರ ಮುಂತಾದ ವಿಷಯಗಳ ಬಗೆಗಾಗಿತ್ತು.

ಆದರೆ ಅವತ್ತು ಜನ ಮಾತನಾಡಿದ್ದು ಬೇರೆಯೇ. ಸಾಧಾರಣವಾಗಿ ಅಂಗಡಿಯ ಒಳಮನೆಯಲ್ಲಿ ಕೂತು ಓದಿಕೊಳ್ಳುತ್ತಿದ್ದ ನನ್ನ ಕಿವಿಗಳೂ ಆ ಸುದ್ದಿ ಕೇಳಿ ನಿಮಿರಿದವು. ಅದೇಂದರೆ ಗಣೇಶ ಹಾಲು ಕುಡಿದದ್ದು.

ಬೆಂಗಳೂರಿನ ಯಾವುದೋ ದೇವಸ್ಥಾನದಲ್ಲಿದ್ದ ಅರ್ಚಕರೊಬ್ಬರು ಗಣೇಶನನ್ನು ಪೂಜಿಸಿ ನೈವೇದ್ಯಕ್ಕೆ ಹಾಲನ್ನು ಅರ್ಪಿಸುತ್ತಿರುವಾಗ ಸೊಂಡಲಿನಿಂದ ಹಾಲು ಸರಕ್ಕನೆ ಎಳೆಯಲ್ಪಟ್ಟು ಅಚ್ಚರಿಗೆ ಕಾರಣವಾಗಿತ್ತು.

ಇದನ್ನು ಮಿಂಚಿನ ವೇಗದಲ್ಲಿ ಪ್ರಚಾರ ಮಾಡಲಾಗಿ ನೆರೆಹೊರೆಯ ಎಲ್ಲಾ ದೇವಸ್ಥಾನಗಳಲ್ಲಿಯೂ ಕ್ಷೀರಾರ್ಚನೆ ಪ್ರಾರಂಭವಾಯಿತು. ಇದನ್ನು ತಿಳಿದ ಜನ ಮುಗಿಬಿದ್ದರು. ಪೂಜೆ ಮಾಡಿಸಿದರು. ದಕ್ಷಿಣೆಯಿತ್ತರು. ಗಣೇಶ ಕುಡಿದನೋ ಬಿಟ್ಟನೋ ಆದರೆ ಇದಕ್ಕೆ ಸಾಕ್ಷಿಯಾದವರೆಲ್ಲ "ಹೌದು ಸ್ವಲ್ಪ ಹಾಲು ಹಂಗೆ ಒಳಗೆ ಹೋದಂಗೆ ಹೋಯಿತು!" ಎಂದು ಹೇಳಿಕೆ ಇತ್ತರು. ಅಷ್ಟು ಸಾಕಿತ್ತು.

ಈ ಸುದ್ದಿ ತುಮಕೂರಿಗೆ ಮುಟ್ಟುವ ಹೊತ್ತಿಗೆ ಸಂಜೆಯಾಗಿತ್ತು. ಈ ವಿಷಯವನ್ನು ತಿಳಿದ ಅಕ್ಕಪಕ್ಕದ ಅಂಗಡಿಯವರು ಅಪ್ಪನಿಗೆ ಮುಗಿಬಿದ್ದು ನಮ್ಮ ಮನೆಯ ಮುಂದಿನ ಗ್ರಂಥಿಗೆ ಅಂಗಡಿ ತೆಗೆಯಬೇಕಾಗಿಯೂ ತಾವು ಅಲ್ಲಿರುವ ಪಂಚಲೋಹದ ಗಣೇಶಗಳ ವಿಗ್ರಹಗಳಿಗೆ ಹಾಲು ಅರ್ಪಿಸಬೇಕೆಂದೂ ದುಂಬಾಲು ಬಿದ್ದರು. ಅಪ್ಪ "ಈಗ ಆಗಲ್ಲ ಅಂಗಡಿ ಬಿಟ್ಟು ಬರೋಕೆ" ಎಂದರೂ ಪೀಡಿಸಿದರು. ಕಡೆಗೆ ಅಪ್ಪ, ಅಂಗಡಿಯ ಜವಾಬ್ದಾರಿಯನ್ನು ಅಮ್ಮ ಮತ್ತು ನನಗೆ ಬಿಟ್ಟು, ಇನ್ನೊಂದು ಅಂಗಡಿಯ ಬಳಿಗೆ ಹೊರಟರು.

ನನಗೂ ಗಣೇಶ ಹಾಲು ಕುಡಿಯುವುದನ್ನು ನೋಡಲು ಆಸೆಯಿದ್ದರೂ ಅಮ್ಮನ ಜೊತೆಗೆ ಇರುವುದು ಮುಖ್ಯವಾಗಿ ಅಂಗಡಿ ಸಂಭಾಳಿಸಿ ಕಡೆಗೆ ಒಂಬತ್ತೂವರೆಯಷ್ಟು ಹೊತ್ತಿಗೆ ಗಿರಾಕಿಗಳಿಲ್ಲದ ಕಾರಣ ಬೀಗ ಹಾಕಿ ಮನೆಗೆ ಹೊರಟೆವು. ಅಲ್ಲಿ ಹೋದಾಗ ಅಪ್ಪ ಅಂಗಡಿಯ ಹೊರಗಿದ್ದರು. ಅಲ್ಲಿ ನೆರೆದಿದ್ದ ಅಸಂಖ್ಯ ಜನಸ್ತೋಮ ಎಲ್ಲಾ ಪಂಚಲೋಹದ ಗಣೇಶ ಮತ್ತಿತರೆ ದೇವರುಗಳಿಗೆ ಪೂಜೆ ಮಾಡಿ, ಹಣ್ಣು ಕಾಯಿ ಇಟ್ಟು ದೀಪ ಬೆಳಗಿ ಹಾಲು ಅರ್ಪಿಸುತ್ತಿದ್ದರು. ಯಾರೊಬ್ಬರೂ ಗಣೇಶ ಹಾಲು ಕುಡಿಯಲಿಲ್ಲ ಎಂದು ಹೇಳಲಿಲ್ಲ. ನಾನು ಅಂಗಡಿಯೊಳಗೆ ಹೇಗೋ ತೂರಿಕೊಂಡು ಹೋಗಿ ಕುಂತಿದ್ದೆ. ನೆಲವೆಲ್ಲಾ ರಾಡಿಯಾಗಿತ್ತು. ಈ ವಿಷಯ ತಿಳಿದ ಪಕ್ಕದ ಬೀದಿಯ ಜನ ಕೂಡ ಬಂದು ಹಾಲು ಅರ್ಪಿಸಿದರೂ ಯಾರೂ ಒಂದು ವಿಗ್ರಹ ಕೂಡಾ ಕೊಳ್ಳದಿದ್ದುದು ನನ್ನ ಮತ್ತು ಅಪ್ಪನ ಬೇಸರಕ್ಕೆ ಕಾರಣವಾಗಿತ್ತು.

ಜನಗಳ ಈ ಉಪಟಳ ನಿಂತದ್ದು ರಾತ್ರಿ ಎರಡು ಗಂಟೆ ಸುಮಾರಿಗೆ. ಅಲ್ಲಿಯವರೆಗೂ ಬೀದಿಯ ಜನಕ್ಕೆ ಚೌತಿ. ನಾನು ನಿದ್ದೆ ಹೋದೆ. ಅಪ್ಪ-ಅಮ್ಮ ಎಲ್ಲವನ್ನೂ ಶುಚಿಗೊಳಿಸಿ, ಮಲಗಿದಾಗ ಬೆಳಿಗ್ಗೆ ಮೂರಾಯಿತಂತೆ. ಬೆಳಿಗ್ಗೆ ಎದ್ದವರು ನನ್ನನ್ನೂ ಎಬ್ಬಿಸಿ ಮನೆಯ ಮುಂದಿನ ಅಂಗಡಿ ತೆಗೆದು "ಬಾ ಸ್ವಲ್ಪ ಕೆಲಸ ಇದೆ" ಅಂದರು. ನಾನು ಅವರೊಟ್ಟಿಗೆ ಹೋದೆ.

"ಎಷ್ಟು ಗಣೇಶನ ವಿಗ್ರಹಗಳಿವೆ ಎಣಿಸು" ಎಂದರು. ಎಣಿಸಿದೆ ಸರಿಯಾಗಿತ್ತು. ಆದರೆ ಒಂದೆರಡು ಲಕ್ಷ್ಮಿ ಮತ್ತು ಕೃಷ್ಣನ ವಿಗ್ರಹಗಳು ಕಾಣೆಯಾಗಿದ್ದವು!

ಅಪ್ಪನಿಗೆ ನಖಶಿಖಾಂತ ಉರಿದುಹೋಯಿತು. ಆದರೆ ಯಾರನ್ನು ದೂರುವುದು?

ನಮ್ಮ ಅಸಹಾಯಕತೆಯನ್ನು ಬಿಟ್ಟು. ವಿಗ್ರಹದ ಜೊತೆಗೆ ಬೇರೆಯ ವಸ್ತುಗಳೂ ಕಾಣೆಯಾಗಿದ್ದವು. ಅದಕ್ಕೆ ಬದಲಾಗಿ ನಮಗೆ ಸಿಕ್ಕಿದ್ದು ಹಣ್ಣು ಕಾಯಿ ಅಷ್ಟೇ.

ಎಲ್ಲವನ್ನೂ ಸಮಚಿತ್ತದಿಂದ ತೆಗೆದುಕೊಳ್ಳುತ್ತಿದ್ದ ಅಪ್ಪ ಅವತ್ತು "ನೋಡು, ಇದನ್ನೇ ಜನ ಮರುಳೋ ಜಾತ್ರೆ ಮರುಳೋ ಅನ್ನೋದು ಗೊತ್ತಾಯ್ತಾ?" ಎಂದಾಗ ನಾನು ಸುಮ್ಮನೆ ತಲೆಯಾಡಿಸಿದೆ.

ಗಣೇಶನ ಅಷ್ಟೂ ವಿಗ್ರಹಗಳು ನಮ್ಮನ್ನು ನೋಡಿ ನಗುತ್ತಿದ್ದವು!

ಪಾಷಾಣ್ ಕಾ ಪಂಡಿತ್

ಅಪ್ಪನನ್ನ ಅಂಗಡಿಯಲ್ಲಿ ಕೆಲವು ಗಿರಾಕಿಗಳು ಹೀಗೆ ಕಾಲೆಳೆಯುತ್ತಿದ್ದರು. ಆಯುರ್ವೇದವನ್ನು ಅನೌಪಚಾರಿಕವಾಗಿ ಅಭ್ಯಾಸಮಾಡಿ ಔಷಧಿ ಕೊಡುವವರನ್ನು ಸಾಮಾನ್ಯವಾಗಿ "ಅಳಲೆಕಾಯಿ ಪಂಡಿತ" ಎನ್ನುವುದುಂಟು. ಅಳಲೆಕಾಯಿ ವಾತ, ಪಿತ್ತ, ತಲೆನೋವು ಮುಂತಾದ ತೊಂದರೆಗಳಿಗೆ ರಾಮಬಾಣ.

ಇಂತಿಪ್ಪ ಅಪ್ಪನನ್ನು ಅವರ ಕೆಲವು ಗೆಳೆಯರು ಅಂಗಡಿಗೆ ಬಂದಾಗಲೆಲ್ಲ ಕಾಲೆಳೆಯುತ್ತಿದ್ದರು. ಉತ್ತರ ಭಾರತದಲ್ಲಿ (ಈಗೀಗ ದಕ್ಷಿಣದಲ್ಲೂ) ಬೀದಿ ಬೀದಿಯಲ್ಲಿ ಟೆಂಟ್ ಹಾಕಿಕೊಂಡು ಅದರ ಮುಂದೊಂದು ಕಾರ್ ನಿಲ್ಲಿಸಿಕೊಂಡು ಪ್ರಪಂಚದ ಎಲ್ಲಾ ಸಮಸ್ಯೆಗಳಿಗೂ 'ದವಾ' ಕೊಡುವವರನ್ನು "ಪಾಷಾಣ್ ಕಾ ಪಂಡಿತ್" ಎಂದು ಗೇಲಿ ಮಾಡುವುದುಂಟು. ಅಪ್ಪನ ಗೆಳೆಯರು ಅದನ್ನೇ ಮಾಡುತ್ತಿದ್ದರು.

ಅಪ್ಪ ಸುಮಾರು ಮೂವತ್ತು ವರ್ಷಗಳ ಕಾಲ ತಾವು ಕಲಿತ ಆಯುರ್ವೇದವನ್ನು ಸದ್ಬಳಕೆ ಮಾಡಿದ್ದರು. ಅದಕ್ಕೆ ಸಂಬಂಧಿಸಿದ ಹಲವಾರು ಪುಸ್ತಕಗಳನ್ನು – ಅಗಸ್ತ್ಯ ಮುನಿಯಿಂದ ಹಿಡಿದು ಈಗಿನ ಆರೋಗ್ಯ ದೀಪಿಕಾದವರೆಗೆ – ಎಲ್ಲವನ್ನೂ ಸಂಪಾದಿಸಿ ಇಟ್ಟುಕೊಂಡು ರಾತ್ರಿಯ ಹೊತ್ತು ಬಿಡುವು ಮಾಡಿಕೊಂಡು ಓದುತ್ತಿದ್ದರು. ಅವರ ಓದಿನ ಕೋಣೆಯೇ ನನ್ನ ಸ್ಟಡಿ ಕೋಣೆ ಕೂಡಾ ಆಗಿತ್ತು. ನಾನು ಒಮ್ಮೆ "ನಿಂಗೆ ಆಯುರ್ವೇದ ಎಲ್ಲಾ ಬರುತ್ತಲ್ಲ ಮತ್ತೆ ಅಷ್ಟೊಂದ್ ಯಾಕ್ ಓದುತ್ತೀಯ" ಎಂದು ಪೆಕರನಂತೆ ಕೇಳಿದ್ದೆ. ಆಗ ಅವರು ತಾನು ಔಪಚಾರಿಕವಾಗಿ ಓದಿಲ್ಲವಾದ್ದರಿಂದ ಎಷ್ಟೋ ಸಂಗತಿಗಳನ್ನು ತಿಳಿಯಲು ಈ ಪುಸ್ತಕಗಳು ಸಹಾಯಕ ಅಂದಿದ್ದರು.

ಅಪ್ಪ ಓದಿದ್ದು ಎಸ್‌ಎಸ್‌ಎಲ್‌ಸಿ ವರೆಗೆ ಮಾತ್ರ ಅಥವಾ ಓದಲಿಕ್ಕಾಗಿದ್ದು ಎಂದರೆ ಸೂಕ್ತ. ಆ ವರ್ಷ ಎಸ್‌ಎಸ್‌ಎಲ್‌ಸಿ ಯಲ್ಲಿ ಸೆಕೆಂಡ್ ಕ್ಲಾಸ್ ಪಡೆದು ಪಾಸುಮಾಡಿ ಮುಂದೆ ಸಿದ್ಧಗಂಗಾ ಕಾಲೇಜಿನಲ್ಲಿ ಕಾಮರ್ಸ್ ತೆಗೆದುಕೊಂಡು ಓದಬೇಕೆಂದು ಅಪ್ಪನ ಇಷ್ಟವಿತ್ತಾದರೂ ಓದಿಸುವವರಿರಲಿಲ್ಲ.

ಅಪ್ಪನ ಅಪ್ಪ ಅಂದರೆ ನನ್ನ ತಾತ, ಅಪ್ಪ ಏಳನೆಯ ಕ್ಲಾಸಿನಲ್ಲಿದ್ದಾಗ ಶುಗರ್ ಎಂಬ ಆಗಿನ ಮಾರಣಾಂತಿಕ ಕಾಯಿಲೆಗೆ ತುತ್ತಾಗಿದ್ದರು. ಏನೆಲ್ಲಾ ಇಲಾಜು ಮಾಡಿಸಿದರೂ ತಾತ ತಮ್ಮ ನಲವತ್ತನೇ ವಯಸ್ಸಿಗೇ ಅಸು ನೀಗಿದ್ದರು. ಆಗ ಅಪ್ಪನಿಗೆ 12 ವರ್ಷ. ಐದು

ಜನ ಅಕ್ಕ ತಂಗಿಯರಿದ್ದ ಅಪ್ಪ ತಮ್ಮ ಮೊದಲ ಬಾವನ ಮನೆಯಲ್ಲಿ ಇದ್ದು ಅವರ ಗ್ರಂಥಿಗೆ ಅಂಗಡಿಯಲ್ಲಿ ಕೆಲಸಮಾಡಿಕೊಂಡೇ ಹತ್ತನೇ ಕ್ಲಾಸ್ ಪಾಸ್ ಮಾಡಿದ್ದರು. ಅವರ ಬಾವನಿಗೆ ಯಾರು ಚುಚ್ಚಿ ಕೊಟ್ಟರೋ ತಿಳಿಯದು. ನಿನ್ನನ್ನ ಮುಂದೆ ನಾನು ಓದಿಸಲಿಕ್ಕಾಗದು ಎಂದುಬಿಟ್ಟರು. ಅಪ್ಪನ ಆಸೆಯ ಕಡಲಲ್ಲಿ ಅಲ್ಲೋಲ ಕಲ್ಲೋಲ. ಆದರೂ ಅಪ್ಪ ಸುಮ್ಮನಿರುವ ಆಸಾಮಿಯಲ್ಲ. ಸಂಜೆ ಕಾಲೇಜಿನ ಅಪ್ಲಿಕೇಶನ್ ತಂದು "ಅಣ್ಣಯ್ಯ ಸಂಜೆ ಕಾಲೇಜಿಗೆ ಸೇರಿಕೋತೀನಿ, ಬೆಳಿಗ್ಗೆ ಅಂಗಡಿ ಕೆಲಸ ಮಾಡಿ ಸಂಜೆ ಕಾಲೇಜಿಗೆ ಹೋಗುತ್ತೀನಿ" ಎಂದರು.

ಅದಕ್ಕೆ ಕೆಂಡಾಮಂಡಲವಾದ ಅವರ ಬಾವ "ನಿಮ್ಮನ್ನೆಲ್ಲಾ ಓದಿಸಲಿಕ್ಕಾಗಲ್ಲ ನನಗೆ. ನಿನ್ನ ತಂಗಿಯರ ಮದುವೆ ಬೇರೆ ಮಾಡಬೇಕು, ಮನೆ ನಡೆಸಬೇಕು. ನೀನು ಅಂಗಡಿಯಲ್ಲಿ ಕೆಲಸ ಮಾಡಿಕೊಂಡಿದ್ದರೆ ಏನೋ ಮಾಡಬಹುದು" ಎಂದರು. ಅಲ್ಲಿಗೆ ಔಪಚಾರಿಕವಾಗಿ ಅಪ್ಪನ ಓದಿನ ಬಂಡಿ ಸಂಪೂರ್ಣ ನಿಂತೇ ಹೋಯಿತು.

ಮುಂದೆ ಅಪ್ಪ ಅವರ ಬಾವನ ಅಂಗಡಿಯಲ್ಲೇ ಸಂಪೂರ್ಣವಾಗಿ ತೊಡಗಿಸಿಕೊಂಡರು. 'ಗ್ರಂಥಿ' ಎಂದರೆ ಆಯುರ್ವೇದದ ಪರಿಭಾಷೆಯಲ್ಲಿ ಉಪಯುಕ್ತವಾದ ನಾರು, ಬೇರು ಅಥವಾ ಕಾಯಿ ಎಂದರ್ಥ. ಆದರೆ ಗ್ರಂಥಿಗೆ ಅಂಗಡಿಯಲ್ಲಿ ಇದರ ಜೊತೆಗೇ ಪೂಜಾ ಸಾಮಗ್ರಿಗಳು, ಹೋಮ- ಹವನದ ಸಮಿತ್ತುಗಳು, ಯುನಾನಿ, ಸಿದ್ಧ ಔಷಧೀಯ ಪದಾರ್ಥವೆಲ್ಲ ಸಿಗುತ್ತವೆ. ಇದು ಹತ್ತರಲ್ಲಿ ಹನ್ನೊಂದು ವ್ಯಾಪಾರದಂತಲ್ಲದೆ ಅಪೂರ್ವವಾದ ವೃತ್ತಿ ಕೌಶಲ್ಯವೇ ಆಗಿದೆ.

ಇದನ್ನ ಅಪ್ಪ ನಿಧಾನವಾಗಿ ಕಲಿಯಲು ಪ್ರಾರಂಭಿಸಿದರು. ಯಾವ ನಾರು ಬೇರು ಹೇಗಿರುತ್ತದೆ, ಅದನ್ನು ಬೇರೆ ಬೇರೆ ಭಾಷೆಗಳಲ್ಲಿ ಏನೆಂದು ಕರೆಯುತ್ತಾರೆ, ಅದು ಎಲ್ಲಿ ಬೆಳೆಯುತ್ತದೆ, ಎಲ್ಲಿ ಸಿಗುತ್ತದೆ ಹೀಗೆ. ನಂತರದ ದಿನಗಳಲ್ಲಿ ಅದರ ಗುಣಮಟ್ಟದ ಬಗ್ಗೆ ತಿಳಿಯಬೇಕು. ಯಾವ ಗಿಡಮೂಲಿಕೆಗೆ ಎಷ್ಟು ಬೆಲೆಕೊಡಬೇಕು ಎಂಬುದು ಅದರಿಂದ ನಿರ್ಧಾರವಾಗುತ್ತದೆ. ಕರ್ನಾಟಕಕ್ಕೆ ಮುಖ್ಯವಾಗಿ ಬೆಂಗಳೂರಿನ ತರಗುಪೇಟೆ, ಮಾಮೂಲುಪೇಟೆ, ಅವೆನ್ಯೂ ರಸ್ತೆಗಳ ಅಂಗಡಿಗಳಿಗೆ ಈ ಗ್ರಂಥಿಗಳು ತಮಿಳುನಾಡು, ಕೇರಳದಿಂದ ಬರುತ್ತವೆಯಾದ್ದರಿಂದ ಈ ಅಂಗಡಿಯವರೊಟ್ಟಿಗೆ ಅಪ್ಪನ ಸಂಬಂಧ ಗಾಢವಾಗುತ್ತ ಹೋಯಿತು. ಇದು ಪೂರೈಕೆ ಮತ್ತು ಗುಣಮಟ್ಟದ ದೃಷ್ಟಿಯಿಂದ ಅತೀ ಮುಖ್ಯ ಕೂಡ.

ಅಪ್ಪ ತಮ್ಮ ಬಾವನ ಪರವಾಗಿ ಬೆಂಗಳೂರಿಗೆ ವ್ಯಾಪಾರಕ್ಕೆ ಅಂದರೆ ಖರೀದಿಗೆ ಬರುವುದು ಹೀಗೆ ಪ್ರಾರಂಭವಾಯಿತು. ಹಳೆ ತರಗುಪೇಟೆಯ ವಾಸವಿ, ಮಾಮೂಲುಪೇಟೆಯ ಸುಗಂಧಿ, ಅವೆನ್ಯೂ ರಸ್ತೆಯ ಷರಾಫ್ ಚನ್ನಬಸಪ್ಪನವರ ಅಂಗಡಿಗಳಲ್ಲಿ ಖರೀದಿ ಮಾಡುತ್ತಿದ್ದರು. ಇಲ್ಲಿಗೆ ಬರಬರುತ್ತಾ ಇಲ್ಲಿನ ವ್ಯಾಪಾರ ವಹಿವಾಟು ನೋಡಿ ದಂಗಾದರು. ತಮ್ಮ ಅಂಗಡಿಯಲ್ಲಿರುವ ಹತ್ತಾರು ಗಿಡಮೂಲಿಕೆಗಳೆಲ್ಲಿ ಇಲ್ಲಿರುವ ಸಾವಿರಾರು ಮೂಲಿಕೆಗಳೆಲ್ಲಿ? ನಿಧಾನವಾಗಿ ಅಂಗಡಿ ಪರಿಚಾರಕರ ಸಹಾಯದಿಂದ ಯಾವುದು ಏನು, ಯಾವ ಕಾಯಿಲೆಗೆ ಯಾವ ಬೇರು,

ಕಾಯಿ ಉಪಯೋಗಿಸುತ್ತಾರೆ ಎಂದು ಕೇಳಿ ತಿಳಿಯುತ್ತಿದ್ದರು. ಕೆಲವೊಮ್ಮೆ ಅಂಗಡಿ ಮಾಲೀಕರು ಮುಖ್ಯವಾಗಿ ವೈಶ್ಯರು (ಆಂಧ್ರ ಶೆಟ್ಟರು) ಕೆಂಡಾಮಂಡಲವಾಗುತ್ತಿದ್ದರು. ಕಾರಣ ಈ ಗುಪ್ತ ವಿದ್ಯೆಯನ್ನು ಬೇರಾರೂ ಕಲಿಯಬಾರದೆಂದು! ಇದೇ ಮತ್ಸರದ ಕಾರಣಕ್ಕೆ ಆಯುರ್ವೇದ ನಮ್ಮ ದೇಶದಲ್ಲಿ ಜನಜನಿತವಾಗಲಿಲ್ಲ ಎಂದು ಅಪ್ಪ ಯಾವಾಗಲೂ ಹೇಳುತ್ತಿದ್ದರು.

ಹೀಗಿರುವಾಗ ಆಗಾಗ ಇವೇ ಅಂಗಡಿಗಳಿಗೆ ಬರುತ್ತಿದ್ದ ತಮಿಳು ಬ್ರಾಹ್ಮಣರೊಬ್ಬರು ಅಪ್ಪನನ್ನು ಮತ್ತು ಅವರ ಆಸಕ್ತಿಯನ್ನು ಗಮನಿಸಿದರು. ಅಪ್ಪನ ಸರಳ ಉಡುಗೆ, ಮಿತ ಮಾತು, ಆಸಕ್ತಿ ಅವರಿಗೆ ಹಿಡಿಸಿರಬೇಕು. ಅವರೇ ಒಂದು ದಿನ ತಮ್ಮ ಮುರುಕು ಕನ್ನಡದಲ್ಲಿ "ಔಷಧಿ ಮಾಡೋದು ಹೇಳಿಕೊಡ್ತೀನಿ. ಕಲೀತೀಯಾ?" ಎಂದು ಕೇಳಿದರು.

ಅಪ್ಪ ಅದಕ್ಕೆ "ಕಲೀತೀನಿ ಬುದ್ಧೀ, ಆದರೆ ಹೇಗೆ ಎಲ್ಲಿ ಅಂತ ನೀವೇ ಹೇಳಿ" ಅಂದರಂತೆ.

ಆ ಮಹಾನುಭಾವರು "ನನ್ನ ಜೊತೆ ಮದ್ರಾಸಿನಲ್ಲಿ ಒಂದು ವರ್ಷ ಇದ್ದು ಬಿಡು, ಕಲಿಸುತ್ತೇನೆ" ಎಂದರು. ಅಪ್ಪನಿಗೆ ಇದು ಅಸಾಧ್ಯವಾದುದರಿಂದ ಪರಿಸ್ಥಿತಿಯನ್ನೆಲ್ಲ ವಿವರಿಸಿದರು. ಇದರಿಂದ ಮತ್ತೂ ಉತ್ಸುಕರಾದ ಅವರು "ಆಯಿತು, ತಿಂಗಳ ಮೊದಲ ಶುಕ್ರವಾರ ನಾನು ಬೆಂಗಳೂರಿನಲ್ಲೇ ಇರುತ್ತೇನೆ. ನನ್ನ ಮಗಳ ಮನೆಗೆ ಬಂದಾಗಲೆಲ್ಲ ಅರ್ಧ ದಿನ ಈ ಎಲ್ಲಾ ಅಂಗಡಿಗಳಿಗೆ ಬಂದು ಹೋಗುತ್ತೇನೆ. ನಿನಗೆ ಸಾಧ್ಯವಾದಾಗಲೆಲ್ಲ ಬಂದು ಭೇಟಿಮಾಡು, ಕಲಿಸುವೆ" ಅಂದರಂತೆ.

ಅಪ್ಪನಿಗೆ ಇಷ್ಟೇ ಸಾಕಿತ್ತು.

ಅವರು ತಮ್ಮ ಬಾವನಿಗೆ "ಅಣ್ಣಯ್ಯ ತಿಂಗಳಿನ ಮೊದಲ ಶುಕ್ರವಾರ ಮಾರುಕಟ್ಟೆಗೆ ಹೊಸ ಮಾಲು ಬರುತ್ತದೆಯಾದ್ದರಿಂದ ಆವಾಗಲೇ ಕೊಳ್ಳುವುದು ಸೂಕ್ತ" ಎಂದರಂತೆ. ಅದಕ್ಕೆ ಅವರ ಬಾವ ಸಮ್ಮತಿ ಸೂಚಿಸಿ "ಪರವಾಗಿಲ್ಲ ಕಣಯ್ಯಾ ಕೆಲಸ ಕಲೀತಾ ಇದ್ದೀಯ" ಎಂದಿದ್ದರಂತೆ.

ಹೀಗೆ ಶುರುವಾದ ಅಪ್ಪನ ಕಲಿಕೆ ಮೂರು ವರ್ಷಗಳ ಕಾಲ ಮುಂದುವರೆಯಿತು. ಕಡೆಗೊಮ್ಮೆ ಅವರ ಗುರುಗಳು ಮುಂದಿನ ಸಲ ಬರುವಾಗ ನನಗೆ ಗುರುದಕ್ಷಿಣೆ ತರಬೇಕು ಅಂದರು. ಅಪ್ಪನಿಗೆ ಏನು ತರಬೇಕೆಂದು ತಿಳಿಯದೇ ನಮ್ಮೂರಿನ ಶ್ರೀಧರಾಚಾರ್‌ರಿಂದ ಎರಕ ಹೊಯ್ದ ಪಂಚಲೋಹದ ಕೃಷ್ಣನ ವಿಗ್ರಹ, ರೇಷ್ಮೆ ಪಂಚೆ, ಟವಲ್ಲು ಮತ್ತು ಎಲೆ, ಅಡಿಕೆ, ಬಾಳೆಹಣ್ಣು, ಮೇಲೆ ನೂರು ರೂಪಾಯಿ ದಕ್ಷಿಣೆ – ಎಲ್ಲವನ್ನೂ ಹೇಗೋ ಹೊಂದಿಸಿಕೊಂಡು ಬಂದರಂತೆ.

ಇದರಿಂದ ಖುಷಿಯಾದ ಅವರ ಗುರುಗಳು "ನಿನ್ನ ಕಷ್ಟದಲ್ಲೂ ಇಷ್ಟನ್ನೆಲ್ಲ ಹೊಂದಿಸಿದ್ದೀಯಾ, ಭೇಷ್. ಒಂದು ಲೋಟ ನೀರು ತಾ" ಎಂದರು.

ಆ ನೀರನ್ನು ಅಪ್ಪನಿಂದ ಮುಟ್ಟಿಸಿ "ಗಂಗೆ ಸಾಕ್ಷಿಯಾಗಿ, ಗುರು ಸಾಕ್ಷಿಯಾಗಿ, ತಂದೆ ತಾಯಿಯರ ಸಾಕ್ಷಿಯಾಗಿ, ಗ್ರಂಥಿ ಸಾಕ್ಷಿಯಾಗಿ ನಾನು ಕಲಿತ ವಿದ್ಯೆಯನ್ನು

ಒಳ್ಳೆಯ ರೀತಿಯಲ್ಲಿ ಉಪಯೋಗಿಸಿಕೊಳ್ಳುತ್ತೇನೆ. ಯಾವುದೇ ಕಾರಣಕ್ಕೂ ಆಯುರ್ವೇದವನ್ನು ಹಣ ಮಾಡುವ ದಾರಿಯನ್ನಾಗಿ ಮಾಡಿಕೊಳ್ಳುವುದಿಲ್ಲ" ಎಂದು ಪ್ರಮಾಣ ಮಾಡಿಸಿದರಂತೆ.

ಅಪ್ಪ ಆದಕಾರಣ ಬೆಳಿಗ್ಗೆ ಹೊತ್ತು ಗ್ರಂಥಿಗೆ ಅಂಗಡಿಯನ್ನು ಸೇವೆಗೆ, ಸಂಜೆಯ ಹೊತ್ತು ಜ್ಯೂಸು ಸೆಂಟರ್ ಅನ್ನು ವ್ಯಾಪಾರಕ್ಕೆ ಕಡೆತನಕ ನಡೆಸಿಕೊಂಡು ಬಂದರು.

ಅಪ್ಪ ಬದುಕಿದ್ದವರೆಗೆ ತಮ್ಮ ಗುರುಗಳನ್ನು ಧನ್ಯತೆಯಿಂದ ನೆನೆಸಿಕೊಳ್ಳುತ್ತಲೇ ಇದ್ದರು ಮತ್ತು ಯಾವತ್ತೂ ಆಯುರ್ವೇದವನ್ನು ದುಡ್ಡಿನ ದಾರಿಯಾಗಿ ಮಾಡಿಕೊಳ್ಳಲಿಲ್ಲ.

ಸಾಬ್ರು ನಕ್ಕರಂತೆ!

ನಮ್ಮ ಮನೆಯ ಹಿಂದೆಯೇ ಸಾಬರ ಬೀದಿ.

ಅಲ್ಲಿ ಸುಮಾರು ಒಂದು ಸಾವಿರಕ್ಕೂ ಮೀರಿ ಮುಸ್ಲಿಂ ಕುಟುಂಬಗಳು ನೂರಾರು ವರ್ಷಗಳಿಂದಲೂ ವಾಸವಾಗಿವೆ. ಆ ಬೀದಿಯ ಹೆಸರೇನು ಎಂಬುದು ಯಾರಿಗೂ ಸ್ವತಃ ಕಾರ್ಪೋರೇಶನ್‌ನವರಿಗೂ ಗೊತ್ತಿಲ್ಲವೇನೋ. ಎಲ್ಲರೂ ಅದನ್ನು ಸಾಬರ ಬೀದಿ ಎಂದೇ ಕರೆಯುತ್ತಾರೆ.

ಅಲ್ಲಿರುವ ಬಹುಪಾಲು ಜನ ಸಣ್ಣಪುಟ್ಟ ಉದ್ಯೋಗ ಮಾಡಿಕೊಂಡು ಜೀವನ ನಡೆಸುತ್ತಾರೆ. ಅವುಗಳಲ್ಲಿ ಪ್ರಮುಖವಾದವುಗಳು ಗೂಡಂಗಡಿ, ಹಣ್ಣಿನ ವ್ಯಾಪಾರ, ಸೈಕಲ್-ಬೈಕ್ ರಿಪೇರಿ, ಕುದುರೆ ಗಾಡಿ, ಟೀ ಅಂಗಡಿ, ಹಾರ್ಡ್‌ವೇರ್ ಅಂಗಡಿ, ಪಾದರಕ್ಷೆಗಳು, ವಾಲ್‌ಕ್ಲಾಕ್ ಇತ್ಯಾದಿ. ಸ್ವಾಭಾವಿಕವಾಗಿ ಪ್ರತಿನಿತ್ಯ ಅವರೊಡನೆ ನಮ್ಮ, ನಮ್ಮೊಡನೆ ಅವರ ಒಡನಾಟ ಸಾಗುತ್ತದೆಯಾದ್ದರಿಂದ ಒಂದಷ್ಟು ಉರ್ದು ನಮಗೂ ಬಂದಿದೆ.

ಹಾಗೆಯೇ ಇದರ ಪ್ರಭಾವ ಅವರ ಕನ್ನಡದ ಮೇಲೂ ಆಗಿ "ಸಾಬರ ಕನ್ನಡ" ಎಂದೇ ಒಂದು ಪ್ರಕಾರ ಚಾಲ್ತಿಯಲ್ಲಿರುವುದು ನಮಗೆಲ್ಲಾ ತಿಳಿದಿರುವುದೇ ಆಗಿದೆ.

ಅಪ್ಪನಿಗೆ ಸಾಬರ ಭಾಷೆ ತುಂಬಾ ಚೆನ್ನಾಗಿ ಬರುತ್ತಿತ್ತು. ಕಾರಣ ಅಪ್ಪ ಹುಟ್ಟಿ ಬೆಳೆದದ್ದು ಹೊರಪೇಟೆ ಅರಳೇಪೇಟೆಯಾದ್ದರಿಂದ ಮತ್ತು ಅವರ ಹಲವು ಗೆಳೆಯರು ಉರ್ದು ಭಾಷಿಕರಾದ್ದರಿಂದ. ಚಿಕ್ಕಂದಿನಿಂದಲೇ ಅಪ್ಪ ಅವರೊಡನೆ ಒಡನಾಟ ಇಟ್ಟುಕೊಂಡಿದ್ದರಿಂದ ಸರಾಗವಾಗಿ ಉರ್ದು ಮಾತನಾಡುತ್ತಿದ್ದರು. ಇದೇ ಕಾರಣಕ್ಕೆ ಅವರನ್ನು ಅವರ ಸರೀಕರಾದ ಹಿಂದೂ ಗೆಳೆಯರು "ದೋ ಕೆಜಿ" ಅನ್ನುತ್ತಿದ್ದರು. ಅಂದರೆ ಒಂದು ಕೆಜಿ ಹಿಂದೂ, ಮತ್ತೊಂದು ಕೆಜಿ ಮುಸ್ಲಿಂ! ಅಪ್ಪನಿಗೆ ಉರ್ದುವಿನಲ್ಲಿ ಯಾವ ಮಟ್ಟಿಗಿನ ಪ್ರೌಢಿಮೆ ಇತ್ತೆಂದರೆ, ಮುಸ್ಲಿಮರೇ ಅನೇಕ ಮಂದಿ ಬೆರಗಾಗುತ್ತಿದ್ದರು.

"ಅಣ್ಣ ತುಮೆಹ್ ಕೈಸಾ ಸೀಕ್ ದಾಲ್ಯ?" ಅಂತ ಆಗಾಗ ಕೇಳುತ್ತಲೇ ಇದ್ದರು. ಇದರ ಜೊತೆಗೆ ಅಪ್ಪ ತೊಡುತ್ತಿದ್ದ ಬಿಳಿ ಪ್ಯಾಂಟು ಬಿಳಿ ಶರ್ಟ್, ಬಿಡುತ್ತಿದ್ದ ಗಡ್ಡ ಅವರನ್ನು ಕೆಲವರ ಪಾಲಿಗೆ ಮುಸ್ಲಿಂ ಆಗಿಸಿ ಬಿಟ್ಟಿತ್ತು.

ಅಪ್ಪ ಅಂಗಡಿಯ ಸಾಮಾನು ಸರಂಜಾಮು ತರಲು ಬೆಂಗಳೂರಿಗೆ ಹೋಗುತ್ತಿದ್ದುದು ವಾಡಿಕೆ. ಅವತ್ತು ಹಾಗೆಯೇ ಆಯಿತು. ದೊಡ್ಡದೊಂದು ಗಟ್ಟಿಯಾದ ಪ್ಲಾಸ್ಟಿಕ್ ಬ್ಯಾಗ್ ಹಿಡಿದು ಹೊರಟರು. ಗಡ್ಡ ಮಾಡಿರಲಿಲ್ಲ. ಬಿಳಿ ಶರ್ಟ್ ಬಿಳಿ ಪ್ಯಾಂಟು ತೊಟ್ಟಿದ್ದರು. ಬೆಂಗಳೂರಿನ ಚಿಕ್ಕಪೇಟೆ, ತರಗುಪೇಟೆ, ಮಾಮೂಲುಪೇಟೆ, ಸುಲ್ತಾನಪೇಟೆ, ಅವೆನ್ಯೂ ರಸ್ತೆಗಳಲ್ಲಿ ಖರೀದಿ ಮುಗಿದಿತ್ತು. ಅತ್ಯಂತ ತ್ವರಿತವಾಗಿ ಬೇಕಿದ್ದ ಸಾಮಾನನ್ನು ಬ್ಯಾಗಿಗೆ ಹಾಕಿಕೊಂಡು ಉಳಿದ ಸರಕನ್ನು ಲಾರಿ ಆಫೀಸಿನಲ್ಲಿ ಬಿಟ್ಟು ವಿಳಾಸ ಬರೆದು ಮೆಜೆಸ್ಟಿಕ್‌ಗೆ ಬಂದರು. ಬಂದೊಡನೆಯೇ ನಾಲ್ಕನೇ ಪ್ಲಾಟ್‌ಫಾರ್ಮ್‌ನಲ್ಲಿ ತುಮಕೂರಿನ ಬಸ್ಸು ಹತ್ತಿದರು. ಬಸ್ಸು ತುಂಬಿತ್ತು. ಹಿಂದೆ ಮೂರು ಸೀಟಿರುವ ಬಳಿ ಒಂದು ಖಾಲಿ ಇತ್ತು. ಅಲ್ಲಿ ಕುಳಿತರು. ಅಪ್ಪನ ಪಕ್ಕಕ್ಕೆ ಸಾಬರೊಬ್ಬರು (ಸಾಹೇಬರು) ಕುಳಿತಿದ್ದರು. ಅಪ್ಪನನ್ನು ನೋಡಿದೊಡನೆ "ಆವ್ ಜೀ ಬೈಟೊ" ಅಂದರು. ಅಪ್ಪನಿಗೆ ಅವರ ಪರಿಚಯವಿರಲಿಲ್ಲ. ಕುಳಿತೊಡನೆ ಪ್ರಶ್ನೆಗಳ ಸುರಿಮಳೆ.

"ಕ್ಯಾ ತುಮಕೂರ್?"

"ಹಾಂ" ಅಂದರು ಅಪ್ಪ.

"ಕಹಾ ಭೀ?"

"ಬಾರ್ ಲೈನ್ ರೋಡ್"

"ಕ್ಯಾ ಕರ್ತಾ ಸೊ?"

"ಮೇರಾ ಜಡಿಬೂಟಿಕಾ ದುಕಾನ್ ಹೈ ಸೊ"

"ಮಾಷಲ್ಲಾಹ್!" ಎಂದರು ಸಾಬ್ರು.

ಬಸ್ಸು ಹೊರಟಿತು ಅಪ್ಪ ಮತ್ತು ಸಾಬರ ಮಾತು ಹೀಗೆ ಲೋಕಾಭಿರಾಮವಾಗಿ ಸಾಗಿತ್ತು. ಅಪ್ಪನ ವಾಚಾಳಿತನ, ಉಡುಗೆ ಮತ್ತು ಉರ್ದು ಮಾತನಾಡುವ ರೀತಿ ಯಾರಿಗೂ ಅವರು ಮುಸ್ಲಿಂ ಅಲ್ಲ ಅನ್ನಿಸುತ್ತಿರಲಿಲ್ಲ.

ಹೀಗೆ ಮಾತನಾಡುವಾಗ ಅಪ್ಪ ಸಾಬರನ್ನು ಕುರಿತು "ತುಮ್ ನಾ ಕ್ಯಾ ಕರ್ತಾ ಸೊ?" ಎಂದು ಕೇಳಿದರು.

ಅದಕ್ಕೆ ಸಾಬ್ರು "ಮೇರಾ ಕ್ಯಾತ್ಸಂದ್ರ ಮೇಯ್ನ್ ಮಟನ್ ಕಾ ದುಕಾನ್ ಹೈ ಭೀ" ಅಂದರಂತೆ.

ಇನ್ನು ಮುಂದೆ ಹೋಗಿ "ದೇಕ್ ಭೀ ತುಮಕೂರ್ ಮೇಯ್ನ್ ಏಕ್ ದುಕಾನ್ ಓಪನ್ ಕರ್ನಾ ಸೊ ಪಾರ್ಟ್ನರ್ ಶಿಪ್ ಮೇಯ್ನ್" ಅಂದರಂತೆ.

ಅದಕ್ಕೆ ಅಪ್ಪ "ಪಾರ್ಟ್ನರ್ ಶಿಪ್ ಮೇಯ್ನ್ ಕರ್ ನಕ್ಕೋ ಬಾ" ಅಂದರು.

ಸಾಬ್ರು "ಕಯ್ಕು" ಎಂದು ಕೇಳಿದರು.

ಅದಕ್ಕೆ ಅಪ್ಪ "ಪಾರ್ಟ್ನರ್‌ಶಿಪ್ನಲ್ಲಿ ನಂಬಿಕೆ ಬಹಳಾ ಮುಖ್ಯ. ವ್ಯವಹಾರ ಸರಿದೂಗಲಿಲ್ಲ ಎಂದರೆ ಅನರ್ಥವಾಗಿ ಎಲ್ಲಾ ಹಾಳಾಗುತ್ತದೆ" ಎಂದರಂತೆ.

ಅದಕ್ಕೆ ಸಾಬ್ರು ತಲೆಕೆಡಿಸಿಕೊಳ್ಳದೆ "ದೇಖೊ ಭಾ ತುಮ್ನಾ ಹಾ ಬೊಲ್ಯಾ ತೋ ತುಮಕೂರ್ ಮೇಯ್ನ್ ಪಾರ್ಟ್ನರ್ ಶಿಪ್ ಮೇ ಮಟನ್ ಕಾ ದುಕಾನ್ ಖೋಲೆಂಗೆ" ಅಂತ ಅಂದಕೂಡಲೇ ಅಪ್ಪ ಹೌಹಾರಿದ!

"ರೀ ಸಾಬ್ರೆ ನಾವು ತಿನ್ನ ಜಾತಿ ಅಲ್ಲ ಕಣ್ರೀ!" ಅಂದಾಗ ಸಾಬ್ರು "ಅಲ್ಲ ಸಾಮಿ, ನಾನು ನಿಮ್ನಾ ಸಾಬ್ರು ಅನ್ಕೊಂಡಿದ್ದೆ. ಹಂಗೇ ಇದ್ದೀರಾ!" ಅಂದರಂತೆ.

ಅಪ್ಪಾ ನಕ್ಕು ತನ್ನ ದೋ ಕೆಜಿ ಕಥೆಯನ್ನೆಲ್ಲ ಹೇಳಿದ ಮೇಲೆ ಸಾಬರೂ ನಕ್ಕರಂತೆ.

ಶ್ರೀಧರಾಚಾರಿ–ಭಾಸ್ಕರಾಚಾರಿ ಎಂಬ ಇಬ್ಬರು!

ಅಪ್ಪ ಒಂದಷ್ಟು ವಿಷಯಗಳಲ್ಲಿ ಸುತಾರಂ ರಾಜಿಯಾಗುತ್ತಿರಲಿಲ್ಲ. ನಾವೇನಾದರೂ ಮನ ಒಲಿಸಲು ಹೋದರೆ ಕೇಳುತ್ತಿರಲಿಲ್ಲ. ಅತಿಯಾಗಿ ಏನಾದರೂ ಹೇಳಲು ಹೋದರೆ ನಮ್ಮ ಮೇಲೆ ಎಗರಿ ಬೀಳುತ್ತಿದ್ದರು. ಆಗ ಆದದ್ದೂ ಹಾಗೆಯೇ. ಆಯುರ್ವೇದದ ದೈವ 'ಧನ್ವಂತರಿ' ಮಹಾ ವಿಷ್ಣುವಿನ ಅವತಾರ. ವೈದ್ಯೋ ನಾರಾಯಣೋ ಹರಿಃ ಎಂಬುದು ಯಾರಿಗೆ ತಾನೇ ಗೊತ್ತಿಲ್ಲ.

ಹಲವು ವರ್ಷಗಳಿಂದ ಆಯುರ್ವೇದ ಔಷಧಿಗಳನ್ನು ತಯಾರಿಸುತ್ತಿದ್ದ ಅಪ್ಪನಿಗೆ ಇದ್ದಕ್ಕಿದ್ದ ಹಾಗೆ ತಮ್ಮ ಅಂಗಡಿಗೆ ಧನ್ವಂತರಿಯ ದೊಡ್ಡ ಫೋಟೋ ಒಂದು ಬೇಕಾಯ್ತು. ಅದಕ್ಕಾಗಿ ಹುಡುಕದ ಜಾಗವಿಲ್ಲ ಕೇಳದ ಫೋಟೋ ಅಂಗಡಿಯಿಲ್ಲ. ಕಡೆಗೆ ಎಲ್ಲೂ ಸಿಗದಾಗ ಅಮ್ಮ "ಅದ್ಯಾಕೆ ಅಷ್ಟು ಹುಡುಕಾಡ್ತೀರಾ, ವಿಷ್ಣುವಿನ ಫೋಟೋ ತಂದು ಹಾಕಬಾರದೇ?" ಎಂದಾಗ ಅಪ್ಪ ವ್ಯಗ್ರನಾದ.

ಅಮ್ಮನ ಜೊತೆ ನನ್ನನ್ನು ಸೇರಿಸಿ "ಸೋಂಬೇರಿಗಳು ನೀವು, ನಾಲಕ್ಕು ಕಡೆ ಸಿಗಲಿಲ್ಲವೆಂದು ಒಡನೆಯೇ ಕೈ ಚೆಲ್ಲುವವರು. ಅದರಲ್ಲೂ ನೀನು ಹುಡುಗ ಹಿಂಗೇ ಆದರೆ ಜೀವನ ಹೇಗೆ ಮಾಡ್ತೀಯೋ?" ಎಂದು ಫಿಲಾಸಫಿಕಲ್ ಆಗಿ ರೇಗಿದ್ದರು.

ಹೀಗೇ ಹುಡುಕುತ್ತಿರುವಾಗ, ಚಿಕ್ಕಪೇಟೆಯ ಒಂದು ಫೋಟೋ ಫ್ರೇಮ್ ಅಂಗಡಿಯಲ್ಲಿ ಪೋಸ್ಟ್ ಕಾರ್ಡ್ ಸೈಝಿನ 'ಧನ್ವಂತರಿ ಫೋಟೋ' ಸಿಕ್ಕಿತು. ಅದು ಸಾಗರದ ಮೇಲಿಂದ ತಾವರೆ ಪುಷ್ಪದ ಮೇಲೆ ಉದ್ಭವಿಸಿ ತನ್ನ ಕರತಲಗಳಲ್ಲಿ ಔಷಧಿಯನ್ನು (ಅಮೃತ) ಹಿಡಿದ ಮಹಾವಿಷ್ಣುವಿನದ್ದು. ಇದನ್ನು ನೋಡಿದ ಅಪ್ಪನ ಖುಷಿಗೆ ಪಾರವೇ ಇರಲಿಲ್ಲ. ನಾನು ಶೇಷಶಯನ ಮಹಾವಿಷ್ಣುವನ್ನು ನೋಡಿದ್ದೆ ಆದರೆ ಧನ್ವಂತರಿಯನ್ನು ನೋಡಿದ್ದು ಅದೇ ಮೊದಲು. ಒಮ್ಮೆಗೆ ಬ್ರಹ್ಮನನ್ನು ನೋಡಿದೆನೇನೋ ಅನ್ನಿಸಿತ್ತು. ಅಪ್ಪ ಇದರ ದೊಡ್ಡ ಅವತರಣಿಕೆ ಇಲ್ಲವೇ ಎಂದು ಕೇಳಿದಾಗ ಅಂಗಡಿಯವರು "ನೋಡಿ ಸ್ವಾಮಿ ಇಷ್ಟೆಲ್ಲಾ ಹುಡುಕಿ ಸಿಕ್ಕಿದ್ದು ಇದೇ, ಬೇಕಾದರೆ ತಗೊಳ್ಳಿ ಇಲ್ಲವಾದರೆ ಇಟ್ಟು ಹೋಗಿ" ಎಂದರು.

ಅಪ್ಪ ಬೇಸರಮಾಡಿಕೊಳ್ಳಲಿಲ್ಲ. ಬದಲಾಗಿ ನೂರು ರೂಪಾಯಿಯನ್ನು ಅಂಗಡಿಯವನ ಜೇಬಿನಲ್ಲಿಟ್ಟರು. (ಅವನು ಕೇಳಿದ್ದು ಐವತ್ತು) ಹೊರಡುವಾಗ ಅಂಗಡಿಯವನಿಗೆ ಏನನ್ನಿಸಿತೋ ಏನೋ "ಸ್ವಾಮಿ ನಿಮಗೆ ದೊಡ್ಡ ಫೋಟೋ ಬೇಕೇ ಬೇಕು ಅಂದರೆ ಒಂದು ದಾರಿ ಇದೆ. ಈ ಫೋಟೋವನ್ನು ಆಧಾರವಾಗಿಟ್ಟುಕೊಂಡು ಬೇಕಾದ ಸೈಝಿನ ಪಟವನ್ನ ಬರೆಸಿಕೊಂಡು ಬಿಡಿ" ಎಂದರು.

ಅಪ್ಪನ ಕಣ್ಣುಗಳು ಅಚಾನಕ್ಕಾಗಿ ಬಂದ ಈ ಉಪಾಯದಿಂದ ಹೊಳೆದವಾದರೂ "ಈಗ ಅಷ್ಟು ಚೆನ್ನಾಗಿ ಯಾರು ಬರೆದು ಕೊಡುತ್ತಾರೆ ಈ ಕಾಲದಲ್ಲಿ" ಎಂದರು.

ಅದಕ್ಕೆ ಅಂಗಡಿಯವನು "ಇದೇನು ಹೀಗಂತೀರಿ ನಮ್ಮ ಭಾಸ್ಕರಾಚಾರ್ರು ಇಲ್ಲವೇ?" ಅಂದರು. ಅಪ್ಪನಿಗೆ ಅವರ ತಮ್ಮ ಕೈದಾಳದ (ಅಮರಶಿಲ್ಪಿ ಜಕ್ಕಣಾಚಾರಿಯ ಊರು) ಶ್ರೀಧರಾಚಾರ್ರು ಗೊತ್ತಿದ್ದರು. ಅಂಗಡಿಯಲ್ಲಿ ನಾವು ಮಾರುತ್ತಿದ್ದ ಬೇರೆಬೇರೆ ಪಂಚಲೋಹದ ವಿಗ್ರಹಗಳನ್ನು ಎರಕ ಹೊಯ್ದು ಮಾಡಿಕೊಡುತ್ತಿದ್ದವರು ಇದೇ ಶ್ರೀಧರಾಚಾರ್ರು. ಅಪ್ಪನಿಗೆ ಭಾಸ್ಕರಾಚಾರ್ರ ಪರಿಚಯವಿರದಿದ್ದರೂ ತಮ್ಮನ ಬಳಿ ಕೇಳೋಣವೆಂದುಕೊಂಡು ಕೈದಾಳದ ಬಳಿ ಬಂದೆವು.

ನಮ್ಮನ್ನು ಬರಮಾಡಿಕೊಂಡು ಅವರ ಹೆಂಡತಿ ಕುಡಿಯಲು ಕಾಫಿ ಕೊಟ್ಟರು. ಶ್ರೀಧರಾಚಾರ್ರು ಮಲಗಿರುವುದಾಗಿಯೂ ಅವರನ್ನು ತಾನು ಎಬ್ಬಿಸಿ ಕಳುಹಿಸುವುದಾಗಿಯೂ ಹೇಳಿ ಒಳ ಹೊರಟರು. ನಾವು ಮತ್ತೊಂದಷ್ಟು ಪಂಚಲೋಹದ ವಿಗ್ರಹಗಳ ಆರ್ಡರ್ ಕೊಡಲು ಬಂದಿರಬೇಕು ಅಂದುಕೊಂಡಿದ್ದರು. ಇಲ್ಲವಾದರೆ ನಮ್ಮನ್ನು ಮುಂಚೆಯೇ ಎಚ್ಚರಿಸುತ್ತಿದ್ದರೇನೋ.

ಆದದ್ದಿಷ್ಟೇ. ನಿದ್ದೆಯಿಂದ ಎದ್ದು ಬಂದಿದ್ದ ಶ್ರೀಧರಾಚಾರ್ರು ಒಳ್ಳೆಯ ಮೂಡಿನಲ್ಲಿರಲಿಲ್ಲ. ಕಣ್ಣುಗಳು ಕೆಂಪಾಗಿದ್ದವು (ಇದು ಅವರ ದೈನಂದಿನ ಅಭ್ಯಾಸದ ಗುರುತು). ಆದರೂ ಅಪ್ಪನ ಮೇಲಿನ ಗೌರವದಿಂದ ಮತ್ತು ವ್ಯಾಪಾರದ ಮರ್ಜಿಗೆ ಎದ್ದು ಬಂದಿದ್ದರು.

ಯಾವಾಗ ಅಪ್ಪ ನಾವು ಬಂದ ವಿಷಯವನ್ನು ಹೇಳಿದರೋ ಆಗ ಸಿಟ್ಟುಗೊಂಡ ಅವರು "ಜಯಣ್ಣಾವ್ರೇ ಬೇರೆ ಯಾರಾದ್ರು ಆಗಿದ್ರೆ..." ಎನ್ನುತ್ತಾ ಸಿಟ್ಟುಮಾಡಿಕೊಂಡು ಒಳಗೆ ಹೊರಟು ಹೋದರು. ನನಗೂ ಅಪ್ಪನಿಗೂ ಏನೂ ಅರ್ಥವಾಗಲಿಲ್ಲ. ಅಪ್ಪನ ಮುಖ ಮ್ಲಾನವಾಗಿತ್ತು. ಒಳಗಿನಿಂದಲೇ ಬಹುಶಃ ಇದನೆಲ್ಲ ಆಲಿಸಿದ ಅವರ ಪತ್ನಿ ಹೊರಬಂದು "ಅಣ್ಣಾ ದಯವಿಟ್ಟು ಬೇಜಾರು ಮಾಡಿಕೊಳ್ಳಬೇಡಿ ಇವರು ಹೀಗೆಯೇ ಅಣ್ಣನ ಮಾತೆತ್ತಿದರೆ ಎಗರಿ ಬೀಳುತ್ತಾರೆ. ಕಷ್ಟದಲ್ಲಿದ್ದಾಗ ಏನೂ ಸಹಾಯ ಮಾಡದ ಅಣ್ಣನ ಮೇಲೆ ಇವರಿಗೆ ಎಲ್ಲಿಲ್ಲದ ಕೋಪ" ಎಂದರು.

ಅಪ್ಪನಿಗೆ ತಲೆಬಿಸಿಯಾಯ್ತು. ಕಾರಣ ಭಾಸ್ಕರಾಚಾರ್ರು ಮುಂಗೋಪಿ. ಸಿಡುಕಿನ ಮನುಷ್ಯ. ಆದರೆ ತಮ್ಮನಂತೆ ಅಭ್ಯಾಸಗಳಿರಲಿಲ್ಲ. ಅವರು ಸಿದ್ಧಗಂಗೆಯಲ್ಲಿ ಸ್ವಾಮಿಗಳ ಮತ್ತವರ ಪಂಥದವರ ನಾನಾ ಚಿತ್ರಗಳನ್ನು ಆಗಲೇ ರಚಿಸಿ ಹೆಸರು ಮಾಡಿದ್ದರು. ಅಷ್ಟೇ ಅಲ್ಲದೆ ರಾಜ್ಯದ ನಾನಾ ಕಡೆ ಅವರ ಕೈ ಚಮತ್ಕಾರ ಮಾಡಿತ್ತು.

ಅಂತಹ ದೊಡ್ಡ ಕಲಾವಿದ ಇಂತಹ ಚಿಕ್ಕ ಕೆಲಸ ಮಾಡಿಕೊಡುತ್ತಾರಾ ಅದೂ ತನ್ನ ಪರಿಚಯವೇ ಇಲ್ಲದಿರುವಾಗ?

ಶ್ರೀಧರಾಚಾರ್ರ ಮನೆಯಿಂದ ವಾಪಸು ಬಂದಮೇಲೆ ಒಂದೆರಡು ದಿನ ಬಿಟ್ಟು ಅಪ್ಪ ಮತ್ತು ನಾನು ಭಾಸ್ಕರಾಚಾರ್ರ ಆರ್ಟ್ಸ್ ಅಂಗಡಿಯ ಕಡೆಗೆ ಹೋದೆವು. ಆಗಷ್ಟೇ ಅವರು ಊರಿನ ಗಣೇಶ ಪೆಂಡಾಲಿಗೆ ಯಾವುದೋ ಚಿತ್ರವನ್ನು ಬರೆಯುತ್ತಿದ್ದರು. ನಾವು ಬಂದದ್ದನ್ನು ವಾರೆಗಣ್ಣಿನಿಂದ ನೋಡಿದರೂ ಮಾತನಾಡಿಸಲಿಲ್ಲ. ಹೀಗೆ ಒಂದಷ್ಟು ಹೊತ್ತು ಕಳೆದ ನಂತರ ನಾವು ಬಂದ ವಿಷಯ ಕೇಳಿದರು; ಹೇಳಿದೆವು. ಅದರ ಜೊತೆಗೇ ಅಪ್ಪ ತಾನು ಶ್ರೀಧರಾಚಾರ್ರು ಸ್ಕೂಲಿನಿಂದ ಸ್ನೇಹಿತರೆಂದೂ ಅವರ ಬಳಿ ಅಂಗಡಿಗೆ ಬೇಕಾದ ಪಂಚಲೋಹದ ವಿಗ್ರಹಗಳನ್ನು ಮಾಡಿಸಿಕೊಳ್ಳುತ್ತೇವೆಂದು ಹೇಳಿದರು. ಆಚಾರ್ರು ಎಲ್ಲವನ್ನೂ ಸಮಚಿತ್ತದಿಂದ ಆಲಿಸಿದರು. ಅವರಿಗೆ ತಮ್ಮನ ಮೇಲೆ ಕೊಂಚವೂ ಸಿಟ್ಟು ಇದ್ದದ್ದು ತೋರಲಿಲ್ಲ.

ಅವರು ಹೇಳಿದರು. “ನೋಡಿ ಈಗ ತುಂಬಾ ಬ್ಯುಸಿ ಇದ್ದೇನೆ. ನಿಮ್ಮಲ್ಲಿನ ಧನ್ವಂತರಿ ಫೋಟೋವನ್ನು ಕೊಟ್ಟು ಹೋಗಿ. ರೆಡಿ ಆದಾಗ ಹೇಳಿಕಳಿಸುತ್ತೇನೆ. ಆದರೆ ದುಡ್ಡಿನ ಬಗ್ಗೆ ಚೌಕಾಸಿ ಮಾಡಬಾರದು!”

ಅಪ್ಪನಿಗೆ ಚೌಕಾಸಿ ಮಾಡುವುದು ಬೇಕಿರಲಿಲ್ಲ ಆದರೂ “ಎಷ್ಟಾಗುತ್ತೆ ಸ್ವಾಮಿ?” ಎಂದು ಕೇಳಿದರು.

“ಒಂದು ಸಾವಿರ ರೂಪಾಯಿ!”

“ಆಗಲಿ ಸ್ವಾಮಿ. ತಗೊಳ್ಳಿ ಇನ್ನೂರು ರೂಪಾಯಿ ಅಡ್ವಾನ್ಸು”

ಭಾಸ್ಕರಾಚಾರ್ರು ಅದನ್ನು ಪಡೆದು ಹಾಳೆ ಹರಿದು ರಸೀತಿ ಬರೆದುಕೊಟ್ಟರು. ನಾವು ಮನೆಗೆ ಮರಳಿದೆವು.

ಇದಾದಮೇಲೆ ತಿಂಗಳು ಕಳೆದರೂ ಏನೂ ಸುದ್ದಿ ಬರಲಿಲ್ಲ. ಅಪ್ಪ ಹಲವಾರು ಬಾರಿ ಹೋಗಿ ವಿಚಾರಿಸೋಣ ಎಂದುಕೊಂಡಾಗಲೆಲ್ಲ ಅದೇನೋ ಹೊಳೆದವರಂತೆ ಸುಮ್ಮನಾಗುತ್ತಿದ್ದರು. ನಾನು ಒಂದು ದಿನ ಕೇಳಿದೆ, “ಅಲ್ಲ ಅಪ್ಪಾಜಿ ನಾವು ಅಡ್ವಾನ್ಸ್ ಕೊಟ್ಟಿದ್ದೇವಲ್ಲ? ಕೇಳೋಣ ಬಾ, ಅದು ನಮ್ಮ ದುಡ್ಡಲ್ವಾ?”

ಅದಕ್ಕೆ ಅಪ್ಪ ನಕ್ಕು “ನೋಡು, ಕಲಾವಿದರನ್ನ ಹಾಗೆಲ್ಲ ಹಣದಿಂದ ಅಳೆಯಬಾರದು. ಅವರು ಆರಾಮವಾಗೇ ಮಾಡಿಕೊಡಲಿ. ಆಗಲೇ ಬೆಲೆ–ಗೌರವ, ನಮ್ಮ ಕೆಲಸಾನೂ ಆಗ ಚೆನ್ನಾಗಿ ಆಗುತ್ತೆ” ಅಂದರು.

ನನಗೆ ಆ ವಯಸ್ಸಿನಲ್ಲಿ ಎಷ್ಟು ಅರ್ಥವಾಯಿತೋ ಏನೋ ಹೇಳಲಾರೆ. ಹೀಗಿರುವಾಗ ಒಂದು ದಿನ ಅವರ ಆರ್ಟ್ಸ್ ಅಂಗಡಿಯ ಹುಡುಗನೊಬ್ಬ ಬಂದು ಪಟ ರೆಡಿ ಆಗಿರುವುದಾಗಿ ಹೇಳಿದ. ಅಪ್ಪನ ಖುಷಿಗೆ ಪಾರವೇ ಇರಲಿಲ್ಲ. ಒಡನೆಯೇ ನನ್ನನ್ನು ಕರೆದುಕೊಂಡು ಕೈನಟಿಕ್ ಹೋಂಡಾ ಸ್ಟಾರ್ಟ್ ಮಾಡಿಕೊಂಡು ಹೊರಟೆವು.

ಧನ್ವಂತರಿಯ ಚಿತ್ರಪಟ ತುಂಬಾ ಚೆನ್ನಾಗಿತ್ತು. ಭಾಸ್ಕರಾಚಾರ್ರು ಎಂಥಾ ಕಲಾವಿದರೆಂದರೆ ಪೋಸ್ಟ್ ಕಾರ್ಡ್ನಲ್ಲಿದ್ದ ಚಿತ್ರಕ್ಕೆ ಇಲ್ಲಿ ಜೀವ ಬಂದಿತ್ತು. ಅಪ್ಪನ

ಕಣ್ಣುಗಳು ಒದ್ದೆಯಾದವು. ಚಪ್ಪಲಿ ಬಿಟ್ಟು ಒಮ್ಮೆ ಪಟಕ್ಕೆ ನಮಸ್ಕರಿಸಿದರು. ಭಾಸ್ಕರಾಚಾರ್‍ರಿಗೂ ಒಮ್ಮೆ ಶಿರಬಾಗಿ ನಮಸ್ಕರಿಸಿ ಉಳಿದ ಹಣ ಕೊಟ್ಟು ಚಿತ್ರಪಟವನ್ನು ತಬ್ಬಿಕೊಂಡು ಗಾಡಿಯ ಮುಂದೆ ಇಟ್ಟುಕೊಂಡು ಅಂಗಡಿಗೆ ತಂದೆವು.

■

ಹತ್ತಾರು ವರ್ಷಗಳ ಕಾಲ ಅಪ್ಪ ದಿನದಲ್ಲಿ ಮೊದಲ ಗಿರಾಕಿಗೆ ಔಷಧಿಯೋ, ಜ್ಯೂಸೋ ಕೊಡುವಾಗಲೆಲ್ಲಾ ಒಮ್ಮೆ ಧನ್ವಂತರಿಯ ಪಟಕ್ಕೆ ನಮಸ್ಕರಿಸುವುದನ್ನು ಮರೆಯುತ್ತಿರಲಿಲ್ಲ. ಈಗ ಅಪ್ಪ, ಆಚಾರ್ ಯಾರೂ ಇಲ್ಲ. ಆದರೂ ಆ ನೆನಪುಗಳು, ಪಂಚಲೋಹದ ವಿಗ್ರಹಗಳು, ಚಿತ್ರಪಟ ಮನೆಯಲ್ಲಿ ಜೋಪಾನವಾಗಿ ಹಾಗೆಯೇ ಉಳಿದಿವೆ.

ಕೇಬಲ್ ವೈರ್!

ನನ್ನ ಮತ್ತು ಅಮ್ಮನದು ಕರುಳಬಳ್ಳಿಯ ಸಂಬಂಧವಾದರೆ, ನನ್ನ ಮತ್ತು ಅಪ್ಪನದ್ದು ಕೇಬಲ್ ವೈರಿನ ಸಂಬಂಧ. ಚಿಕ್ಕವನಾಗಿದ್ದಾಗ ನಾನು ಭಯಂಕರ ಉಡಾಳನಾಗಿದ್ದೆ. ಮನೆಯ ತಾರಸಿಯಿಂದ ತಾರಸಿಗೆ ಎಗರುತ್ತಿದ್ದೆ. ಸಿಕ್ಕ ಸಿಕ್ಕ ಮರ ಏರುತ್ತಿದ್ದೆ. ಒಂದು ಚರಂಡಿಯ ಒಳಗೆ ನುಗ್ಗಿ ಮತ್ತೊಂದು ಕಡೆಯಿಂದ ಆಚೆ ಬರುತ್ತಿದ್ದೆ. ಬೆಳಿಗ್ಗೆ ಏಳಕ್ಕೆ ಮನೆಬಿಟ್ಟರೆ ಕ್ರಿಕೆಟ್ಟು, ಚಿನ್ನಿದಾಂಡು, ಗೋಲಿ, ಮ್ಯಾಚಸ್ಸು ಎಲ್ಲಾ ಆಡಿ ಹಿಂದಿರುಗುವಾಗ ಗಂಟೆ ಹನ್ನೊಂದಾಗಿರುತ್ತಿತ್ತು. ಆಗ ಸ್ನಾನ ತಿಂಡಿ ಇತ್ಯಾದಿ.

ಅಂಗಡಿಮನೆಯವರಾದ ನಮ್ಮ ಮನೆಯಲ್ಲಿ ಸದಾ ಕೆಲಸ ಇರುತ್ತಿತ್ತು. ಒಂದಿಬ್ಬರು ಕೆಲಸದವರು ಇದ್ದರಾದರೂ ಅವರು ಅವರ ಕೆಲಸ ಮುಗಿಸಿ ಹೋಗಿಬಿಡುತ್ತಿದ್ದರಾದ್ದರಿಂದ ಅಪ್ಪ ಮತ್ತು ಅಮ್ಮನ ಮೇಲೆ ಸದಾ ಬೆಟ್ಟದಷ್ಟು ಕೆಲಸ ಬೀಳುತ್ತಿತ್ತು. ಇಂಥದರಲ್ಲಿ ನಾನು ಊರೂರು ಅಲೆದರೆ ಸುಮ್ಮನಿರುತ್ತಾರೆಯೇ? ಅದಕ್ಕೆ ನಾನು ಬರುವ ಹಾದಿಯನ್ನೇ ಕಾಯುತ್ತಾ ಬಂದೊಡನೆ ಅಂದಿನ ತಮ್ಮ ಸಿಟ್ಟಿನನುಸಾರ, ನನ್ನ ವೇಷಾನುಸಾರ ಅಥವಾ ನಾನು ಹೋದ ಮತ್ತು ಮರಳಿ ಬಂದ ಸಮಯಾನುಸಾರ ಅಪ್ಪ ಚಚ್ಚುತ್ತಿದ್ದರು!

ಶುರುವಿನಲ್ಲಿ ನನಗೆ ಬಹಳ ಹೆದರಿಕೆಯಾಗುತ್ತಿತ್ತು. ಅಪ್ಪ ಹೊಡೆಯುವಾಗ ಹಿಂದೂ ಮುಂದೂ ನೋಡುತ್ತಿರಲಿಲ್ಲ. ತಲೆಗೆ, ಬೆನ್ನಿಗೆ, ಕುಂಡೆಗೆ, ಕಾಲಿಗೆ, ಕೈಯ್ಯಿಗೆ, ಕೆನ್ನೆಗೆ ಆಹಾ! "ತಡಕ್ ಮುಟ್ಟಿಕೊಳ್ಳೋದು" ಅಂತಾರಲ್ಲ ಹಾಗೆ.

ಮನೆಯಲ್ಲಿ ಅಮ್ಮನಿಗೆ ನನ್ನ ಉಡಾಳತನ ಗೊತ್ತಿದ್ದರಿಂದ ಅಮ್ಮ ಇದನ್ನು ವಿರೋಧಿಸುತ್ತಿರಲಿಲ್ಲ. ನನ್ನ ಬೆಂಬಲಕ್ಕೆ ಬರುತ್ತಿದ್ದವಳು ಅಜ್ಜಿ ಮಾತ್ರ.

"ಇರೋನೊಬ್ಬ ಮಗಂಗೆ ಹಿಂಗೆ ಹೊಡಿತೀಯಲ್ಲ, ಹೆಂಗಾರ ಮನಸು ಬತ್ತದೋ ನಿಂಗೆ" ಅಂತ ಅಪ್ಪನನ್ನು ಬೈದುಕೊಳ್ಳುತ್ತಿದ್ದಳು.

ಆಗೆಲ್ಲಾ ಅಪ್ಪ “ನಂಗೆ ನಮ್ಮಪ್ಪ ಹೊಡಿವಾಗಲೆಲ್ಲ ಸುಮ್ಮನೆ ಇರ್ತಾ ಇದ್ದೆ ಈಗೇನು ಮೊಮ್ಮಗ ಅಂತಾನಾ?” ಅಂತ ಕಿಚಾಯಿಸುತ್ತಿದ್ದರು.

ಅಜ್ಜಿ ಅದಕ್ಕೆ ಪ್ರತಿಕ್ರಿಯಿಸುತ್ತಾ “ನೀನು ಇವನಿಗಿಂತಾ ನೂರರಷ್ಟು ಕೆಟ್ಟಿದ್ದೆ ಈಗ ಇವನನ್ನು ಹೊಡಿತೀಯಾ?” ಅನ್ನುತ್ತಿದ್ದಳು.

ನನಗೆ ಆಗ ಸಮಾಧಾನವಾಗುತ್ತಿತ್ತಾದರೂ ಅಪ್ಪ ತನ್ನಪ್ಪನ ಮೇಲಿದ್ದ ಸಿಟ್ಟನ್ನೆಲ್ಲಾ ನನ್ನ ಮೇಲೆ ತೀರಿಸಿಕೊಳ್ಳುತ್ತಿದ್ದಾನಾ ಎಂಬ ಗುಮಾನಿ ಯಾವಾಗಲೂ ಇತ್ತು.

ಅಜ್ಜಿ ಮನೆಯಲ್ಲಿದ್ದಾಗ ಹೇಗೋ ಸ್ವಲ್ಪ ಒದೆ ತಿಂದು ಬಚಾವಾಗುತ್ತಿದ್ದೆನಾದರೂ ಅವಳು ತನ್ನ ಹೆಣ್ಣುಮಕ್ಕಳ ಮನೆಗೋ ಅಥವಾ ಅಕ್ಕತಂಗಿಯರ ಮನೆಗೋ ಹೋದಾಗ ಅಪ್ಪ ನನ್ನನ್ನು ಹಣ್ಣುಗಾಯಿ ನೀರುಗಾಯಿ ಮಾಡುತ್ತಿದ್ದರು. ನಾನಾದರೂ ಮಾಡುವ ಅಟಾಟೋಪವನ್ನು ಕಡಿಮೆ ಮಾಡುತ್ತಿರಲಿಲ್ಲ. ಸಿಗುವುದೊಂದು ಬೇಸಿಗೆ ರಜಾ, ಅಪ್ಪನ ಹೊಡೆತಕ್ಕೆ ಅಂಜಿದರೆ ನಷ್ಟ ನನಗೇ ಅಲ್ಲವೇ?

ಬರಬರುತ್ತಾ ನಾನು ಎಷ್ಟು ಜಡವಾಗಿ ಬಿಟ್ಟೆನೆಂದರೆ ಮನೆಗೆ ಬಂದೊಡನೆ ಅಮ್ಮ ಬೈಯ್ಯುತ್ತಿದ್ದಳು. ಅಪ್ಪ ಹೊಡೆಯುತ್ತಿದ್ದರು. ನಾನು ಮಾತ್ರ ಅದನ್ನು ಒಂದು ಪ್ರಕ್ರಿಯೆಯೋ ಎಂಬಂತೆ ಸಹಿಸುತ್ತಿದ್ದೆ. ಶುರುಶುರುವಿನಲ್ಲಿ ತಪ್ಪಿಸಿಕೊಳ್ಳುವ ಕಳ್ಳಾಟವನ್ನು ಆಡುತ್ತಿದ್ದೆನಾದರೂ ಅದರಿಂದ ಹೆಚ್ಚು ಪೆಟ್ಟು ಬೀಳುತ್ತಿದ್ದರಿಂದ ಸುಮ್ಮನೆ ಒಣ ಕೊರಡಿನಂತೆ ಒದೆ ತಿನ್ನುತ್ತಿದ್ದೆ. ತಿಂದೂ ತಿಂದೂ ಮೊಂಡಾಗಿಹೋಗಿದ್ದೆ. ಬಹುಶಃ ಇದೇ ಅಪ್ಪನ ಚಿಂತೆಗೆ ಕಾರಣವಾಗಿದ್ದು.

ಒಂದು ದಿನ ಅಪ್ಪ ಒಂದು ಮಾರು ಹಳೆಯ ಕೇಬಲ್ ವೈರನ್ನು ಕಟ್ ಮಾಡಿ ಅದನ್ನು ಎರಡು ಭಾಗವಾಗಿ ಮಡಿಚಿ ನನ್ನ ಕೈಲಿ ಕೊಟ್ಟು “ತಗೋ ಅಲ್ಲಿ ಸಜ್ಜೆಯ ಮೇಲೆ ಇಡು” ಎಂದರು.

ನಾನು “ಏಕಿದು ಅಪ್ಪಾಜಿ” ಎಂದು ಕೇಳಿದಾಗ “ನಿಂಗ್ಯಾಕೆ ಅಲ್ಲಿಡು ಸುಮ್ಮನೆ” ಎಂದರು.

ನಾನು ಹಾಗೆಯೇ ಮಾಡಿ ಆಟಕ್ಕೆ ಹೊರಟುಬಿಟ್ಟೆ.

ಇದಾದ ಕೆಲವು ದಿನಗಳ ನಂತರ ಕ್ರಿಕೆಟ್ ಟೂರ್ನಮೆಂಟ್‌ನ ಸಲುವಾಗಿ ಒಂದಿಡೀ ದಿನ ಮನೆಯಿಂದ ಹೊರಗೆ ಇದ್ದು ಸಂಜೆ ಮನೆಗೆ ಬಂದಾಗ ಅಪ್ಪ ಅಂಗಡಿಗೆ ಹೊರಡುವ ಧಾವಂತದಲ್ಲಿದ್ದರು. ನನ್ನನ್ನು ನೋಡಿದೊಡನೆಯೇ ಕೆಂಡಾಮಂಡಲವಾಗಿ “ಎಲ್ಲಿ ಹೋಗಿದ್ದ್ಯೋ ಬೇವರ್ಸಿ ನನ್ನ ಮಗನೆ” ಎನ್ನುತ್ತಲೇ ಸಜ್ಜೆಯ ಮೇಲಿದ್ದ ಕೇಬಲ್ ವೈರನ್ನು ತೆಗೆದುಕೊಂಡು ಹಿಗ್ಗಾಮುಗ್ಗಾ ಕೈಗೆ, ಕಾಲಿಗೆ, ಬೆನ್ನಿಗೆ, ಕುಂಡೆಗೆ ಹೊಡೆದರು. ನಾನು ಎಷ್ಟು ಚೀರಿದೆನೆಂದರೆ (ನಿಜವಾಗಿ ನೋವಾಗಿತ್ತು!) ಅಕ್ಕ ಪಕ್ಕದ ಮನೆಯವರೆಲ್ಲ ಬಂದು ಬಿಡಿಸಿಕೊಳ್ಳಲು ಪ್ರಯತ್ನಿಸಿದರೂ ಅಪ್ಪ ಸಾಕು ಮಾಡಲಿಲ್ಲ.

“ಹೋಗ್ತೀಯ ಇನ್ನು ಮೇಲೆ ಆಡೋಕೆ? ಹೋಗ್ತೀಯ ಬಾಂಭೋದ್ ನನ್ನ ಮಗನೇ” ಎನ್ನುತ್ತಾ, ನಾನು “ಇಲ್ಲಾ ಹೋಗಲ್ಲ” ಎಂದರೂ ಹೊಡೆಯುತ್ತಿದ್ದರು.

ಕಡೆಗೆ ಅಕ್ಕಪಕ್ಕದವರ ಒತ್ತಾಯಕ್ಕೆ ಮಣಿದು ಅಥವಾ ನನ್ನನ್ನು ಹೊಡೆದು ಹೊಡೆದು ದಣಿದು ಕೈಚೆಲ್ಲಿದಾಗ ನಾನು ಮೆತ್ತಗಾಗಿದ್ದೆ. ಮೈಮೇಲೆಲ್ಲಾ ಬರೆ ಎದ್ದಿದ್ದವು. ಅಪ್ಪನಿಗೆ ಅಂಗಡಿಗೆ ಲೇಟಾದ್ದರಿಂದ ಹೊರಟರು. ನಾನು ಮೂಲೆಯಲ್ಲಿ ಕುಂತು ಅಳುತ್ತಿದ್ದೆ.

ಅಮ್ಮ ಬಂದವಳು "ಯಾಕೋ ಇಂತಾ ಆಟ ಆಡ್ತೀಯ? ಅವ್ರು ಹೊಡೀತಾರೆ ಅಂತ ಗೊತ್ತಿದ್ದೂ ಗೊತ್ತಿದ್ದೂ... ಥೂ, ನನಗೆ ಎಂಥಾ ಸಂಕಟವಾಗುತ್ತೆ ಗೊತ್ತಾ?" ಅಂದಳು. ನನಗೋ ಸಂಕಟವಾದರೆ ಮತ್ತೇಕೆ ಅಮ್ಮ ಬಿಡಿಸಿಕೊಳ್ಳಲು ಬರುತ್ತಿರಲಿಲ್ಲ ಎಂಬುದೇ ತಿಳಿಯುತ್ತಿರಲಿಲ್ಲ. ನಾನೂ ಕೇಳುವ ಗೋಜಿಗೆ ಹೋಗುತ್ತಿರಲಿಲ್ಲ. ಅದರಿಂದ ಆಗಬೇಕಾದ್ದು ಏನಿದೆ?

ಆದರೆ ಅವತ್ತು ನನ್ನ ಕೈಮೇಲಿನ ಬರೆಯನ್ನು ನೋಡಿದ ಅಮ್ಮ ನಿಜಕ್ಕೂ ಕಂಗಾಲಾಗಿದ್ದಳು. ಪೂರ್ತಿ ಬಟ್ಟೆ ಬಿಚ್ಚಿಸಿ ನೋಡಿದರೆ ಮೈಯೆಲ್ಲಾ ದಪ್ಪ ಬರೆಗಳು. ಅದನ್ನು ನೋಡಿ ಅತ್ತುಬಿಟ್ಟಳು. ನಾನು ನಡುಗುತ್ತಿದ್ದೆ. ಇದನ್ನು ಅಪ್ಪನಿಗೆ ಅಂಗಡಿಯಲ್ಲಿ ಹೇಳಿದಳೆಂದು ಕಾಣುತ್ತದೆ. ಸಂಜೆ ಎಂಟರ ಸುಮಾರಿಗೆ ಅಪ್ಪ ಅಮ್ಮನನ್ನು ಅಂಗಡಿಯಲ್ಲಿ ಬಿಟ್ಟು ಮನೆಗೆ ಬಂದರು. ನಾನು ಮತ್ತೆ ಒದೆ ಬೀಳದಿರಲಿ ದೇವರೇ ಎಂದು ಪ್ರಾರ್ಥಿಸುವಾಗಲೇ "ಹೋಗಿ ಹರಳೆಣ್ಣೆ ತೆಗೆದುಕೊಂಡು ಬಾ" ಎಂದರು, ತಂದಿಟ್ಟೆ. ಬಟ್ಟೆ ಬಿಚ್ಚು ಅಂದರು ಬಿಚ್ಚಿದೆ. ಅಪ್ಪ ಅದನ್ನು ನೋಡಿ ಬೆಚ್ಚಿದರು ಎರಡು ಸೆಕೆಂಡಿಗೆ ಕಣ್ಣು ತುಂಬಿತು. ಆದರೂ ತನ್ನ ಎಂದಿನ ಗತ್ತಿನಲ್ಲಿಯೇ ಬರೆಯಿದ್ದಲ್ಲೆಲ್ಲಾ ಹರಳೆಣ್ಣೆ ಹಚ್ಚಿ, ಫ್ಯಾನು ಹಾಕಿ "ಯಾಕೋ ಹಿಂಗೆ ಹೊಟ್ಟೆ ಉರಿಸ್ತೀಯ? ನಮ್ಮಪ್ಪ ನನ್ನನ್ನು ಹೊಡೆಯುತ್ತಿದ್ದರಿಂದ ನಾನು ಸುಧಾರಿಸಿದೆ. ನೀನ್ಯಾಕೆ ಹಿಂಗೆ ಮಾಡ್ತೀಯಾ? ನನ್ನ ಜೊತೆಯಲ್ಲಿ ಅಂಗಡಿಯಲ್ಲಿ ಯಾವಾಗ್ಲೂ ಇರಬಾರ್ದ?" ಎಂದಾಗ ನನಗೂ ಅಳು ಬಂತು. ಅದರ ಜೊತೆಗೇ ಒಂದು ಆಲೋಚನೆ "ಹಂಗಾದರೆ ಇನ್ನು ಮೇಲೆ ಅಂಗಡಿ ಮನೆಯಲ್ಲಿ ಮಾತ್ರ ಇರಬೇಕಾ?" ಎಂದೆ. ಅಪ್ಪ ಎದ್ದು ಹೋಗಿದ್ದರು.

ಅಂದು ತಿಂದ ಏಟು ನನ್ನನ್ನು ಬಲುಬೇಗನೆ ನಿದ್ರೆಗೆ ಜಾರಿಸಿತ್ತು. ಇದಾದ ನಂತರ ಹಲವು ಬಾರಿ ಅಪ್ಪನಿಂದ ಒದೆ ತಿಂದಿರುವೆನಾದರೂ ಅಪ್ಪ ಅಂದಿನಂತೆ ಮತ್ತೆಂದೂ ಚಚ್ಚಿ ಕೆಡವಲಿಲ್ಲ. ಹಾಗೆಯೇ ಕೇಬಲ್ ವೈರ್ ಹೊಡೆತಕ್ಕೆ ನನ್ನ ಮೈಮೇಲೆ ಮೂಡಿದ ಬರೆಗಳನ್ನು ಹರಳೆಣ್ಣೆ ಹಚ್ಚಿ ಕೊಂಚ ತಂಪಾಗಿಸುವುದ ಯಾವತ್ತೂ ಮರೆಯುತ್ತಿರಲಿಲ್ಲ.

ಅಪ್ಪ ಹೇಳಿದ ಎರಡು ಪ್ರಸಂಗಗಳು

ಪ್ರಸಂಗ ಒಂದು

ನಡೆದಾಡುವ ದೇವರು ಮತ್ತು ಸಿದ್ದಪ್ಪ ದೇವರು

ನಮ್ಮೆಲ್ಲರಿಗೆ ನಡೆದಾಡುವ ದೇವರು ಗೊತ್ತು, ಆದರೆ ಈ ಸಿದ್ದಪ್ಪ ದೇವರು ಯಾರು?

ಇವರು ಸನ್ಯಾಸಿಯಲ್ಲ ಸಂಸಾರಿ. ಇವರಿಗೆ ಮಕ್ಕಳಿರಲಿಲ್ಲ. ಜಮೀನು, ಹೊಲಗದ್ದೆ ಇದ್ದ ಅನುಕೂಲಸ್ಥರು. ಇವರು ನಮ್ಮ ತಾತನ ಅಣ್ಣ, ಅಂದರೆ ನಮ್ಮ ದೊಡ್ಡ ತಾತ.

ನಾನು ಚಿಕ್ಕವನಿದ್ದಾಗ ನಮ್ಮಪ್ಪ ಇವರ ಹೆಸರನ್ನು ಹೇಳಿದಾಗಲೆಲ್ಲ "ಅವರು ದೇವ್ರಾ?" ಅಂತ ಕೇಳ್ತಿದ್ದೆ! ನಮ್ಮಪ್ಪ "ಇಲ್ಲಪ್ಪ ಅವರ ಹೆಸರೇ ದೇವ್ರು" ಅನ್ನುತ್ತಿದ್ದರು. ನನಗೆ ಆಗ ಏನೂ ಅರ್ಥವಾಗುತ್ತಿರಲಿಲ್ಲ. ಮನುಷ್ಯರು ಯಾಕೆ ದೇವರು ಅಂತ ಹೆಸರು ಇಟ್ಟುಕೊಳ್ಳಬೇಕು! ಅಲ್ವಾ?

ಇಂತಹ 'ಸಿದ್ದಪ್ಪ ದೇವರಿಗೆ' ಒಮ್ಮೆ ತುರ್ತಾಗಿ ಹೆಚ್ಚು ಹಣದ ಅವಶ್ಯಕತೆ ಬಂತು. ಅನುಕೂಲಸ್ಥರಾದರೂ ಅಷ್ಟು ಹಣ ಹೇಗೆ ಹೊಂದಿಸುವುದೆಂದು ಯೋಚಿಸುವಾಗ "ಶಿವಣ್ಣನನ್ನು ಏಕೆ ಕೇಳಬಾರದು?" ಎಂದುಕೊಂಡರು.

ಶಿವಣ್ಣ ಎಂದರೆ "ಶ್ರೀ ಶ್ರೀ ಶ್ರೀ ಶಿವಕುಮಾರ ಸ್ವಾಮಿಗಳು" ಅವರು – ಇವರು ಸ್ನೇಹಿತರು ಮತ್ತು ಓರಗೆಯವರು. ಇವರು ಕೇಳಿದ್ದಕ್ಕೆ ಅವರು ಇಲ್ಲವೆನ್ನಲಿಲ್ಲವಾದರೂ "ನೋಡು ಸಿದ್ದಪ್ಪ ಬೇಗ ಹಿಂದಿರುಗಿಸಿ ಬಿಡು, ನೀನು ಅನುಕೂಲಸ್ಥ" ಅಂದರಂತೆ. ಕಾಲಾಂತರದಲ್ಲಿ ಸಿದ್ದಪ್ಪ ದೇವರ ಕಷ್ಟ ಕಳೆಯಿತು. ಒಂದಷ್ಟು ದುಡ್ಡನ್ನು ಮರಳಿಸಿದರೂ, ಬಾಕಿ ಇನ್ನೂ ಹಾಗೇ ಇತ್ತು.

ಸಿದ್ದಪ್ಪ ದೇವರು ತೀರಿಸೋಣವೆಂದು ಸುಮ್ಮನಾಗಿರಬೇಕು. ಒಮ್ಮೆ ಮಠದಲ್ಲಿ ಇವರನ್ನು ನೋಡಿದ ಸ್ವಾಮಿಗಳು "ಸಿದ್ದಪ್ಪ ಬಾಕಿ ದುಡ್ಡು ಎಲ್ಲಪ್ಪ? ಯಾವಾಗ ತೀರಿಸ್ತೀಯ?" ಎಂದು ಕೇಳಿದರಂತೆ. ಅದಕ್ಕೆ ತಬ್ಬಿಬ್ಬಾದ ಸಿದ್ದಪ್ಪ ದೇವರು "ಶಿವಣ್ಣ ತೀರಿಸ್ತೀನಪ್ಪ, ಮಠದ ದುಡ್ಡು ಹಂಗೆಲ್ಲಾ ಮಾಡೋಕಾಗುತ್ತ?" ಅಂದರು.

ಅದಕ್ಕೆ ಸ್ವಾಮಿಗಳು "ಮಠದ್ದು ಅಂದ್ರೆ ಮಕ್ಕಳದ್ದು ಸಿದ್ದಪ್ಪ, ಅವರ ಅನ್ನದ್ದು, ವಿದ್ಯೆದು, ಮರೀಬೇಡ ಅಂದರಂತೆ!"

ಇದು ಅವರು ತಮ್ಮ ಸ್ನೇಹಿತ ಮತ್ತು ಓರಗೆಯವರಾದ ನಮ್ಮ ದೊಡ್ಡತಾತನ ಬಳಿ ನಡೆದುಕೊಂಡ ರೀತಿ. ಈ ಸನ್ನಿವೇಶವನ್ನು ಗಂಭೀರವಾಗಿ ತೆಗೆದುಕೊಂಡ ಸಿದ್ದಪ್ಪ

ದೇವರು ಕೂಡಲೇ ಸಾಲ ತೀರಿಸಿದರಂತೆ. ಅವರಿಗೆ ಸ್ವಾಮೀಜಿಯ ಸ್ನೇಹ ಉಳಿಯಿತು ಮತ್ತು ಹೆಚ್ಚು ಹತ್ತಿರವಾಗಲಿಕ್ಕೆ ಇದು ಕಾರಣವಾಯಿತು ಎಂದು ನಮ್ಮ ಅಪ್ಪ ಆಗಾಗ ಹೇಳೋರು.

ಪ್ರಸಂಗ ಎರಡು

ಸೌದೆ ಕಂಟ್ರಾಕ್ಟರ್ ಅಪ್ಪ

ಅಪ್ಪ ಸೌದೆ ಕಂಟ್ರಾಕ್ಟರ್ ಆಗಿ ಕೆಲವು ವರುಷ ಕೆಲಸ ಮಾಡಿದ್ದರು. ಅವರ ಕೆಲಸವೆಂದರೆ ನಾಮ ಚಿಲುಮೆ ಮತ್ತು ದೇವರಾಯನ ದುರ್ಗದ ಕಾಡುಗಳಲ್ಲಿ ಹರಾಜಿಗಿರುವ ಹಳೆಯ ಮರಗಳನ್ನು ಗುತ್ತಿಗೆ ಪಡೆದು ಕಡಿಸುವುದು, ಕಡಿಸಿ ಒಟ್ಟುಮಾಡಿದ ಸೌದೆಯನ್ನು ತುಮಕೂರಿನ ಡಿಪೋಗಳಿಗೆ ಮಾರುವುದು. ಅಪ್ಪ ಎಷ್ಟು ನಿಷ್ಣಾತರಾಗಿದ್ದರೆಂದರೆ (ಅವರ ಪ್ರಕಾರ) ಒಂದು ಮರವನ್ನು ನೋಡೇ ಇಷ್ಟು ಲೋಡ್ ಸೌದೆ ಆಗುತ್ತದೆಂದು ನಿಖರವಾಗಿ ಹೇಳುತ್ತಿದ್ದರಂತೆ.

ಇಂತಿಪ್ಪ ಅಪ್ಪನ ಜೊತೆ ದುರ್ಗದಹಳ್ಳಿಯ (ದೇವರಾಯನ ದುರ್ಗದ ತಪ್ಪಲಿನ ಒಂದು ಹಳ್ಳಿ) ಹಲವು ಜನರು ಆಳುತನ ಮಾಡುತ್ತಿದ್ದರು. ಅವರಲ್ಲಿ ಕೆಲವರು ನಮ್ಮ ಜಮೀನಿನಲ್ಲೂ ಕೆಲಸ ಮಾಡುತ್ತಿದ್ದರು. ಒಮ್ಮೆ ಅಪ್ಪನಿಗೆ ಸಿದ್ಧಗಂಗಾ ಮಠದಿಂದ ಕರೆ ಬಂತಂತೆ, ಅಪ್ಪ ಯಾಕಿರಬಹುದೆಂದು ಓಡಿದರು. ಮಠದಲ್ಲಿ ಆಗೆಲ್ಲ ಒಲೆಗೆ ಸೌದೆ ಬಳಸುತ್ತಿದ್ದರಿಂದ ಸಹಜವಾಗಿ ಬೇಡಿಕೆ ಇತ್ತು. ಅಪ್ಪನ ಕಾಂಟ್ರಾಕ್ಟ್ ಕೆಲಸ ಗೊತ್ತಿದ್ದ ಕೆಲವರು ಮಠಕ್ಕೆ ಸೌದೆ ಸರಬರಾಜು ಮಾಡಲು ಕರೆಸಿದ್ದರು. ಅಪ್ಪನೂ ಒಪ್ಪಿದರು. ಬಹುಶಃ ಎರಡು ತಿಂಗಳು ಕಳೆದಿರಬೇಕು. ಅಪ್ಪ ಅಚಾನಕ್ಕಾಗಿ ಪೂರೈಕೆ ನಿಲ್ಲಿಸಿದರು. ಆಗ ಅಪ್ಪನನ್ನ ಸ್ವಾಮೀಜಿ ಕರೆಸಿ ಕೇಳಿದರಂತೆ "ಅಲ್ಲಪ್ಪ ಅಡಿಗೆ ಮಾಡೋ ಸೌದೆ, ನೀನು ದಿಢೀರಂತ ಪೂರೈಕೆ ಮಾಡೋದನ್ನ ನಿಲ್ಲಿಸಿದರೆ ಹೆಂಗೆ?"

ಅದಕ್ಕೆ ಅಪ್ಪ "ಸ್ವಾಮಿ ನಾನು ಮರ ಕೊಳ್ಳೋವಾಗ ಫಾರೆಸ್ಟ್ ಅವ್ರಿಗೆ ಅಡ್ವಾನ್ಸ್ ಕೊಟ್ಟು ಕಡಿಸಿದಮೇಲೆ ಪೂರ್ತಿ ಹಣ ಕೊಡಬೇಕು, ಆಳುಗಳಿಗೆ ಕೂಲಿ ಕೊಡಬೇಕು, ಲಾರಿ ಅವ್ನಿಗೆ ಬಾಡಿಗೆ ಕೊಡ್ಬೇಕು. ಇಲ್ಲಿ ನೋಡಿದ್ರೆ ಎರಡು ತಿಂಗಳಿಂದ ಸರಿಯಾಗಿ ದುಡ್ಡೇ ಬಂದಿಲ್ಲ. ನಾನು ಸಣ್ಣ ಕಾಂಟ್ರಾಕ್ಟುದಾರ. ಏನು ಮಾಡೋದೋ ಗೊತ್ತಾಗದೆ ಸರಬರಾಜು ನಿಲ್ಲಿಸಿದೆ" ಅಂದರಂತೆ.

ಮಠದ ಇಲಿ–ಹೆಗ್ಗಣಗಳ ಬಗ್ಗೆ ಎಲ್ಲ ಗೊತ್ತಿದ್ದ ಸ್ವಾಮೀಜಿ ಏನೂ ಮಾತಾಡಲಿಲ್ಲವಂತೆ!

ಅಪ್ಪ ಈ ಎರಡೂ ಪ್ರಸಂಗಗಳನ್ನು ಹೇಳುವಾಗ ಸ್ವಾಮಿಗಳ ಪ್ರಾಮಾಣಿಕತೆ ಮತ್ತು ಮಿತಿಯ ಬಗ್ಗೆ ಹೇಳಿದ್ದು ಇನ್ನೂ ನೆನಪಿದೆ.

ಮನ್ನಾ ಜಂಗ್ಲಿ

ತುಮಕೂರು ನಗರದಿಂದ ಕೆಲವೇ ಕಿಲೋಮೀಟರು ದಾಟಿದರೆ ನಾಮ ಚಿಲುಮೆ ದೇವರಾಯನ ದುರ್ಗ ಕಾಡುಗಳಿವೆ. ಶ್ರೀ ರಾಮಚಂದ್ರನು ವನವಾಸದಲ್ಲಿದ್ದಾಗ ಸೀತೆ ಲಕ್ಷ್ಮಣರೊಟ್ಟಿಗೆ ಇಲ್ಲಿಗೆ ಬಂದಿದ್ದನಂತೆ. ಆಗೊಮ್ಮೆ ಸೀತೆಗೆ ತಿಲಕವಿಡಲು ನೀರು ಬೇಕಾಯ್ತು. ಸುತ್ತ ಮುತ್ತ ನೋಡಿದರೆ ದಟ್ಟ ಕಾಡು. ಏನು ಮಾಡುವುದು? ತಕ್ಷಣವೇ ಬಾಣ ತೆಗೆದುಕೊಂಡು ತಾನು ನಿಂತಿದ್ದ ಬಂಡೆಯಮೇಲೆ ಬಿಟ್ಟ. ನೀರು ಜಿನುಗಿತು. ಅದೇ ನೀರಿನಲ್ಲಿ ಸೀತೆಗೆ ತಿಲಕವಿಟ್ಟ. ಕಾಲಾಂತರದಲ್ಲಿ ಹೀಗೆ ಜಿನುಗಿದ ನೀರಿದ್ದ ಕಾಡು ಅಥವಾ ಪ್ರದೇಶ ನಾಮದ ಚಿಲುಮೆಯಾಯಿತು. ಅಂದು ಶುರುವಿಟ್ಟ ನೀರು ಇಂದೂ ಜಿನುಗುತ್ತಲೇ ಇದೆ.

ಹಾಗೆಯೇ ಹಿರಣ್ಯಾಕ್ಷನನ್ನು ಕೊಂದ ಉಗ್ರ ನರಸಿಂಹ ಕೊಂಚ ಕಾಲ ಬಂದು ಇಲ್ಲಿಯ ಬೆಟ್ಟದ ಮೇಲಿನ ಕಾಡಿನಲ್ಲಿ ತಪಸ್ಸು ಮಾಡಿದ್ದನಂತೆ. ಅಲ್ಲಿ ಈಗ ಯೋಗಾ ನರಸಿಂಹ – ಭೋಗಾ ನರಸಿಂಹ ನೆಲೆಗೊಂಡಿದ್ದಾರೆ. ಈ ಪ್ರದೇಶ ಶ್ರೀ ಕೃಷ್ಣದೇವರಾಯನ ಆಳ್ವಿಕೆಯಡಿ ಇದ್ದದ್ದರಿಂದ ಇದಕ್ಕೆ ದೇವರಾಯನದುರ್ಗ ಎಂಬ ಹೆಸರು ಬಂದಿದೆ. ಶಿಖರದ ತುತ್ತತುದಿಗೆ ಚಾರಣ ಮಾಡಿದರೆ ಅಲ್ಲೊಂದು ಶಿಥಿಲವಾದ ಕೋಟೆಯೂ ಕಾಣಸಿಗುತ್ತದೆ.

ಈ ಅರಣ್ಯ ಪ್ರದೇಶ ಈಗ ಸರ್ಕಾರದ ಸಂರಕ್ಷಿತ ಅರಣ್ಯವಾದ್ದರಿಂದ ಅದನ್ನು ನಾಡಭಾಷೆಯಲ್ಲಿ "ಮನ್ನಾ ಜಂಗ್ಲಿ" ಎನ್ನುತ್ತಾರೆ. ಅಂದರೆ ಇಲ್ಲಿ ಮರಕಡಿಯುವುದು, ಬೇಟೆಯಾಡುವುದು ಮನ್ನಾ, ಇವನ್ನು ಮಾಡಿದರೆ ಸರ್ಕಾರ ಕೊಡುವುದು ಗುನ್ನಾ ಎಂದು ಚಿಕ್ಕಂದಿನಲ್ಲಿ ನಾವು ಆಡಿಕೊಳ್ಳುತ್ತಿದ್ದೆವು.

ಅಪ್ಪನ ಪ್ರಕಾರ ಈ ಪ್ರದೇಶದಲ್ಲಿ ಈಗಿರುವ ಜಿಂಕೆ, ಕೋತಿ, ಕಾಡೆಮ್ಮೆ ಮತ್ತು ಕಾಡುಹಂದಿಗಳ ಜೊತೆಗೇ ಕಿರುಬಗಳೂ ಇದ್ದವಂತೆ. ಈಗಲೂ ಕೆಲವೊಮ್ಮೆ ಚಿರತೆಗಳು, ಆನೆಗಳು ಇಲ್ಲಿ ಕಾಣಿಸಿಕೊಳ್ಳುತ್ತವೆ. ಇದೇ ಕಾರಣಕ್ಕೆ ರಾತ್ರಿಯ ಹೊತ್ತಿನಲ್ಲಿ ಸೈಕಲ್ ಅಥವಾ ದ್ವಿಚಕ್ರ ವಾಹನದಲ್ಲಿ ಓಡಾಡುವುದು ಸುರಕ್ಷಿತವಲ್ಲ. ಆದರೂ ಯಾರೂ ಇದನ್ನು ಪಾಲಿಸುವುದಿಲ್ಲ.

ಈ ಭಾಗದ ಕಾಡುಗಳಲ್ಲಿ ಹೆಚ್ಚಾಗಿ ತೇಗ, ಹೊನ್ನೆ, ಬೀಟೆ, ಅತ್ತಿ, ಆಲ, ಬೂರುಗದ ಮರ, ತಾಳೆಯ ಮರಗಳೂ ಯಥೇಚ್ಛವಾಗಿವೆ. ಎಲ್ಲವೂ ಫಾರೆಸ್ಟ್

ಆಫೀಸಿನ ಕಣ್ಗಾವಲಿನಲ್ಲಿದೆ. ಹಳೆಯ ಮರಗಳನ್ನು ಉರುಳಿಸಿ ನಾಟವಾಗಿಸಲು ಕಾಂಟ್ರಾಕ್ಟ್ ಕೊಡುತ್ತಾರೆ. ಹೆಚ್ಚು ಕೂಗಿದವನಿಗೆ ಮರ ದಕ್ಕುತ್ತದೆ. ಕಾಂಟ್ರಾಕ್ಟ್ ಹೊರತಾದ ಯಾವುದೇ ಮರವನ್ನು ಮುಟ್ಟುವಂತಿಲ್ಲವಾದರೂ ಅದಾಗೇ ಕೆಳಗೆ ಬಿದ್ದ ಪುಳ್ಳೆ, ಎಲೆ, ಕಾಯಿ, ಕೊಂಬೆಯನ್ನು ಸ್ಥಳೀಯರು ಉಪಯೋಗಿಸಲು ಅಡ್ಡಿ ಇಲ್ಲ. ಅಪ್ಪ ಒಂದುಕಾಲದಲ್ಲಿ ಸೌದೆ ಕಂಟ್ರಾಕ್ಟರ್ ಆಗಿದ್ದರಿಂದ ಅವರಿಗೆ ಇಲ್ಲಿಯ ಕಾಡು, ಕಣಿವೆ, ಶಿಖರ ಒಳದಾರಿಗಳೆಲ್ಲ ತಿಳಿದಿದ್ದವು. ಅದರ ಜೊತೆಗೇ ಬೆಟ್ಟದ ತಪ್ಪಲಿನ ದುರ್ಗದಹಳ್ಳಿಯಲ್ಲಿ ನಮ್ಮ ಜಮೀನಿದ್ದುದರಿಂದ ಹಳ್ಳಿಯವರೊಡನೆಯೂ ಒಳ್ಳೆಯ ಒಡನಾಟವಿತ್ತು.

ನಮ್ಮ ಗ್ರಂಥಿಗೆ ಅಂಗಡಿಯಲ್ಲಿ ಪೂಜಾ ಸಾಮಗ್ರಿಗಳನ್ನು ನಾವು ಮಾರುತ್ತಿದ್ದುದರಿಂದ ಕೆಲವು ಹೋಮ ಹವನಗಳಿಗೆ ಬೇಕಾದ ಸಮಿತ್ತುಗಳನ್ನು ತರಲು ಅಪ್ಪ ನನ್ನನ್ನು ಆಗಾಗ ಕರೆದುಕೊಂಡು ಹೊರಡುತ್ತಿದ್ದರು. ನಾವಲ್ಲಿ ಅತ್ತಿ, ಆಲದ ಪುಳ್ಳೆಗಳನ್ನು ಆಯುತ್ತಿದ್ದೆವು. ಉತ್ತರಾಣಿ, ತುಳಸಿ ಕೀಳುತ್ತಿದ್ದೆವು. ಅಪ್ಪ ಇನ್ನೂ ಬಗೆಬಗೆಯ ಸಮಿತ್ತುಗಳನ್ನು ಒಟ್ಟುಮಾಡುತ್ತಿದ್ದರೂ ನನಗೆ ಅವುಗಳ ಹೆಸರುಗಳು ನೆನಪಿಲ್ಲ. ಹೀಗೆ ಸಂಗ್ರಹಿಸಿದ ಸಮಿತ್ತುಗಳನ್ನು ಬೇರೆಬೇರೆಯಾಗಿ ಕಟ್ಟಿ ಬ್ಯಾಗುಗಳಲ್ಲಿರಿಸಿ ನಮ್ಮ ಕೈನೆಟಿಕ್ ಹೊಂಡಾ ಮುಂದಿರಿಸಿ ಕಾಡಿನಲ್ಲೊಂದು ರೌಂಡು ಹೊಡೆದು, ಜಂಗ್ಲಿಯ ಶುರುವಿನಲ್ಲಿದ್ದ ಶನಿಮಹಾತ್ಮನ ಗುಡಿಯಲ್ಲಿ ಇಣುಕಿ ನಮಿಸಿ ಮನೆಗೆ ಹೊರಡುತ್ತಿದ್ದೆವು.

ಹೀಗಿರುವಾಗ ಒಂದು ದಿನ ಅಪ್ಪ ಪುಳ್ಳೆ ಆಯುತ್ತಾ ಆಯುತ್ತಾ ಮುಂದೆ ಮುಂದೆ ಹೋಗಿಬಿಟ್ಟರು. ನಾನು ಉತ್ತರಾಣಿ ಕೀಳುತ್ತಾ ಅದನ್ನು ಬಡಿದು ಕಟ್ಟುತ್ತಿದ್ದೆ. ಏನೋ ಶಬ್ದವಾದಂತಾಯಿತು. ಸೆಕೆಂಡುಗಳೊಳಗೆ ಶಬ್ದ ಹೆಚ್ಚಾಗತೊಡಗಿತು. ನನಗ್ಯಾಕೋ ಅದು ಗರ್ಜನೆಯಂತೆನಿಸಿ ಬೆಚ್ಚಿದೆ. ಶಬ್ದ ತೀವ್ರವಾದಾಗ ಅಕ್ಕ ಪಕ್ಕ ಭಯದಿಂದ ಕಣ್ಣಾಡಿಸಿದೆ. ಅಪ್ಪ ಇರಲಿಲ್ಲವಾದ್ದರಿಂದ ಒಮ್ಮೆಲೇ ಭಯವಾಗಿ ಜೋರಾಗಿ ಕಿರುಚಿದೆ. ಅಷ್ಟೇ. ಅಪ್ಪ ಎಲ್ಲಿದ್ದರೋ 'ಅಯ್ಯೋ' ಎನ್ನುತ್ತಾ ಪುಳ್ಳೆ ಆಯುವ ಬ್ಯಾಗನ್ನು ಎಸೆದು ಭಯ ಮತ್ತು ಆತಂಕದಿಂದ ನನ್ನತ್ತ ವೇಗವಾಗಿ ಓಡಿ ಬಂದರು. ನಾನು ನಡುಗುತ್ತಿದ್ದೆ, ಅಪ್ಪನೂ ಸಹ!

ಶಬ್ದ ಕ್ಷೀಣವಾಗತೊಡಗಿತು. ಅಪ್ಪ ನಿರಾಳವಾಗಿ ಹೇಳಿದರು.

"ದಚ್ಚು, ಅದು ಮೋಡದ ಒಳಗೆ ವಿಮಾನ ಹೋಗುತ್ತಿರೋ ಸದ್ದು ಕಣೋ. ಒಂದು ನಿಮಿಷ ನನ್ನ ಜಂಘಾಬಲವೇ ಉಡುಗಿಹೋಯ್ತು ಗೊತ್ತಾ!"

ನಾನು ನನ್ನ ಮೂರ್ಖತನಕ್ಕೆ, ಅಸಹಾಯಕತೆಗೆ, ಭಯಕ್ಕೆ, ಪುಕ್ಕಲುತನಕ್ಕೆ ತಲೆ ತಗ್ಗಿಸಿದೆ. ಅವತ್ತಿನಿಂದ ಅಪ್ಪ ನನ್ನನ್ನು ಒಬ್ಬನನ್ನೇ ಬಿಟ್ಟು ಪುಳ್ಳೆ ಆಯುತ್ತಿರಲಿಲ್ಲ ಮತ್ತು ನಾನೂ ಅಪ್ಪನ ಬೆನ್ನು ಬಿಡುತ್ತಿರಲಿಲ್ಲ.

ಅಪ್ಪನ ರ್‍ಯಾಲೀಸ್ ಸೈಕಲ್

ಅಪ್ಪಂದಿರಲ್ಲಿ ಮೂರು ವಿಧ!

ಮೊದಲನೆಯ ಥರದವರು ನಿಮ್ಮ ಪರಿಸ್ಥಿತಿಯ ಬಗ್ಗೆ ಹೀಯಾಳಿಸಿದ ಗೆಳೆಯನ ಬಗ್ಗೆ ನೀವು ಬೇಜಾರಿನಿಂದ ಹೇಳಿಕೊಂಡಾಗ ಸಾಂತ್ವನ ಹೇಳುವವರು. ಎರಡನೆಯ ವಿಧ ಆ ಪರಿಸ್ಥಿತಿಗೆ ನಿಮ್ಮ ಜೊತೆಗೆ ಅವರೂ ಮರುಗಿ ನಿಮಗೆ ವಾಸ್ತವದ ಅರಿವು ಮಾಡಿಸುವವರು. ಮೂರನೆಯವವರು ಆ ವಾಸ್ತವತೆಯನ್ನು (ಮಿತಿಯನ್ನು) ಬದಿಗೊತ್ತಿ ನಿಮ್ಮ ಪರಿಸ್ಥಿತಿಯನ್ನು ನಿಮಗೇ ಆಶ್ಚರ್ಯವಾಗುವಂತೆ ವಿಭಿನ್ನವಾಗಿ ವರ್ಣಿಸಿ ಮಾಯಾ ವಾಸ್ತವವನ್ನು ಸೃಷ್ಟಿಸಿ ನಿಮ್ಮಲ್ಲಿ ಖುಷಿಯ ಅಥವಾ ಹೆಮ್ಮೆಯ ಭಾವ ಮೂಡಿಸುವಂಥವರು.

ನಮ್ಮಪ್ಪ ಇವುಗಳಲ್ಲಿ ಮೂರನೆಯ ಸಾಲಿಗೆ ಸೇರಿದವರು.

ಅದು ಹೇಗೆಂದರೆ... ನಾನು ಆಗಷ್ಟೇ ಪ್ರಾಥಮಿಕ ಶಾಲೆ ಮುಗಿಸಿ ಐದನೇ ಕ್ಲಾಸಿಗೆ ಸೇರಿದ್ದೆ. ನನ್ನ ಗೆಳೆಯರಲ್ಲನೇಕರು ಶಾಲೆಗೆ ಸೈಕಲ್‌ನಲ್ಲಿ ಬರುತ್ತಿದ್ದರು. ನಾನು ಮಾತ್ರ ನಡೆದೇ ಹೋಗುತ್ತಿದ್ದೆ. ಸೈಕಲ್ ಕೊಡಿಸಬೇಕೆಂದು ಅಮ್ಮನ ಕಡೆಯಿಂದ ಶಿಫಾರಸ್ಸು ಮಾಡಿಸಿದಾಗಲೆಲ್ಲ ಅಪ್ಪ ನನ್ನ ಹೈಟ್‌ನ ಬಗ್ಗೆ ಹೇಳಿ "ಸ್ವಲ್ಪ ಎತ್ತರ ಆಗು. ಈವಾಗ ಕಾಲೇ ತಲುಪಲ್ಲ, ಆಮೇಲೆ ನೋಡೋಣ" ಎನ್ನುತ್ತಿದ್ದರು. ನಾನೂ ಓಡಿದೆ, ಜಿಗಿದೆ, ನೇತಾಡಿದೆ ಆದರೂ ಒಂದಿಂಚೂ ಉದ್ದವಾಗಲಿಲ್ಲ. ಮತ್ತೆ ಮತ್ತೆ ಶಿಫಾರಸ್ಸು, ಗೋಗರೆತ ಮತ್ತೆ ನಿರಾಶೆ.

ಆಗೊಂದು ದಿನ ಅಪ್ಪ "ನೀನು ಆರನೇ ಕ್ಲಾಸಿನಲ್ಲಿ ರ್‍ಯಾಂಕ್ ಪಡೆದರೆ ಏಳಕ್ಕೆ ಹೊಸ ಸೈಕಲ್ ಕೊಡಿಸುವೆ" ಎಂದರು. ನಾನು ಉಬ್ಬಿದೆ, ಕೊಬ್ಬಿದೆ ಆದರೆ ಓದಲು ಮರೆತುಬಿಟ್ಟು ಮಿಡ್ ಟರ್ಮ್ ಪರೀಕ್ಷೆಯಲ್ಲಿ ರ್‍ಯಾಂಕ್ ಬರಲಿಲ್ಲ. ಅಪ್ಪ ಕಟುವಾಗಿ ಹೇಳಿದರು "ರ್‍ಯಾಂಕ್ ಬಂದಿಲ್ಲ ಅಂದ್ರೆ ಸೈಕಲ್ ಇಲ್ಲ ಅಷ್ಟೇ!" ನಾನು ಪುನಃ ಕಷ್ಟ ಪಟ್ಟು ಓದಲಾರಂಭಿಸಿದೆ. ಇದರ ಮಧ್ಯೆ ಸೈಕಲ್ ಕೊಡಿಸಿದ ಮೇಲೆ ತುಳಿಯಲು

ಬರಬೇಕಲ್ಲ? ಅದರ ತಾಲೀಮು ಮಾಡಬಾರದೇ? ಪುನಃ ಈ ಕುರಿತು ಅಪ್ಪನಲ್ಲಿ ಹೋಗಿ "ಮೀಟರ್ ಬಾಡಿಗೆ" ಸೈಕಲ್‌ನ ಬಗ್ಗೆ ಹೇಳಿದಾಗ ಅಪ್ಪ ಗದರಿ ಕಳುಹಿಸಿದರು.

ಅವರಿಗೆ ನಾನು 'ಕೂಸು ಹುಟ್ಟುವ ಮುಂಚೆ ಕುಲಾವಿ ಹೊಲಿಯುವುದು' ಇಷ್ಟವಿರಲಿಲ್ಲ. ಮುಖ್ಯವಾದ ವಿಷಯ ಏನೆಂದರೆ ಅವರಿಗೆ ವೃಥಾ ನನಗೆ ಕಾಸು ಕೊಡಲು ಮನಸ್ಸಿರಲಿಲ್ಲ ಅಷ್ಟೇ! ಆದರೂ ನಾನು ಸೋಲುವ ಅಸಾಮಿಯಲ್ಲ. ಪ್ರತಿ ನಿತ್ಯ ಅವರ ಮುಂದೆ ಹೋಗಿ ನಿಂತು ಸೈಕಲ್ ಬಾಡಿಗೆಗೆ ಕಾಸು ಕೇಳುತ್ತಿದ್ದೆ. ನನ್ನ ಕಾಟ ತಾಳಲಾರದೇ ಹಣ ಕೊಟ್ಟರೂ ನಾನು ಅದನ್ನೇ ರೂಢಿ ಮಾಡಿಕೊಂಡ ಮೇಲೆ ಸ್ಥಗಿತಗೊಳಿಸಿದರು. ನನಗೆ ಇದು ಒಂದು ರೀತಿಯಲ್ಲಿ ಲೈಫ್ ಲೈನ್ ಕಳೆದುಕೊಂಡ ಅನುಭವ. ಪುನಃ ಅಮ್ಮ ಮತ್ತು ಅಜ್ಜಿಯ ಮೂಲಕ ಶಿಫಾರಸ್ಸು ಮಾಡಿದರೂ ಅಪ್ಪ ಮನಸ್ಸು ಮಾಡಲಿಲ್ಲ. ಈ ಸಾರಿ ಅವರು ಅಚಲವಾಗಿದ್ದರೂ ನಾನು ಹಟಮಾರಿಯಾಗಿದ್ದೆ.

ಹಾಗೊಂದು ದಿನ ಅಪ್ಪ ನನ್ನನ್ನು ಕರೆದು ತನ್ನ ಗ್ರಂಥಿಗೆ ವ್ಯಾಪಾರದ ಬಗ್ಗೆ, ಗುಲ್ಕನ್ ಫ್ಯಾಕ್ಟರಿ ಬಗ್ಗೆ ಹೇಳತೊಡಗಿದರು. ತಾವು ಬೆಂಗಳೂರಿನ ಲಾರಿ ಆಫೀಸಿನಲ್ಲಿ ಹಾಕಿದ ಸರಕು ಹೇಗೆ ತುಮಕೂರಿಗೆ ಬರುತ್ತದೆ. ಅದು ಎಷ್ಟಿದ್ದರೂ ತಾನು ಹೇಗೆ ಅದನ್ನು ತನ್ನ 24 ಇಂಚಿನ ರ್‍ಯಾಲೀಸ್ ಸೈಕಲ್‌ನ ಮೇಲಿರಿಸಿ ತರುತ್ತೇನೆ. ಆಟೋಗೆ ಅಥವಾ ಕುದುರೆ ಗಾಡಿಗೆ ಚಾರ್ಜ್ ಕೊಡಬೇಕಾದ ಅವಶ್ಯಕತೆ ಇರದೆ ಹೇಗೆ ತನ್ನ ಸೈಕಲ್ ತನ್ನನ್ನು ಸಲಹುತ್ತದೆ. ಯಾಕೆ ಅದು ಒಂದು ದಿನವೂ ಪಂಚರ್ ಆಗುವುದಿಲ್ಲ. ಯಾಕೆ ಈಗ ಆ ಉನ್ನತ ಗುಣ ಮಟ್ಟದ ಸೈಕಲ್‌ಗಳೇ ಬರುವುದಿಲ್ಲ. ತನ್ನ ಸೈಕಲ್ ಡೈನಮೋ ಬೆಳಕು ಹೇಗೆ ಇವತ್ತಿನ ಹೊಸ ರೇಂಜರ್ ಅಥವಾ ಬೇರೆ ಸೈಕಲ್ ಗಳಿಗಿಂತ ಪ್ರಖರವಾಗಿದೆ, ಹೀಗೆಲ್ಲ ಹೇಳುತ್ತಾ ನನಗೆ ಅವರ ಸೈಕಲ್‌ನ ಮೇಲೆ ಏಕಕಾಲಕ್ಕೆ ಹೆಮ್ಮೆ, ಪ್ರೀತಿ, ಅಭಿಮಾನ, ಗರ್ವ, ಮೋಹ ಹುಟ್ಟಿಸಿ ಬಿಟ್ಟರು.

ಕಡೆಗೆ ನಾನು "ಅಪ್ಪಾಜಿ ಹಾಗಿದ್ದ ಮೇಲೆ ನಮ್ಮ ಸೈಕಲ್ ಸೂಪರ್" ಅಂದೆ.

ಅವರಿಗೆ ಭಯಂಕರ ಖುಷಿಯಾಗಿತ್ತು. ನಂತರ ಅವರೇ "ಇನ್ನು ಮೇಲೆ ಬಾಡಿಗೆ ಯಾಕೆ ಹೊಡೀತೀಯ? ನನ್ನ ಸೈಕಲ್‌ನಲ್ಲೇ ಅಭ್ಯಾಸ ಮಾಡು!" ಅಂದರು.

ನನಗೆ ಖುಷಿಯಾಯಿತಾದರೂ ಅಷ್ಟು ಎತ್ತರದ ಸೈಕಲ್ ಅನ್ನು, ಮೂರುವರೆ ಅಡಿಯವನಾದ ನಾನು ಹೇಗೆ ಪಳಗಿಸುವುದೆಂದು ಯೋಚಿಸುತ್ತಿದ್ದೆ.

ಅದನ್ನು ಅವರೊಡನೆ ಹಂಚಿಕೊಂಡರೆ ಆ ಅಪರೂಪದ ಸೈಕಲ್‌ನಲ್ಲಿ ಚಲಿಸುವ ಅವಕಾಶ ಕಳೆದುಹೋಗಬಹುದೆಂದು ಸುಮ್ಮನಿದ್ದೆ. ಆದರೂ ಮರುದಿನದಿಂದಲೇ 24 ಇಂಚಿನ ಆ ಸೈಕಲ್ ಅನ್ನು ಪಳಗಿಸಲು ಶುರುವಿಟ್ಟೆ. ಆದೋ ಹೆಣಭಾರ ಮತ್ತು ಎತ್ತರ.

ಬಿದ್ದಿದ್ದು, ಎದ್ದಿದ್ದು, ಮತ್ತೆ ಮತ್ತೆ ಬಿದ್ದಿದ್ದು ಲೆಕ್ಕವಿಲ್ಲ. ಕಡೆಗೆ ಹೇಗೋ ಮಾಡಿ ನಿಧಾನವಾಗಿ ಕತ್ತರಿಯಲ್ಲಿ ಬ್ಯಾಲೆನ್ಸ್ ಮಾಡುವುದನ್ನು ಕಲಿತೆ. ಭೇಷ್ ಅನ್ನಿಸಿತು. ಆದರೂ ಸ್ವಲ್ಪವಾದರೂ ಬೀಳುವ ಮುನ್ಸೂಚನೆ ಕಂಡೊಡನೆ ತಟ್ಟನೆ ಎಗರಿ ಇಳಿದು

ಬಿಡುತ್ತಿದ್ದೆ. ಹೀಗೇ ಒಂದು ವರ್ಷ ಕಳೆಯಿತು.

ಆರನೇ ಕ್ಲಾಸಿನಲ್ಲಿ ನಾಲ್ಕನೇ ರ್‍ಯಾಂಕ್ ಬಂದಿದ್ದರಿಂದ ಅಪ್ಪನಿಗೇನು ಅಷ್ಟು ಖುಷಿಯಾಗದಿದ್ದರೂ ಅಮ್ಮನ ಮಾತಿಗೆ ಕಟ್ಟುಬಿದ್ದು ಹೊಸದೊಂದು "ಹೀರೋ ರೇಂಜರ್" ಸೈಕಲ್ ಕೊಡಿಸಿದರು.

ನಾನು ಪೀಡಿಸಿ ಹ್ಯಾಂಡಲ್ಗೆ ಗ್ರಿಪ್ ಹಾಕಿಸಿಕೊಂಡೆ ಮತ್ತು ರೇಡಿಯಂ ಸ್ಟಿಕ್ಕರ್‌ನಲ್ಲಿ ನಾನೇ ನನ್ನ ಹೆಸರು ಕಟ್ ಮಾಡಿ ಅಂಟಿಸಿಕೊಂಡೆ. ನನ್ನ ಖುಷಿಗೆ ಪಾರವೇ ಇರಲಿಲ್ಲ. ಅಪ್ಪನ ಆಳೆತ್ತರದ, ಭಾರವಾದ ಸೈಕಲ್ನಲ್ಲಿ ಕಲಿತಿದ್ದರಿಂದ ನನ್ನ ಹೊಸ ಸೈಕಲ್ ತುಳಿಯುವುದು ಬಹಳ ಸುಲಭವಾಗಿತ್ತು.

ನಮ್ಮ ಮನೆಯ ಮುಂದೆ ಎರಡೂ ಸೈಕಲ್‌ಗಳನ್ನು ಪಕ್ಕ ಪಕ್ಕ ನಿಲ್ಲಿಸಿದಾಗ ಯಾಕೋ ಅಪ್ಪನ ಸೈಕಲ್ ಮಂಕು ಮಂಕಾಗಿ ಕಾಣುತ್ತಿತ್ತು. ಅಪ್ಪ ವರ್ಣಿಸಿದಾಗ ನನ್ನನ್ನು ಮಾಯಾಪ್ರಪಂಚಕ್ಕೆ ಕರೆದೊಯ್ದ ಸೈಕಲ್ ಇದೇನಾ ಎಂದು ಆಶ್ಚರ್ಯವಾಗುತ್ತಿತ್ತು.

ನಾನು ದಿನಾಲೂ ಸ್ಕೂಲಿಗೆ ಹೋಗುವ ಮುಂಚೆ ಅಪ್ಪ ನನ್ನ ಸೈಕಲ್ ಒರೆಸುತ್ತಿದ್ದರು. ನಾನೇ ಒರೆಸಿದ ದಿನವೂ ಸುಮ್ಮನಿರದೆ "ನೋಡು ಅಲ್ಲಿ ಸರಿಯಿಲ್ಲ, ಇಲ್ಲಿ ಒರೆಸಿಲ್ಲ, ಸೋಂಬೇರಿ ನೀನು" ಎನ್ನುತ್ತಾ ಮತ್ತೆ ಒರೆಸಿ ಕೊಡುತ್ತಿದ್ದರು.

ಬಹಳ ದಿನಗಳ ನಂತರ ತಿಳಿದದ್ದೇನೆಂದರೆ ಅಪ್ಪ ತಮ್ಮ ರ್‍ಯಾಲೀಸ್ ಸೈಕಲ್ ಅನ್ನು ನಮ್ಮ ಜಮೀನಿದ್ದ ದುರ್ಗದ ಹಳ್ಳಿಯ ವಿಲೇಜ್ ಛೇರ್ಮನ್‌ರಿಂದ 250 ರೂಪಾಯಿಗೆ ಖರೀದಿಸಿದ್ದಂತೆ. ನಾವಿದ್ದ ಮನೆಯ ಬಾಡಿಗೆ ಆಗ 200 ಇತ್ತು, ಇಂತಹ ಸಂದರ್ಭದಲ್ಲಿ ಅಪ್ಪ ನನಗೆ ಹದಿನೆಂಟು ನೂರು ರೂಪಾಯಿಯ "ಹೀರೋ ರೇಂಜರ್" ಸೈಕಲ್ ಕೊಡಿಸಿದ್ದರು.

ಈಗ ಇದೆಲ್ಲವನ್ನು ನೆನೆಸಿಕೊಂಡರೆ ಹಿಂದಿಯ ಒಂದು ಮಾತು ನೆನಪಾಗುತ್ತದೆ. "ಬಾಪ್ ಬಾಪ್ ಹೋತಾ ಹೈ, ಔರ್ ಬೇಟಾ ಬೇಟಾ ಹೋತಾ ಹೈ" – ಅಂದರೆ "ಯಾವತ್ತೂ ಅಪ್ಪ ಅಪ್ಪಾನೇ, ಮಗ ಮಗಾನೇ" ಎನ್ನುವುದು.

ಗುಲ್ಕನ್ ಸಿಹಿ ಮತ್ತು ಫ್ಯಾಕ್ಟರಿಯ ಕಹಿ!

ಅಪ್ಪನ ಬಗ್ಗೆ ಯಾವಾಗಲೂ ನನಗೆ ಅನ್ನಿಸೋದು 'ಭುಜಂಗಯ್ಯನದ್ದು ದಶಾವತಾರವಾದರೆ, ಅಪ್ಪನದ್ದು ಅಪರಾವತಾರ' ಎಂಬುದು. ಇದಕ್ಕೆ ಆತ ಮಾಡಿದ್ದ, ಮಾಡಬೇಕೆಂದುಕೊಂಡಿದ್ದ ಕಸುಬುಗಳೇ ಕಾರಣ. ಪಟಾಕಿಯಿಂದ ಸ್ಪಿರಿಟ್ಟು, ಗಿಡಮೂಲಿಕೆಯಿಂದ ಗಿರ್ಮಿಟ್ಟು (ಪುರಿ, ಮಂಡಕ್ಕಿ ಅಥವಾ ಚುರುಮುರಿ) – ಹೀಗೆ ಆತ ಮಾಡಿದ ಹಲವು ಬಿಸಿನೆಸ್‌ಗಳಲ್ಲಿ ಒಂದು ಕಾಲದಲ್ಲಿ ಬಹುಮುಖ್ಯವಾದುದೆಂದರೆ, ಅದು 'ಗುಲ್ಕನ್' ವ್ಯಾಪಾರ.

ನನಗೆ ನೆನಪಿರುವಂತೆ ನಾನು ಚಿಕ್ಕವನಾಗಿರುವಾಗ ನಮ್ಮ ಮನೆಯ ಅಡುಗೆ ಮನೆಯಲ್ಲಿ ನೆಲದ ಮೇಲಿದ್ದ ಒಳಕಲ್ಲಿನಲ್ಲಿ ಅಮ್ಮ ಗುಲಾಬಿ ದಳಗಳನ್ನು ಒಟ್ಟುಮಾಡಿ ಕುಟ್ಟುತ್ತಿದ್ದಳು. ಬಗೆಬಗೆಯ ಬಣ್ಣದ ಗುಲಾಬಿ ದಳಗಳು ಅದರದ್ದೇ ಆದ ಘಮಲು, ಕುಟ್ಟಿಸಿಕೊಂಡೊಡನೆ ಬಜ್ಜಿಯಾಗಿ ಮಂಕಾಗುತ್ತಿದ್ದವು. ಈ ರೀತಿ ಜಜ್ಜಿದ ಗುಲಾಬಿಯನ್ನು ಸಕ್ಕರೆ ಪಾಕದಲ್ಲಿ ಕುದಿಸಿ ಏಲಕ್ಕಿಯನ್ನು ಹಾಕಿ ತಣ್ಣಗೆ ಮಾಡಿ ಬಗೆಬಗೆಯ ಪಿಂಗಾಣಿಯ ಜಾಡಿಗಳಲ್ಲಿ ತುಂಬಿ ಮುಚ್ಚಿ, 'ಕತ್ತ' ಕಟ್ಟುತ್ತಿದ್ದರು. ಹೀಗೆ ತಿಂಗಳಾನುಗಟ್ಟಲೆ ಇಟ್ಟು ಕಾಪಾಡಿದ ಮೇಲೆ 'ಗುಲ್ಕನ್' ತಯಾರಾಗುತ್ತಿತ್ತು. ನಾವು ಬಳಸಿದ ಗುಲಾಬಿ ದಳಗಳ ಗುಣಮಟ್ಟದ ಮೇಲೆ, ಜಾಡಿಯಲ್ಲಿ ಅದು ಹುದುಗಿದ್ದ ತಿಂಗಳುಗಳ ಅಥವಾ ವರ್ಷಗಳ ಮೇಲೆ ಮತ್ತು ಗಿರಾಕಿಗಳ ನಿರೀಕ್ಷೆಗಳ ಮೇಲೆ ಅದರ ಬೆಲೆ ನಿರ್ಧಾರವಾಗುತ್ತಿತ್ತು.

ಅಪ್ಪ ಹೇಳುತ್ತಿದ್ದುದು ನನಗೆ ಈಗಲೂ ನೆನಪಿದೆ. "ನಮ್ಮಲ್ಲಿ 40 ರೂಪಾಯಿಗೆ ಕೆ.ಜಿ. ಯಿಂದ ಹಿಡಿದು 250 ರೂಪಾಯಿಗೆ ಕೆ.ಜಿ.ಯ ವರೆಗೆ ಗುಲ್ಕನ್ ಇದೆ. ದುಬಾರಿ ಗುಲ್ಕನ್‌ಗೆ ಗುಲಾಬಿ 'ಕಾಬೂಲ್' ನಿಂದ ಬರುತ್ತದೆ ಎನ್ನುತ್ತಿದ್ದರು!

ನನಗೋ ಕಾಬೂಲ್ ಎಲ್ಲಿದೆಯೆಂದೂ ತಿಳಿಯದ ವಯಸ್ಸು ಅದು. ಅಪ್ಪನನ್ನು ಕೇಳಿದಾಗ ಅದು ಅಫ್ಘಾನಿಸ್ತಾನದ ರಾಜಧಾನಿಯೆಂದೂ, ಅಲ್ಲಿ ಗುಲಾಬಿ ಗಿಡಗಳು

ಹೇರಳವಾಗಿವೆಯೆಂದೂ, ಅದಕ್ಕೆ ತುಂಬಾ ಬೇಡಿಕೆ ಇರುವುದಾಗಿಯೂ, ಅದಕ್ಕೆ ಅದನ್ನು ಮಧ್ಯಪ್ರಾಚ್ಯದಲ್ಲೆಲ್ಲಾ ಗುಲಾಬಿ ಸೆಂಟಿಗೆ ಬಳಸುತ್ತಾರೆಂದೂ ಏನೇನೋ ಹೇಳುತ್ತಿದ್ದರು.

ನನಗೆ ನೆನಪಿರುವ ಹಾಗೆ ನಾವು ಎರಡು ಬಗೆಯ ಗುಲಾಬಿಗಳನ್ನು, ಅಂದರೆ ಒಂದರ ದಳಗಳು ಹಾಗೂ ಮತ್ತೊಂದರ ಪುಡಿಯನ್ನು ಬಳಸುತ್ತಿದ್ದೆವು. ಒಂದನ್ನು ಅಪ್ಪ ಬೆಂಗಳೂರಿನಿಂದ ಖರೀದಿಸುತ್ತಿದ್ದ – ಒಣಗಿಸಿದ ಗುಲಾಬಿ ಮೂಟೆಗಳವು. ಇನ್ನೊಂದನ್ನು ನಮ್ಮೂರಿನ ಹೂವಾಡಿಗರು ಬಗೆ ಬಗೆಯ ಬಣ್ಣ ಬಣ್ಣದ ಗುಲಾಬಿಯ ದಳಗಳಿಂದ ಒಟ್ಟು ಮಾಡುತ್ತಿದ್ದರು.

ಮೊದಲನೆಯದ್ದು ಒಣಗಿಸಿದ್ದರಿಂದ, ಅದರ ವಾಸನೆಯಿಂದಲೇ ಹೂಗಳ ಗುಣಮಟ್ಟವನ್ನು ಅರಿಯಬೇಕಾಗಿತ್ತು. ಎರಡನೆಯದು ಗುಲಾಬಿ ಹಾರಗಳನ್ನು ಕಟ್ಟುವಾಗ ಉದುರಿಬಿದ್ದ ದಳಗಳನ್ನು ಸೇರಿಸಿ ಒಟ್ಟುಮಾಡಿದ್ದು. ಕೆಲವೊಮ್ಮೆ ಒಣಗಿದ ಕಾಬೂಲಿ ಗುಲಾಬಿಗೆ ಬೆಲೆ ಹೆಚ್ಚಿದ್ದರೆ ಕೆಲವು ಬಾರಿ ಹೂವಾಡಿಗರ ಗುಲಾಬಿಗೆ ಬೆಲೆ ಹೆಚ್ಚಿರುತ್ತಿತ್ತು. ಇದು ಸೀಸನ್‌ನಿಂದ ಸೀಸನ್‌ಗೆ ವ್ಯತ್ಯಾಸ ಆಗುತ್ತಿದ್ದು, ಬೆಲೆ ಹೆಚ್ಚಿದ್ದರೂ ಅಪ್ಪ ಹೂವಾಡಿಗರಿಂದ ಯಾವಾಗಲೂ ಕೊಳ್ಳುತ್ತಿದ್ದುದಕ್ಕೆ ಕಾರಣ ಅದು ತಾಜಾ ಆಗಿರುತ್ತಿತ್ತು. ಹಸಿ ಗುಲಾಬಿಯನ್ನು ಜಜ್ಜಿ ಬಳಸುತ್ತಿದ್ದೆವು. ಒಣಗಿದ್ದನ್ನು ಸ್ವಲ್ಪ ಹರಡಿಕೊಂಡು ಕಸಕಡ್ಡಿಗಳನ್ನು ತೆಗೆದುಹಾಕಿ ನೇರವಾಗಿ ಕುದಿಸುತ್ತಿದ್ದೆವು.

ಅಪ್ಪ ಎಂದಿಗೂ ಎರಡು ಬಗೆಯ ಗುಲಾಬಿಯನ್ನ ಒಂದು ಬಗೆಯ ಗುಲ್ಕನ್‌ಗೆ ಬಳಸಿದ್ದನ್ನು ನಾ ಕಾಣೆ. ಈ ಮೇಲಿನ ಆಧಾರದ ಮೇಲೆ ಮತ್ತು ಅದನ್ನು ಶೇಖರಿಸಿದ್ದ ತಿಂಗಳು–ವರ್ಷಗಳ ಆಧಾರದಮೇಲೆ ಅದರ ದರ ನಿಗದಿಪಡಿಸುತ್ತಿದ್ದರು. ಸಾಮಾನ್ಯವಾಗಿ ಬೀಡಾ ಸ್ಟಾಲುಗಳಿಗೆ ಹೋಗುತ್ತಿದ್ದ ಗುಲ್ಕನ್ನು ಅತ್ಯಂತ ಕಡಿಮೆ ಬೆಲೆಯದ್ದಾಗಿರುತ್ತಿತ್ತು. ಅಂಗಡಿಯ ಡಬ್ಬಿಗಳಲ್ಲಿ ತುಂಬಿ ಮಾರುತ್ತಿದ್ದುದು ಮತ್ತು ಮನೆಗಳಿಗೆ ಹೋಗುತ್ತಿದ್ದ ಮುಂಗಡ ಆರ್ಡರ್ ಗುಲ್ಕನ್ ದುಬಾರಿಯಾಗಿರುತ್ತಿತ್ತು. ಇವೆರಡರ ಮಧ್ಯದ್ದು ಬನ್ನು–ಬೆಣ್ಣೆ–ಗುಲ್ಕನ್‌ಗೆ ಹೋಗುತ್ತಿತ್ತು.

ಅಪ್ಪನಿಗೆ ಬಣ್ಣ–ಸುಗಂಧ ಮತ್ತು ಗುಣಮಟ್ಟಗಳ ಬಗ್ಗೆ ಗಾಢವಾದ ಅನುಭವವಿದ್ದದ್ದು ನನಗೆ ತಿಳಿದದ್ದು ತುಂಬಾ ತಡವಾಗಿ, ಅದೂ ನಾನು ನಮ್ಮ ಗ್ರಂಥಿಗೆ ಅಂಗಡಿಗೆ ಬೆಂಗಳೂರಿನಲ್ಲಿ ಸಾಮಾನು ಸರಂಜಾಮು ಖರೀದಿಸಲು ಶುರುಮಾಡಿದ ಮೇಲೆಯೇ. ಆಗೆಲ್ಲಾ (1995–2000ದಲ್ಲಿ) ಬೆಂಗಳೂರಿನ ಹಳೆ ತರಗುಪೇಟೆ, ಅವೆನ್ಯೂ ರಸ್ತೆಯ ಆಸುಪಾಸುಗಳಲ್ಲೇ (ಭಾಗಶಃ ಈಗಲೂ) ಸಗಟು ವ್ಯಾಪಾರಿಗಳಿದ್ದುದು, (ಷರಾಫ್ ಚನ್ನಬಸಪ್ಪ & ಸನ್ಸ್, ವಾಸವಿ ಟ್ರೇಡಿಂಗ್ ಕಂಪನಿ, ಸುಗಂಧಿ ಗ್ರಂಥಿಗೆ ಇತ್ಯಾದಿ.) ಈ ವ್ಯಾಪಾರ ಆನುವಂಶಿಕವೂ ಆಗಿತ್ತು. ಆ ಅಂಗಡಿಯ ಕೆಲವರಿಂದ ಅಪ್ಪನ ಕೌಶಲದ ಬಗ್ಗೆ ನನಗೆ ತಿಳಿದಾಗ ಎಷ್ಟು ಹೆಮ್ಮೆಯಾಯಿತೋ, ಅಷ್ಟೇ ಬೇಜಾರು ಅಪ್ಪ ಅನಿವಾರ್ಯ ಕಾರಣಗಳಿಂದ ತಮ್ಮ ಗುಲ್ಕನ್ ಫ್ಯಾಕ್ಟರಿಯನ್ನ ಮುಚ್ಚಬೇಕಾಗಿ ಬಂದ ಪರಿಸ್ಥಿತಿ ಕೇಳಿ ಆಯಿತು.

ಆಗ ನನಗೆ ನಮ್ಮದೂ ಒಂದು ಫ್ಯಾಕ್ಟರಿ ಇತ್ತು ಎಂಬ ವಿಚಾರವೇ ತಿಳಿದಿರಲಿಲ್ಲ! 10X15ರ ನಮ್ಮ ಪುಟ್ಟ ಅಂಗಡಿ ಎಲ್ಲಿ? ಗುಲ್ಕನ್ ಫ್ಯಾಕ್ಟರಿ ಎಲ್ಲಿ? ಈ ಬಗ್ಗೆ ಅಪ್ಪನನ್ನು ಕೇಳುವ ಮುಂಚೆ ಅವರು ಯಾವ ಕಾರಣಕ್ಕೆ ಇದನ್ನು ನನ್ನಿಂದ ಮುಚ್ಚಿಟ್ಟಿರಬಹುದು ಎಂಬುದರ ಬಗ್ಗೆ ಯೋಚಿಸಿದೆ. ನನಗೆ ಏನೂ ಹೊಳೆಯದ ಕಾರಣ ರಜೆಯಲ್ಲಿ ಮನೆಗೆ ತೆರಳಿದಾಗ ಮೊದಲು ಅಜ್ಜಿಯನ್ನು ಕೇಳಿದೆ. ಇದರಿಂದ ಕಸಿವಿಸಿಗೊಂಡ ಅಜ್ಜಿ ಕೈ ನೆಟಿಗೆ ಮುರಿದು ಯಾರನ್ನೋ ಶಪಿಸಿದಳು! ಅವಳಿಗೆ ಅದರ ಬಗ್ಗೆ ಹಂಚಿಕೊಳ್ಳುವ ಆಸೆ ಮತ್ತು ಆಸಕ್ತಿ ಇರಲಿಲ್ಲ. ಅಮ್ಮನನ್ನು ಕೇಳಿದೆ. ಆದರೆ ಈ ವಿಷಯ ಮದುವೆಯ ಮುಂಚಿನದ್ದಾದ್ದರಿಂದ ಅವಳಿಗೆ ಹೆಚ್ಚಾಗಿ ತಿಳಿದಿರಲಿಲ್ಲ. ನಾನಾದರೋ ಬಿಡದೆ ಮೂಡು ನೋಡಿ ಒಂದು ದಿನ ಅಪ್ಪನನ್ನು ಕೇಳಿಯೇ ಬಿಟ್ಟೆ.

ಅಪ್ಪ ಮಾತಿನ ಲಹರಿಯಲ್ಲಿದ್ದವರು ಒಮ್ಮೆಗೇ ದೀರ್ಘವಾಗಿ ಉಸಿರೆಳೆದುಕೊಂಡು ತಾನು ಸೌದೆ ಕಂಟ್ರಾಕ್ಟರ್ ಕೆಲಸ ಬಿಟ್ಟಮೇಲೆ ಆಯುರ್ವೇದ ಪದ್ಧತಿಯ ಬಗ್ಗೆ ಕಲಿಯುತ್ತಿದ್ದಾಗ ಜೊತೆಜೊತೆಗೆ ಗುಲ್ಕನ್ ಮಾಡುವುದನ್ನು ಕಲಿತಿದ್ದಾಗಿಯೂ ಆಗ ಕಾಬೂಲ್ ಮತ್ತು ಬೇರೆಡೆಯಿಂದ ಗುಲಾಬಿ ಪುಡಿಯನ್ನು ಖರೀದಿಸುತ್ತಾ ಆಗಾಗ ಪ್ರಯೋಗ ಮಾಡಿ 'ಗುಲ್ಕನ್' ತಯಾರಿಕೆಯ ಹದ ಮತ್ತು ಒಳಹುಗಳನ್ನು ತಿಳಿದುಕೊಂಡಿದ್ದು, ಬಣ್ಣ, ಮಾಗುವಿಕೆ, ಗುಲಾಬಿಯ ಜಾಡಿ ಇವೆಲ್ಲವೂ ಹೇಗೆ 'ಗುಲ್ಕನ್'ನ ಮೇಲೆ ಪರಿಣಾಮ ಬೀರುತ್ತದೆ ಎಂಬುದಾಗಿ ಅರಿತುಕೊಂಡಿದ್ದನ್ನೆಲ್ಲ ಬಿಡಿಯಾಗಿ ಹೇಳಿದರು. ನಾನು ಮೈಯೆಲ್ಲಾ ಕಿವಿಯಾಗಿದ್ದೆ.

ಅಪ್ಪ ಗುಲ್ಕನ್ ತಯಾರಿಸುವುದನ್ನು ಪ್ಯಾಶನ್ ಆಗಿ ತೆಗೆದುಕೊಂಡರು. ಮೂಲತಃ ಬೇಸಾಯದ ಹಿನ್ನೆಲೆ ಇದ್ದವರು ಗೊಬ್ಬರ, ಬೀಜ ಇಂತಹವುಗಳಲ್ಲಿ ಪ್ರಯೋಗ ಮಾಡಿದವರು, ಮಾಡಿದ್ದನ್ನು ನೋಡಿದವರು, ಸೌದೆ ಕಂಟ್ರಾಕ್ಟರ್ ಆದಮೇಲೆ ಏನು ತಾನೇ ಪ್ರಯೋಗ ಮಾಡಿಯಾರು.

ಅದಕ್ಕೋ ಏನೋ 'ಗುಲ್ಕನ್' ತಯಾರಿಕೆಯಲ್ಲಿ ತಮ್ಮನ್ನು ತಾವು ಪೂರ್ಣವಾಗಿ ತೊಡಗಿಸಿಕೊಂಡರು. ಶುರುವಿನಲ್ಲಿ ಹತ್ತಾರು ಕೆಜಿ ತಯಾರಿಸಿ ಮಾರಿ ಅನುಭವ ಪಡೆದು ಬಂದ ಪ್ರತಿಕ್ರಿಯೆಯನ್ನು ಜತನದಿಂದ ಪರಾಮರ್ಶಿಸಿ ಚಿಕ್ಕದಾದ ಫ್ಯಾಕ್ಟರಿ ಒಂದನ್ನ ಆರಂಭಿಸಿದರು.

ಇದಕ್ಕೆ ಆಗ, ಅಂದರೆ 1980 ರಲ್ಲಿ, ಅವರಲ್ಲಿದ್ದ 50–60 ಸಾವಿರ ರೂಪಾಯಿಗಳನ್ನು ಮೊದಲಿಗೆ ವ್ಯಯಿಸಿ ನಾಲ್ಕಾರು ಕೆಲಸಗಾರರನ್ನು ನೇಮಿಸಿಕೊಂಡರು. ಶುರುವಿನಲ್ಲಿ ಎಲ್ಲಾ ಚೆನ್ನಾಗಿಯೇ ನಡೆಯುತ್ತಿತ್ತು. ಆಗೆಲ್ಲ ಅಪ್ಪನೇ ತನ್ನ ಸೈಕಲ್ಲಿನ ಮೇಲೆ ಸುತ್ತಾಡಿ ಆರ್ಡರ್ ಪಡೆದು ಸರಬರಾಜು ಮಾಡಿ ಹಣವನ್ನೂ ಸ್ವತಃ ತಾವೇ ಪಡೆಯುತ್ತಿದ್ದರು. ಬರಬರುತ್ತಾ ತುಮಕೂರಿನ ಎಂ.ಜಿ ರೋಡಿನಲ್ಲಿ ಅಪ್ಪ ಗ್ರಂಥಿಗೆ ಅಂಗಡಿ ಆರಂಭಿಸಿದ ಮೇಲೆ ಎರಡು ದೋಣಿಯ ಪಯಣ ಆದ್ದರಿಂದ ಫ್ಯಾಕ್ಟರಿ ನೋಡಿಕೊಳ್ಳಲು ಒಬ್ಬರನ್ನು ನೇಮಿಸಿಕೊಂಡರು. ಹಾಗೆ ಬಂದವರು ಕೆಲವೇ ದಿನಗಳಲ್ಲಿ ಸಂಪೂರ್ಣ ಜವಾಬ್ದಾರಿ ಪಡೆದುಕೊಂಡರು, ತಪ್ಪಾದದ್ದು ಅಲ್ಲೇ.

ಅಪ್ಪ ಆತನಿಗೆ ಖರೀದಿ, ಸರಬರಾಜು, ವಸೂಲಿ ಎಲ್ಲ ಜವಾಬ್ದಾರಿ ವಹಿಸಿದ್ದರಿಂದ ಆತ ಬರಬರುತ್ತಾ ತೂಕಗಳಲ್ಲಿ ವ್ಯತ್ಯಾಸ ಮಾಡುವುದು, ಕಡಿಮೆ ಬೆಲೆಯ ಗುಲ್ಕನ್ ಅನ್ನು ಹೆಚ್ಚಿನ ಬೆಲೆಗೆ ಮಾರಾಟ ಮಾಡುವುದು, ಬೆರಕೆ ಮಾಡುವುದು, ಹೇಳದೆ ಕೇಳದೆ ಬೆಲೆ ಏರಿಸಿ ಮಿಕ್ಕ ಹಣವನ್ನು ನುಂಗಿಹಾಕುವುದು ಇದೆಲ್ಲ ಮಾಡತೊಡಗಿದರು. ಇದರ ಮಧ್ಯೆ ಕೆಲಸದವರನ್ನು ಆತ ಹಾಳುಮಾಡತೊಡಗಿದ್ದು, ಶುಚಿತ್ವದ ಬಗ್ಗೆ ಗಮನ ಕೊಡದೆ ಹಲವಾರು ಬ್ಯಾಚುಗಳನ್ನು ಹಾಳುಗೆಡವಿದ್ದು ಎಲ್ಲ ನಡೆಯಿತು. ಶುರುವಿನಲ್ಲಿ ಅಪ್ಪ ಹೊಸ ಜನ ಬಂದಾಗ ಇದೆಲ್ಲಾ ಸಾಮಾನ್ಯ ಎಂದುಕೊಂಡರಾದರೂ, ಇನ್ನೊಂದೆರಡು ಫ್ಯಾಕ್ಟರಿಗಳು ತಲೆಯೆತ್ತಿದ ಮೇಲೆ ಪೈಪೋಟಿ ಹೆಚ್ಚಾಗಿ ಲುಕ್ಸಾನಾಗತೊಡಗಿತು. ಇದು ಆರ್ಥಿಕ ಪರಿಸ್ಥಿತಿಯ ಮೇಲೆ ಭಾರಿ ಪರಿಣಾಮ ಬೀರಿತು. ಫ್ಯಾಕ್ಟರಿ ಚೆನ್ನಾಗಿ ನಡೆಯುತ್ತಿದೆಯೆಂದು ತಿಳಿದು ಇನ್ನಷ್ಟು ಬಂಡವಾಳವನ್ನು ಹಾಕಿದ ಅಪ್ಪ ಕೆಲಸದವರ ಮೋಸಕ್ಕೆ, ಅತಿ ಆಸೆಗೆ ಮತ್ತು ತನ್ನ ಪೆದ್ದುತನಕ್ಕೆ ಲಕ್ಷಾಂತರ ರೂಪಾಯಿ ಕಳೆದುಕೊಳ್ಳಬೇಕಾಯಿತು.

ಹೀಗೆ ಫ್ಯಾಕ್ಟರಿ ಮುಚ್ಚಿತು, ನಂತರ ಅಪ್ಪನ ಮದುವೆಯಾಯಿತು!

ಅಪ್ಪ ಇಷ್ಟೆಲ್ಲಾ ಆದರೂ ತನ್ನದೇ ಹೊಣೆ ಅಂದರು. ದೊಡ್ಡ ವ್ಯವಹಾರಕ್ಕೆ ಕೈ ಹಾಕಿದಾಗ ಎಡಗೈ –ಬಲಗೈ ನಂಬಬಾರದು. ಶೆಟ್ಟರುಗಳನ್ನ –ಮಾರ್ವಾಡಿಗಳನ್ನ ನೋಡಿ ನಾವು ಕಲೀಬೇಕು. ಒಬ್ಬರು ಎಲ್ಲವನ್ನೂ ಅಳೆದು ತೂಗಿ ವ್ಯವಹರಿಸಿದರೆ ಇನ್ನೊಬ್ಬರು ಅಂಗಡಿಯಿಂದ ಕದಲದೇ ಎಲ್ಲವನ್ನು ತಮ್ಮ ಹತೋಟಿಯಲ್ಲೇ ಇಟ್ಟುಕೊಳ್ಳೋದರಿಂದಲೇ ಲಕ್ಷ್ಮೀ ಅವರ ಮನೆಯಲ್ಲೇ ಇರುತ್ತಾಳೆ ಎಂಬುದು ಅವರ ಸಮಜಾಯಿಷಿ. ನಾನೋ, ನಮ್ಮ ಫ್ಯಾಕ್ಟರಿಯಾದ್ರು ಇದ್ದಿದ್ದರೆ ಶಾಲೆಯಲ್ಲಿ ನಿಮ್ಮ ಅಪ್ಪನ ಕೆಲಸ ಏನು ಎಂದು ಕೇಳಿದಾಗಲೆಲ್ಲ "ಫ್ಯಾಕ್ಟರಿ ಓನರ್" ಎನ್ನಬಹುದಿತ್ತಲ್ಲ ಎಂದು ಬೇಜಾರು ಮಾಡಿಕೊಂಡಿದ್ದೆ.

ಇದಾದ ಎಷ್ಟೋ ವರ್ಷಗಳ ನಂತರ ಒಂದು ಸಂಜೆ ನಮ್ಮ ಅಂಗಡಿಯಲ್ಲಿ (ಜ್ಯೂಸು ಸೆಂಟರ್) ತುಂಬಾ ಜನಸಂದಣಿಯಿದ್ದ ಹೊತ್ತು, ವ್ಯಕ್ತಿಯೊಬ್ಬ ಬಂದು ಮೂಲೆಯಲ್ಲಿ ನಿಂತಿದ್ದರು. ಎಲ್ಲ ಗಿರಾಕಿಗಳನ್ನು ಕ್ಷಣಮಾತ್ರದಲ್ಲಿ ವಿಚಾರಿಸುತ್ತಿದ್ದ ಅಪ್ಪ ಅವರ ಕಡೆ ಕಣ್ಣಾಡಿಸಲಿಲ್ಲವಾದ್ದರಿಂದ ಗಲ್ಲಾಪೆಟ್ಟಿಗೆಯ ಮೇಲಿದ್ದ ನಾನೇ "ಏನು ಬೇಕು ಇವ್ರೇ?" ಎಂದೆ. ಅದಕ್ಕೆ ಆತ ಮಾತನಾಡದೆ ಅಪ್ಪನ ಕಡೆಗೆ ಬೊಟ್ಟುಮಾಡಿದರು. ನಾನು ಅಪ್ಪನನ್ನ ಕರೆದೆ. ಅಪ್ಪ ಆತನನ್ನು 'ಏನಯ್ಯ ನಿಂದು' ಎಂದು ಕೇಳಿದರು. ಅವರ ಧ್ವನಿ ಸಂಪೂರ್ಣ ಬದಲಾಗಿತ್ತು.

ಆತ ಅದೇನೋ ಕಷ್ಟ ಹೇಳಿಕೊಂಡದ್ದನ್ನು ಕೇಳಿದ ಅಪ್ಪ ತಲೆಯಾಡಿಸಿ ಒಂದಷ್ಟು ಬುದ್ಧಿ ಹೇಳಿ ನನ್ನ ಕಡೆ ತಿರುಗಿ "ದರ್ಶನ ಐನೂರು ರೂಪಾಯಿ ಕೊಡೊ ಅವ್ನಿಗೆ" ಅಂದರು. ನಾನು ಕೊಟ್ಟ ನಂತರ ಅಮ್ಮನ ಕಡೆ ತಿರುಗಿ ಅವ್ನಿಗೆ ಒಂದು ಗಸ ಗಸೆ ಹಾಲು ಕೊಡಲು ಹೇಳಿದರು. ಆತ ಹಾಲು ಕುಡಿದು ಹೊರಟು ಹೋದ.

ಜನಸಂದಣಿ ಕಡಿಮೆಯಾದ ಮೇಲೆ ಅಮ್ಮ, ಆತ ಯಾರೆಂದು ಕೇಳಿದಳು. ಅಪ್ಪ ನಿರಾಳವಾಗಿ "ಒಂದು ಕಾಲದ ನಮ್ಮ ಗುಲ್ಕನ್ ಫ್ಯಾಕ್ಟರಿ ಮ್ಯಾನೇಜರ್" ಅಂದರು. ನನಗೆ ಮೈಯೆಲ್ಲಾ ಉರಿದು ಹೋಯಿತು. ನಮ್ಮ ದಿನದ ವ್ಯಾಪಾರವೇ ಹೆಚ್ಚೆಂದರೆ ಒಂದು ಸಾವಿರವಾಗುತ್ತಿತ್ತು, ಅದೂ ಬೇಸಿಗೆಯಲ್ಲಿ ಮಾತ್ರ! ಅದರಲ್ಲಿ ಅಪ್ಪ ಆ ಮನುಷ್ಯನಿಗೆ 500 ರೂ ಕೊಟ್ಟಿದ್ದರು.

ಅಮ್ಮ ರಾತ್ರಿ ಊಟ ಬಡಿಸುವಾಗಲೂ ಅಪ್ಪನ ಬಳಿ ಮಾತನಾಡಲಿಲ್ಲ. ಹೀಗೆ ಅತ್ಯಂತ ಸಿಹಿಯಾದ 'ಗುಲ್ಕನ್' ನಮ್ಮಗಳ ನಡುವೆ ಕಹಿಯನ್ನು ತಂದು ಹಾಕಿತ್ತು.

ತಂದೂರಿ ರೋಟಿ

ಅಪ್ಪ ತಿಂಡಿಪೋತ. ಊಟದ ಜೊತೆಗೆ ಯಾವಾಗಲೂ ಖಾರ, ಚೌ ಚೌ, ಬಜ್ಜಿ–ಬೋಂಡ ಏನಾದರೂ ಇರಲೇಬೇಕಿತ್ತು. ಅಂಗಡಿ ಇಂದ ಮನೆಗೆ ಬರುವುದು ರಾತ್ರಿ ಹನ್ನೊಂದಾದರೂ ಬರುವಾಗ ತೆರೆದಿರುತ್ತಿದ್ದ ಒಂದೋ ಎರಡೋ ಅಂಗಡಿಗಳಿಗೆ ಹೋಗಿ ಕನಿಷ್ಟ ಒಂದಷ್ಟು ಖಾರ ಮಿಕ್ಸ್‌ಚರ್ ತರುವುದನ್ನು ತಪ್ಪಿಸುತ್ತಿರಲಿಲ್ಲ.

ಊಟದ ನಂತರ ಮಜ್ಜಿಗೆ ಕುಡಿದು ಸ್ವಲ್ಪ ಹೊತ್ತು ಬಿಟ್ಟು ಉಗುರುಬೆಚ್ಚಗಿನ ಬಿಸಿ ನೀರನ್ನು ಕುಡಿದು ಮಲಗುತ್ತಿದ್ದರು. ಹಾಗೆಯೇ ಬೆಳಿಗ್ಗೆ ಎದ್ದ ಒಡನೆಯೇ ದೊಡ್ಡದೊಂದು ತಂಬಿಗೆ ನೀರನ್ನು ಗಟಗಟನೆ ಕುಡಿಯುತ್ತಿದ್ದರಿಂದ ಅಪ್ಪನಿಗೆ ಪಿತ್ತ ಅಷ್ಟಾಗಿ ಕಾಡುತ್ತಿರಲಿಲ್ಲ.

ಇದರ ಮಧ್ಯೆ ಯಾವಾಗಲಾದರೂ ಈ ಸಮಸ್ಯೆ ಬಂದಾಗ ತಾವೇ ಅಂಗಡಿಯಲ್ಲಿ ಮಾಡುತ್ತಿದ್ದ ಅಳಲೇಕಾಯಿ – ಜಾಕಾಯಿ – ನೆಲ್ಲಿಚೆಟ್ಟಿನ ಕಷಾಯವನ್ನು ಕುಡಿದು ಸರಿಮಾಡಿಕೊಳ್ಳುತ್ತಿದ್ದರು. ಒಮ್ಮೊಮ್ಮೆ ಆದಾಗದಿದ್ದಾಗ ಅಂದರೆ, ಪಿತ್ತ ತೀವ್ರವಾಗಿ, ಹುಳಿತೇಗು, ಗ್ಯಾಸು ಅಥವಾ ತಲೆನೋವು ಬಂದು ತಡೆಯಲು ಆಗದಾಗ ಒಂದು ತಂಬಿಗೆ ಬಿಸಿನೀರಿಗೆ ಉಪ್ಪನ್ನು ಹಾಕಿ ಕುಡಿದು ನಂತರ ಗಂಟಲಲ್ಲಿ ಬೆರಳಿಟ್ಟು ವಾಂತಿ ಮಾಡಿಕೊಂಡು ಪಿತ್ತವನ್ನು ತೆಗೆದುಕೊಳ್ಳುತ್ತಿದ್ದರು.

ಈ ಪ್ರಕ್ರಿಯೆ ನನಗೂ ಅಮ್ಮನಿಗೂ ತುಂಬಾ ವಿಚಿತ್ರವಾಗಿಯೂ ಮತ್ತು ಭಯಾನಕವಾಗಿಯೂ ಕಾಣುತ್ತಿತ್ತು. ನಾವು ಕೆಲವೊಮ್ಮೆ ಆಯುರ್ವೇದಿ ಅಪ್ಪನ ಒತ್ತಡಕ್ಕೆ ಮಣಿದು ಅಥವಾ ಕಟ್ಟುಬಿದ್ದು ಪ್ರಯತ್ನಿಸುತ್ತಿದ್ದೆವಾದರೂ ಕೈ, ಬಾಯಲ್ಲಿ ಹೋದೊಡನೆ 'ವಯಕ್' ಎಂದೆನಿಸಿ, ಎದೆ ಬಡಿತ ಜೋರಾಗಿ, ಹುಳಿತೇಗು ಬಂದು ಸಾಯುವಂತಾಗುತ್ತಿತ್ತು! ಅಲ್ಲಿಗೆ ನಾವು ಈ ದುಸ್ಸಾಹಸವನ್ನು ನಿಲ್ಲಿಸುತ್ತಿದ್ದೆವು.

ಇಷ್ಟೆಲ್ಲ ತೊಂದರೆ ಇದ್ದರೂ ಅಪ್ಪ ಎಣ್ಣೆ ಪದಾರ್ಥವನ್ನು ಕಡೆಯವರೆಗೂ ಬಿಟ್ಟಿರಲಿಲ್ಲ!

ಅಪ್ಪ ಎಣ್ಣೆ ಪದಾರ್ಥಕ್ಕೆ ಎಷ್ಟು ಮೋಹಿತರೋ ಅದಕ್ಕಿಂತಾ ಹೆಚ್ಚು ಸಿಹಿ ವ್ಯಾಮೋಹಿ. ತಮ್ಮ ನಲವತ್ತರ ಆಸುಪಾಸಿಗೆ ಸಕ್ಕರೆ ಕಾಯಿಲೆ ಇರುವುದು ಖಾತ್ರಿಯಾದರೂ ಸಿಹಿ ಪದಾರ್ಥಗಳನ್ನು ಬಿಡಲಿಲ್ಲ. ಬಿಡುವುದಿರಲಿ ಹದ್ದುಬಸ್ತಿನಲ್ಲೂ ಇಟ್ಟುಕೊಳ್ಳಲಿಲ್ಲ. ಯಾರಾದರೂ ಇದರ ಬಗ್ಗೆ ಸಲಹೆ ಕೇಳಿದರೆ (ಆಯುರ್ವೇದ ಗೊತ್ತಿದ್ದರಿಂದ) ಅವರಿಗೇ ತಿರುಗಿಸಿ "ನೋಡಿ ನನಗೇ ಹತ್ತು ವರ್ಷದಿಂದ ಆ ಕಾಯಿಲೆ ಇದೆ, ನಾನೇ ಆರಾಮಾಗಿ ತಿಂದುಂಡುಕೊಂಡು ಇಲ್ಲವೇ? ಇಷ್ಟ ಬಂದಷ್ಟು ತಿನ್ನಿ. ಮುಖ್ಯ ಮೈ ದಂಡಿಸಿ ಕೆಲಸ ಮಾಡಬೇಕಷ್ಟೆ. ಯಾವ ಕಾಯಿಲೆನೂ ಏನೂ ಮಾಡಲ್ಲ!" ಅನ್ನುತ್ತಿದ್ದರು.

ಅಮ್ಮನಿಗೆ ಅಪ್ಪ ಹೀಗೆ ಎಲ್ಲರಿಗೆ ಕೊಡುತ್ತಿದ್ದ ಸಲಹೆ ಒಂದು ಚೂರೂ ಹಿಡಿಸುತ್ತಿರಲಿಲ್ಲ.

"ನೀವು ಹಾಳಾಗೋದಲ್ದೆ ಪಾಪ ಜನಗಳನ್ನೂ ಹಾಳುಮಾಡ್ತೀರ. ಯಾವ ಸೀಮೆ ಆಯುರ್ವೇದ ಪಂಡಿತರು ನೀವು!" ಎಂದು ತರಾಟೆಗೆ ತೆಗೆದುಕೊಳ್ಳುತ್ತಿದ್ದಳು.

ಇಂತಿಪ್ಪ ಅಪ್ಪ, ಊಟ ತಿಂಡಿಯಲ್ಲೂ ಅಷ್ಟೇ ಉದಾಸೀನ. ಎಲ್ಲ ಅಂಗಡಿ ವ್ಯವಹಾರದವರ ಹಾಗೆಯೇ ಸಮಯಕ್ಕೆ ಸರಿಯಾಗಿ ತಿನ್ನುತ್ತಿರಲಿಲ್ಲ. ಇದೊಂದು ಬಿಟ್ಟರೆ ಊಟಕ್ಕೆ ಕುಂತಾಗ ನಿರುಮ್ಮಳವಾಗಿ ಹೊಟ್ಟೆ ತುಂಬಾ ತಿನ್ನುತ್ತಿದ್ದರು. ನಾನು ಚಿಕ್ಕಂದಿನಲ್ಲಿ ಅವರ ಪಕ್ಕ ಕುಂತು ಉಣ್ಣುವಾಗ ಒಮ್ಮೆ "ಏನಪ್ಪಾಜಿ ಒಳ್ಳೆ ರಾಕ್ಷಸನ ಥರ ತಿಂತೀಯ!" ಎಂದು ಅಮಾಯಕಾಶ್ಚರ್ಯದಿಂದ ಕೇಳಿದ್ದೆ. ಅದಕ್ಕೆ ಅಪ್ಪ

"ಕೆಲಸ ಮಾಡ್ತೀನಲ್ಲಪ್ಪ, ಹೊಟ್ಟೆ ಹಸೀತೈತೆ" ಅಂದು ನಕ್ಕರು.

ಅಜ್ಜಿ ನನ್ನನ್ನು ಕುರಿತು "ಊಟ ಮಾಡೋವ್ರನ್ನ ನೋಡಿ ಹಂಗೆಲ್ಲಾ ಹೇಳಬಾರದು ಕಣಪ್ಪ ರಾಜ" ಅಂದರೆ, ನನ್ನಮ್ಮ ನನ್ನ ಮೇಲೆ ಸಿಟ್ಟು ಮಾಡಿಕೊಂಡು ಉಗಿದು ಉಪ್ಪು ಹಾಕಿದಳು.

ಅಪ್ಪನ ಇನ್ನೊಂದು ಗುಣವೆಂದರೆ (policy) ಊಟದ ತಟ್ಟೆಯಲ್ಲಿ ಮತ್ತು ಹೊರಗೆ ಒಂದು ಅಗುಳೂ ಅನ್ನವನ್ನ ಬಿಟ್ಟಿರುತ್ತಿರಲಿಲ್ಲ ಮತ್ತು ನಮ್ಮಿಂದಲೂ ಅದನ್ನೇ ಬಯಸುತ್ತಿದ್ದರು.

ಇದೆಲ್ಲದಕ್ಕೂ ಇಂಬುಕೊಡುವಂಥ ಘಟನೆ ನನ್ನ ಕಾಲೇಜು ದಿನಗಳಲ್ಲಿ ನಡೆಯಿತು. ನನ್ನ ಎರಡನೆಯ ವರ್ಷದ ಕಾಲೇಜು ಮತ್ತು ಹಾಸ್ಟೆಲ್ ಫೀಸ್ ಕಟ್ಟಲು ಅಪ್ಪ ದುಡ್ಡು ಹೊಂದಿಸಿಕೊಂಡು ತುಮಕೂರಿನಿಂದ ಬೆಳಿಗ್ಗೆ ಬಿಟ್ಟು ಬೆಂಗಳೂರಿನ ನಮ್ಮ ಕಾಲೇಜಿಗೆ ಬಂದಿದ್ದರು. ಎಲ್ಲ ಕೆಲಸ ಮುಗಿಯುವುದು ಮಧ್ಯಾಹ್ನ ತಡವಾಗಿದ್ದರಿಂದ ಕಾಲೇಜ್ ಕ್ಯಾಂಟೀನು ಅಥವಾ ಹಾಸ್ಟೆಲ್ ಮೆಸ್ಸಿನಲ್ಲಿ ಊಟ ಸಿಕ್ಕುವ ಸಂಭವ ಸುತಾರಂ ಇರಲಿಲ್ಲ. ಹಾಗಾಗಿ ಅವರನ್ನು ಊಟಕ್ಕೆ ಕಾಲೇಜ್ ಹೊರಗಿನ, ಆಗತಾನೆ ಶುರುವಾಗಿದ್ದ 'ಉಡುಪಿ ಹೋಟೆಲ್ಲಿಗೆ' ಕರೆದುಕೊಂಡು ಹೋಗಬೇಕಾಯಿತು.

ಅಪ್ಪನಿಗೆ ಉಡುಪಿ ಹೋಟೆಲ್ಲುಗಳೆಂದರೆ ಎಲ್ಲಿಲ್ಲದ ಗೌರವ ಮತ್ತು ಅಭಿಮಾನ. ಏನು ತಿನ್ನೋದೆಂದು ಕೇಳಿದಾಗ ನಾನು "ಎರಡು ಮೀಲ್ಸ್ ಹೇಳೋಣ" ಅಂದೆ.

ಅಪ್ಪನಿಗೆ, ಸಾಮಾನ್ಯ ಸಂಜೆ ಐದೂವರೆಗೆ ಅಂಗಡಿಗೆ ಹೋಗುವ ಮುನ್ನ ಊಟ ಮಾಡಿ ರೂಢಿ ಇದ್ದುದರಿಂದ "ಲೈಟ್ ಆಗಿ ಏನಾದ್ರೂ ತಿನ್ನೋಣ" ಅಂದರು.

ನಾನು ಅಪ್ಪನ ಮುಖವನ್ನು ನೋಡಿ "ಇಡ್ಲಿ ವಡೆ?" ಅಂದೆ. ಆದ್ರೆ ಕ್ಯಾಶಿನ ಮೇಲಿದ್ದ ವ್ಯಕ್ತಿ "ವಡೆ ಬೆಳಿಗ್ಗೆ ಮಾಡಿದ್ದು ಸಾರ್" ಎಂದರು. "ಹಾಗಾದ್ರೆ ಮತ್ತೇನ್ ತಿನ್ನೋಣಪ್ಪ?" ಎಂದು ಅಪ್ಪ ಕೇಳುವುದನ್ನೇ ಕಾಯುತ್ತಾ ಇರುವಂತಿದ್ದ ನಾನು "ಎರಡು ಪ್ಲೇಟ್ ತಂದೂರಿ ರೋಟಿ ಕೊಡಿ" ಎಂದುಬಿಟ್ಟೆ. ಅಪ್ಪನೂ ಅದಕ್ಕೇ ಸಮ್ಮತಿ ಸೂಚಿಸಿದರು.

ನನಗೆ ಆಗೆಲ್ಲ ಉತ್ತರ ಭಾರತದ ಊಟದ ಬಗ್ಗೆ ತುಂಬಾ ವ್ಯಾಮೋಹ, ಅದರ ಭರಾಟೆಯಲ್ಲಿ ತಂದೂರಿ ರೋಟಿ ಹೇಳಿಬಿಟ್ಟಿದ್ದೆ. ನಮ್ಮ ಆರ್ಡರ್ ಬಂತು. ನನಗೆ ಎರಡು ರೋಟಿ ತಿನ್ನುವಷ್ಟರಲ್ಲಿ ಸಾಕುಸಾಕಾಗಿತ್ತು. ಆದರೆ ಯಾವತ್ತೂ ನನಗಿಂತಾ ತುಂಬಾ ಬೇಗ ತಿನ್ನುತ್ತಿದ್ದ ಅಪ್ಪ ಈಗ ಮಾತ್ರ ಒಂದೇ ರೊಟ್ಟಿ ತಿಂದಿದ್ದರು. ನಾನು "ಯಾಕಪ್ಪಾಜಿ ಹಿಡಿಸಲಿಲ್ವ?" ಎಂದು ಕೇಳಿದಾಗ ಸುಮ್ಮನೆ ತಲೆ ಅಲ್ಲಾಡಿಸಿದರೂ ನನಗೆ ಏನೂ ಅರ್ಥವಾಗಲಿಲ್ಲ. ಕಡೆಗೆ ಹಾಗೋ ಹೀಗೋ ಮಾಡಿ ತಿಂದು ಮುಗಿಸಿ, ನೀರು ಕುಡಿದು ಹೊರಬಂದಾಗ ಅವರ ಮುಖ ಬೆವರಿತ್ತು.

ನಾನು ಸುಮ್ಮನಿರದೆ "ಏನು ಬಹಳ ನಿಧಾನವಾಗಿ ತಿಂದಿರಲ್ಲ?" ಎಂದು ರಾಗವಾಗಿ ಕೇಳಿದ ತಕ್ಷಣ, ರಪ್ಪನೆ ತಲೆಗೊಂದು ಕೊಟ್ಟು "ನನ್ನ ಮಗನೆ, ಇನ್ನೂ ಮೂರ್ನಾಲ್ಕು ದಿನ ಆಯ್ತು ಹಲ್ಲು ಕಟ್ಟಿಸಿಕೊಂಡು, ಇದ್ಯಾವ್ದೋ ರಬ್ಬರ್‌ನಂಥ ರೊಟ್ಟಿ ಕೊಡಿಸಿದ್ದೀಯ! ಹಲ್ಲು ಇನ್ನೂ ಸರಿಯಾಗಿ ಸೆಟ್ಟೇ ಆಗಿಲ್ಲ ಈಕಡೆ ಎಳೆದ್ರೆ ಆಕಡೆ ಹೋಗುತ್ತೆ ಆಕಡೆ ಎಳೆದ್ರೆ ಈ ಕಡೆ ಹೋಗುತ್ತೆ! ಎಲ್ಲಿ ಹಲ್ಲು ಸೆಟ್ ನುಂಗಿ ಬಿಡ್ತೀನೋ ಅನ್ನೋ ಭಯದಲ್ಲೇ ಪೂರಾ ತಿಂದಿದ್ದೀನಿ ಬದ್ಮಾಶ್ ನನ್ ಮಗನೆ" ಅಂದಾಗಲೇ ನನಗೆ ಅಪ್ಪನ ಪರಿಸ್ಥಿತಿ ಅರ್ಥವಾದದ್ದು.

ನನಗೋ ಅಪ್ಪ ಹಲ್ಲು ಕಟ್ಟಿಸಿಕೊಂಡದ್ದು ಗೊತ್ತಿದ್ದರೂ ತಂದೂರಿ ರೋಟಿಯಿಂದ ಇಷ್ಟೆಲ್ಲಾ ಆಗಬಹುದೆಂಬ ಪರಿವೆಯೂ ಇರಲಿಲ್ಲ. ನಾನು "ಅಲ್ಲಪ್ಪ ತಿನ್ನೋಕಾಗದೆ ಇರೋವಾಗ ಅದನ್ನು ಬಿಟ್ಟು ಬೇರೇನಾದರೂ ಹೇಳಬಹುದಿತ್ತಲ್ಲ? ಯಾಕೆ ಇಷ್ಟೆಲ್ಲಾ ಸರ್ಕಸ್ಸು ಮಾಡಬೇಕು?" ಅಂದಿದ್ದಕ್ಕೆ ಅಪ್ಪ ತಿರುಗಿಸಿ "ನೀನ್ ಹೆಂಗ್ ಬೇಕಾದ್ರೂ ಮಾಡ್ಕಳಪ್ಪ ನಾನು ಅನ್ನ ಬಿಡಲ್ಲ ಅಷ್ಟೇ" ಅಂದು ಹೊರಟರು!

ಆಡು ಮುಟ್ಟದ ಸೊಪ್ಪಿಲ್ಲ

"ಹನಿ ಹನಿ ಕೂಡಿದರೆ ಹಳ್ಳ, ತೆನೆ ತೆನೆ ಕೂಡಿದರೆ ಬಳ್ಳ" ಎನ್ನುತ್ತದೆ ನಾಣ್ಣುಡಿ. ಆದರೆ ಹನಿಗಳು ಕೂಡುತ್ತಿದ್ದರೂ ಅದು ಹಳ್ಳವಾಗುವವರೆಗೆ ತಾಳ್ಮೆ ಇರಬೇಕಲ್ಲ? ಹಾಗೆಯೇ ಹನಿಗಳಾದರೋ ಅಥವಾ ತೆನೆಯಾದರೋ ಅವಾಗಿಯೇ ಬಂದು ಬೀಳುವುದಿಲ್ಲವಲ್ಲ. ಅದಕ್ಕಾಗಿ ಕಷ್ಟ ಪಟ್ಟು ದುಡಿಯಬೇಕು. ಇದನ್ನು ಏಕೆ ಹೇಳಿದೆನೆಂದರೆ ಅಪ್ಪನಿಗೆ ಅಂತಹ ತಾಳ್ಮೆ, ಛಾತಿ ಮತ್ತು ಹಟ ಇತ್ತು. 15x10 ರ ಅಂಗಡಿಯಲ್ಲಿ ಏನೆಲ್ಲಾ ವ್ಯಾಪಾರ ಮಾಡುತ್ತಿದ್ದರೆಂದು ನೆನಪಿಸಿಕೊಂಡರೇ ಆಶ್ಚರ್ಯವಾಗುತ್ತದೆ.

ಅಪ್ಪ ಶುರುವಿನಲ್ಲಿ ಇಟ್ಟಿದ್ದು ಬೆಣ್ಣೆ ಗುಲ್ಕನ್, ಬ್ರೆಡ್ಡು ಜಾಮ್‌ನ ಅಂಗಡಿ. ಅದು ತುಮಕೂರಿನ MG ರಸ್ತೆಯಲ್ಲಿ. ಆಮೇಲೆ ಅದರ ಜೊತೆಗೆ ಚುರುಮುರಿ, ಖಾರ ಮಿಕ್ಸ್‌ಚರ್ ಇತ್ಯಾದಿ. ಇದರಿಂದ ಅಷ್ಟೇನು ಲಾಭ ಬಾರದಿದ್ದ ಕಾರಣ ನಂತರದ ದಿನಗಳಲ್ಲಿ ಗಸಗಸೆ ಮತ್ತು ಬಾದಾಮಿ ಹಾಲನ್ನು ಜೊತೆಗೆ ಮಾಡಲು ಶುರುವಿಟ್ಟರು. ವ್ಯಾಪಾರ ನಿಧಾನವಾಗಿ ವೃದ್ಧಿಸಲಾರಂಭಿಸಿದಾಗ ಇದ್ದ 10x5 ರ ಅಂಗಡಿ ಸಾಲಲಿಲ್ಲ.

ನಂತರ ವಿವೇಕಾನಂದ ರಸ್ತೆಯಲ್ಲಿ 15x10 ಅಂಗಡಿಯೊಂದನ್ನು ಬಾಡಿಗೆಗೆ ವಿಚಾರಿಸಿದರು. ಆದರೆ ಮುಂಗಡ ಹಣ ಹತ್ತು ಸಾವಿರವಾಗಿದ್ದರಿಂದ (1990) ಅದರ ಆಸೆ ಬಿಟ್ಟುಬಿಟ್ಟರು. ಆದರೆ ಅಂಗಡಿ ಮಾಲೀಕರಾದ ಲಿಂಗಣ್ಣನವರಿಗೆ ಏನನ್ನಿಸಿತೋ ಏನೋ, ಅಪ್ಪನನ್ನು ಚಿಕ್ಕಂದಿನಿಂದ ನೋಡಿದ್ದ ಅವರು ಅಪ್ಪನನ್ನು ಪುನಃ ಕರೆದು "ಅಂಗಡಿ ಮಾಡಿಕೊಂಡು ಹೋಗು. ಅಡ್ವಾನ್ಸ್ ಆಮೇಲೆ ಕೊಡುವಿಯಂತೆ. ಆದರೆ ಬಾಡಿಗೆ ಸರಿಯಾಗಿ ಕೊಡಬೇಕು ನೋಡು" ಅಂದರಂತೆ. ಅಪ್ಪ ಅವರಿಗೆ ವಂದಿಸಿ ಅಲ್ಲಿಯೇ ಅಂಗಡಿ ಶುರುಮಾಡಿದರು. ಮೊದಲ ಅಂಗಡಿಗಿಂತ ಇದು ದೊಡ್ಡದಾದ್ದರಿಂದ, ಇಲ್ಲಿ ತಮಗೆ ಚೆನ್ನಾಗಿ ತಿಳಿದಿದ್ದ ಗ್ರಂಥಿಗೆ ವ್ಯಾಪಾರವನ್ನೂ ಅದರ ಜೊತೆಗೆ ಡ್ರೈ ಫ್ರೂಟ್ಸ್, ಗಿಡಮೂಲಿಕೆಗಳು, ಪೂಜಾ ಸಾಮಗ್ರಿ ಇತ್ಯಾದಿಗಳನ್ನೂ ತುಂಬಿದರು.

ಅಂಗಡಿಗೆ ಬೇಕಾದ ಫರ್ನಿಚರ್‌ಗಳನ್ನ ಅವರ ಗೆಳೆಯರೊಬ್ಬರಿಂದ ಅರ್ಧ ಬೆಲೆಗೆ ಕೊಂಡರು.

ಹೇಗೂ ನಮ್ಮ ತಿಂಡಿ ತಿನಿಸಿನ ಅಂಗಡಿ ಸಂಜೆಯ ಮೇಲೆ ನಡೆಯುತ್ತಿದ್ದರಿಂದ ಬೆಳಿಗ್ಗೆ ಗ್ರಂಥಿಗೆ ವ್ಯಾಪಾರ ನಡೆಸುತ್ತಿದ್ದರು. ನಿಜ ಹೇಳಬೇಕೆಂದರೆ ಅರ್ಧದಷ್ಟು ಪದಾರ್ಥಗಳು ಅದರಲ್ಲೂ ತಿಂಡಿ ತಿನಿಸುಗಳು ಇಲಿ ಮತ್ತು ಇತರೆ ಕೀಟಗಳ ಉಪದ್ರದಿಂದ ಹಾಳಾಗುತ್ತಿತ್ತು. ಈಗಿನ ಹಾಗೆ ಆಗ ಏರ್ ಟೈಟ್ ಬಾಕ್ಸ್‌ಗಳು ಸಿಗುವ ಹಾಗೆ ಇದ್ದಿದ್ದರೆ... ಎಂದು ಅಮ್ಮ ಅದೆಷ್ಟು ಬಾರಿ ಹೇಳಿರುವಳೋ ಲೆಕ್ಕವಿಲ್ಲ.

ಆಗೆಲ್ಲಾ ಜಾಡಿಗಳು, ದೊಡ್ಡ ಗಾಜಿನ ಬಾಟಲಿಗಳು, ಅಲ್ಯೂಮಿನಿಯಂ ಟಿನ್‌ಗಳು, ಗೋಣಿ ಚೀಲಗಳು ಇವುಗಳಲ್ಲಿಯೇ ಪದಾರ್ಥಗಳನ್ನು ಇಡುತ್ತಿದ್ದೆವು. ಗಿರಾಕಿಗಳ ಕಣ್ಣಿಗೆ ಕಾಣುವಂತಿರಬೇಕಲ್ಲವೆ?

ಇದರ ಮಧ್ಯೆ ಅಂಗಡಿ ಬಂಡವಾಳಕ್ಕೆ ಇನ್ನಷ್ಟು ಹಣ ಬೇಕಿದ್ದರಿಂದ ಅಪ್ಪ ಸ್ಥಳೀಯ ಬ್ಯಾಂಕ್ ಒಂದರಲ್ಲಿ ಲೋನಿಗೆ ಅರ್ಜಿ ಹಾಕಿದರು. 20 ಸಾವಿರ ಹಣ ಮಂಜೂರಾಗಿತ್ತಾದರೂ ಬ್ಯಾಂಕಿನವರು ಶೂರಿಟಿಗೆ ಯಾವುದಾದರೂ ಆಸ್ತಿ ಪತ್ರ ಇಡಬೇಕೆಂದು, ಇಲ್ಲವಾದರೆ ಯಾರಿಂದಲಾದರೂ ಶೂರಿಟಿ ಕೊಡಿಸಬೇಕೆಂದು ಕೇಳಿದರು. ಅಪ್ಪನಿಗೆ ಈ ಎರಡೂ ಅನುಕೂಲಗಳಿಲ್ಲದ್ದರಿಂದ ಸುಮ್ಮನಾದರು.

ಈ ವಿಷಯವನ್ನು ಹೇಗೋ ತಿಳಿದ ಅಂಗಡಿಯ ಮಾಲಿಕರಾದ ಕಾರ್ ಲಿಂಗಣ್ಣನವರು ಅಪ್ಪನ ಹತ್ತಿರ ಈ ವಿಚಾರವಾಗಿ ಕೇಳಿದಾಗ ಅಪ್ಪ ಬೇಸರದಿಂದ "ಹೌದು ಸ್ವಾಮಿ, ನಾನೂ ಒಂದಿಬ್ಬರ ಬಳಿ ಶೂರಿಟಿ ಕೇಳಿದೆ ಯಾರೂ ಕೊಡಲಿಲ್ಲ ಸುಮ್ಮನಾದೆ" ಎಂದಾಗ, "ಹೌದೋ? ಹಾಗಾದರೆ ಅರ್ಜಿ ತಾ" ಎಂದರು.

ಅಪ್ಪ ಆಶ್ಚರ್ಯದಿಂದ ಅರ್ಜಿಯನ್ನು ಅವರ ಕೈಲಿಟ್ಟಾಗ ಅವರೇ ಸಹಿ ಹಾಕಿ ಬಿಟ್ಟರು!

ಅಂದಿನಿಂದ ನಾವು ಅವರನ್ನು ಎಲ್ಲರು ಕರೆಯುವಂತೆ ಕಾರ್ ಲಿಂಗಣ್ಣನವರು ಎನ್ನದೆ 'ಯಜಮಾನ್ರು' ಅನ್ನತೊಡಗಿದೆವು. ಈ ಪದ್ಧತಿ ಇವತ್ತಿಗೂ ಮುಂದುವರೆದಿದೆ.

ಬ್ಯಾಂಕ್ ಲೋನ್ ಪಡೆದು ಅಪ್ಪ ನಂತರ ಶುರುಮಾಡಿದ್ದು ಅಯ್ಯಪ್ಪಸ್ವಾಮಿ ಇರುಮುಡಿ ಸಾಮಾನು ವ್ಯಾಪಾರ. ಇದು ಭಾಗಶಃ ಸೀಸನಲ್ ಆಗಿರುವ ವ್ಯಾಪಾರ. ಒಂದು ವಿಶು ಪೂಜೆಯ ಹೊತ್ತಿಗೆ ಅಂದರೆ ಏಪ್ರಿಲ್‌ನ ದಿನಗಳಲ್ಲಿ, ಮತ್ತೊಂದು ಮಂಡಲ ಪೂಜೆ ಅಂದರೆ, ನವೆಂಬರ್‌ನಲ್ಲಿ ಶುರುವಿಟ್ಟು ಮಕರಜ್ಯೋತಿಯವರೆಗೆ ಇರುತ್ತದೆ. ಈ ವ್ಯಾಪಾರ ಹೆಚ್ಚು ಶ್ರಮವನ್ನು ಬೇಡುತ್ತಿತ್ತು. ಇರುಮುಡಿ ಸಾಮಾನಿಗೆ ಬೇಕಾದ ಬತ್ತದ ಅವುಲು, ಪನ್ನೀರು, ಇರುಮುಡಿ ಬ್ಯಾಗು, ತುಪ್ಪದ ಕಾಯಿ ಮತ್ತು ಅದಕ್ಕೆ ತುಪ್ಪ ತುಂಬಿಸಿ ಮುಚ್ಚಲು ಬೇಕಾದ ಜೇನುಮೇಣ – ಕಾರ್ಕು, ಊದುಬತ್ತಿ, ವಾವರ ಸ್ವಾಮಿಗೆ ಚುಟ್ಟ, ಭಸ್ಮ, ಕರ್ಪೂರ ಎಲ್ಲವನ್ನು ನಾವೇ ತಂದು ರೆಡಿ ಮಾಡುತ್ತಿದ್ದೆವು. ಕೆಲವಷ್ಟು ವರ್ಷಗಳು ವ್ಯಾಪಾರ ಚೆನ್ನಾಗಿಯೇ ನಡೆದರೂ, ನಮ್ಮಲ್ಲಿಯೇ ಕೊಳ್ಳುತ್ತಿದ್ದ ದೇವಸ್ಥಾನದವರು, ಗುರುಸ್ವಾಮಿಗಳು ನಂತರ ತಾವೇ

ಇವೆಲ್ಲದರ ಉದ್ಯಮವನ್ನೇ ಶುರು ಮಾಡಿದ ಮೇಲೆ ನಮಗೆ ಹೆಚ್ಚು ಗಿಟ್ಟುತ್ತಿರಲಿಲ್ಲ. ಆಗ ಅಪ್ಪ ಈ ವ್ಯಾಪಾರವನ್ನು ಕೊಂಚ ಕಡಿಮೆ ಮಾಡಿಕೊಂಡು ಸಂಜೆಯ ತಿಂಡಿ ತಿನಿಸಿನ ವ್ಯಾಪಾರವನ್ನು ಹೆಚ್ಚು ಮಾಡಿಕೊಳ್ಳುವ ಉದ್ದೇಶದಿಂದ ಹಲವಾರು ವಿಶೇಷ ರೀತಿಯ ಜ್ಯೂಸುಗಳನ್ನು (ಗುಲಾಬಿ, ತುಳಸಿ, ಸಬ್ಜ, ಲಾವಂಚ, ಸೊಗದೆಬೇರು ಅಥವಾ ನನ್ನಾರಿ), ಕಷಾಯಗಳನ್ನು (ಅಳಲೆಕಾಯಿ, ಜಾಕಾಯಿ, ನೆಲ್ಲಿಚೆಟ್ಟು) ಮುರಬ್ಬಗಳನ್ನು (ಬೆಟ್ಟದ ನೆಲ್ಲಿಕಾಯಿ, ಶುಂಠಿ ಇತ್ಯಾದಿ) ಅದರ ಜೊತೆಗೆ ಕೊಬ್ಬರಿಯ ವಾಟರ್ ಜ್ಯಾಮ್, ಫ್ರೂಟ್ ಸಲಾಡು ಇತ್ಯಾದಿಗಳನ್ನು ಶುರುಮಾಡಿದರು.

ಸಾಮಾನ್ಯವಾಗಿ ತಿಂಡಿ ತಿನಿಸು ಬೇಕೆಂದರೆ ಹೋಟೇಲುಗಳಲ್ಲಿ ಪಾನಿಪೂರಿ, ಚುರುಮುರಿ, ಬೋಂಡಾ, ಬಜ್ಜಿ, ಬೇಕರಿಗಳಲ್ಲಿ ಸಮೋಸ, ಕಚೋರಿ, ಖಾರ, ಸಿಹಿತಿನಿಸುಗಳು ಸಿಗುವುದು ಎನ್ನುವ ಸಮಯದಲ್ಲಿ ನಮ್ಮಪ್ಪನ ಅಂಗಡಿ ತುಂಬಾ ವಿಶೇಷವಾಗಿತ್ತು. ಅಪ್ಪ ಅಂಗಡಿಗೆ ಬಂದವರಿಗೆ ವ್ಯಾಪಾರದ ಜೊತೆಗೆ ಉಚಿತವಾಗಿ ಆಯುರ್ವೇದದ ಮಹತ್ವ, ಮನೆಮದ್ದು ಹೇಳುತ್ತಿದ್ದುದರಿಂದ ನಿಧಾನವಾಗಿ ಜನಸಂದಣಿ ಹೆಚ್ಚಾಗತೊಡಗಿತು. ಅಪ್ಪ- ಅಮ್ಮ ಮತ್ತು ಆಗಾಗ ನಾನು ಮತ್ತು ಇನ್ನಿಬ್ಬರು ಸಹಾಯಕರು ನೋಡಿಕೊಂಡರೂ ಸಾಕಾಗದ ಹಾಗೆ ಸಂಜೆ ಹೊತ್ತು ಜನ ಇರುತ್ತಿತ್ತು. ಪಾರ್ಕಿಂಗ್ ರಸ್ತೆಯ ಬದಿಯೇ ಇದ್ದುದರಿಂದ ಪೋಲೀಸರು ಆಗಾಗ ತಕರಾರು ಮಾಡಿ ತಾವೂ ತಿಂದು ಮನೆಗೂ ಕಟ್ಟಿಸಿಕೊಂಡು ಹಣ ಕೊಡದೆ ಹೋಗುತ್ತಿದ್ದದ್ದು ರೂಢಿಯಾಗಿತ್ತು.

ಇದು ಅತಿಯಾದಾಗಲೊಮ್ಮೆ ಅಪ್ಪ ಜನರ ಮುಂದೆ ಪೋಲೀಸರೊಬ್ಬರ ಕುರಿತು ಗೋಳಾಡಿದಾಗ ಆತ ಅದನ್ನೇ ಮನಸಿನಲ್ಲಿಟ್ಟುಕೊಂಡು ಅತೀ ಜನಸಂದಣಿ ಇದ್ದಾಗೊಮ್ಮೆ ಪಾರ್ಕಿಂಗ್ ಎಲ್ಲಾ ರಸ್ತೆಯ ಮೇಲೆಯೇ ಇದೆಯೆಂದು ಇನ್ಸ್‌ಪೆಕ್ಟರ್ ಒಬ್ಬರನ್ನು ಕರೆದುಕೊಂಡು ಬಂದು ಅಂಗಡಿಯನ್ನೇ ಮುಚ್ಚಿ ಹಾಕಿಸಿದ್ದ. ಅದಾದ ನಂತರದ ದಿನಗಳಲ್ಲಿ ಅಪ್ಪ ಯಾವ ಪೋಲೀಸಿನವರಿಂದಲೂ ದುಡ್ಡು ನಿರೀಕ್ಷಿಸಲಿಲ್ಲ. ಅವರು ತಾವಾಗಿಯೇ ಕೊಟ್ಟದ್ದು ಕಡಿಮೆಯೇ.

ನಾನು ಇಷ್ಟೊಂದು ವ್ಯಾಪಾರ ವಹಿವಾಟೆಲ್ಲ ನೋಡಿ ಬೆಳೆಯುತ್ತಾ, ನಾವ್ಯಾಕೆ ಶ್ರೀಮಂತರಾಗದೆ ಇನ್ನೂ ಬಾಡಿಗೆ ಮನೆಯಲ್ಲಿಯೇ ಇದ್ದೀವಲ್ಲ ಎಂದು ಅಪ್ಪ-ಅಮ್ಮನನ್ನು ಒಮ್ಮೆ ಕೇಳಿದೆ. ಆಗ ಅಪ್ಪ ಮಳೆ ಬಂದಾಗ, ಕ್ರಿಕೆಟ್ ಮ್ಯಾಚಿದ್ದಾಗ, TV ಯಲ್ಲಿ ಒಳ್ಳೆಯ ಸಿನೆಮಾ ಬಂದಾಗ, ಮಿಂಚು ಗುಡುಗು ಬಂದಾಗ ಜನ ಹೊರಬಾರದೇ ನಮ್ಮಲ್ಲಿ ಉಳಿದುಬಿಡುತ್ತಿದ್ದ ಗಸಗಸೆ ಹಾಲು, ಫ್ರೂಟ್ ಸಲಾಡು, ಕೆಲ ಬಗೆಯ ಜ್ಯೂಸುಗಳು, ಖಾರಕ್ಕೆ ಹೆಚ್ಚಿದ್ದ ಈರುಳ್ಳಿ, ಟೊಮ್ಯಾಟೊ, ಕ್ಯಾರೆಟ್ಟುಗಳನ್ನು ಚೆಲ್ಲಬೇಕಾದ ಪರಿಸ್ಥಿತಿಯ ಬಗ್ಗೆ ಮನದಟ್ಟು ಮಾಡಿದರು. ಅದರ ಬೆನ್ನಲ್ಲೇ ಕಾಸು ಕೊಡದ ಕೆಲ ಗಿರಾಕಿಗಳು, ಕತ್ತಲಲ್ಲಿ ಅತ್ತಲೇ ಜಾರಿಬಿಡುವ ಕೆಲವರು, ರಶ್‌ನಲ್ಲಿ ನಾಲ್ಕು ತಿಂದು ಎರಡೆನ್ನುವವರು, ಬಿಟ್ಟಿ ತಿನ್ನುವ ಪೋಲೀಸ್‌ನವರು, ಕೊಡದ ನೋಟಿಗೆ ಚಿಲ್ಲರೆ ಕೊಡಿ ಎನ್ನುವವರು, ಐವತ್ತು ಕೊಟ್ಟು 'ನೂರು ಕೊಟ್ಟೆ ಚಿಲ್ಲರೆ

ಕೊಡಿ' ಎಂದು ಚಮಕಾಯಿಸುವ ಮಹಾಮಹಿಮರ ಬಗ್ಗೆ ಹೇಳಿದಾಗ ನನಗೆ ತೀವ್ರ ಸಿಟ್ಟು ಮತ್ತು ಅಸಹನೆಯಾಗುತ್ತಿತ್ತು.

ಅಪ್ಪ ಆಗೆಲ್ಲ ಹೇಳುತ್ತಿದ್ದದ್ದು ಈಗಲೂ ನೆನಪಿದೆ "ನೋಡು ಇದಕ್ಕೇ ನಾನು ನಿಮ್ಮ ಅಮ್ಮ ಇಷ್ಟೆಲ್ಲಾ ಒದ್ದಾಡೋದು, ಒಂದೊಂದು ಹೊಸ ಐಟಂನಲ್ಲೂ ನೂರು ರೂಪಾಯಿ ಬಂದರೆ ಬರ್ಲಿ ಬಿಡು. ಹಾಲಿಗೋ, ಕರೆಂಟಿಗೋ ಅಥವಾ ಮತ್ತೇನಕ್ಕೋ"

ನಮ್ಮ ಸಾಯಂಕಾಲದ ಕಾಂಡಿಮೆಂಟ್ಸ್ ಮತ್ತು ಜ್ಯೂಸು ಸೆಂಟರ್ ("ಸದ್ಗುರು ಪ್ರಕೃತಿ ಪಾನೀಯ ಕೇಂದ್ರ") ಜನಜಂಗುಳಿಯಿಂದ ನಡೆಯುವ ಮೊದಲು ನಾವು ಮನೆಯಲ್ಲಿಯೇ ನಿಪ್ಪಟ್ಟು, ಚಕ್ಕುಲಿ, ಪುರಿ ಒಗ್ಗರಣೆ, ಸಂಕ್ರಾಂತಿಗೆ ಸಕ್ಕರೆ ಅಚ್ಚು, ಎಳ್ಳು –ಕಡ್ಡಳೆ – ಬೆಲ್ಲ, ಅಪ್ಪನಿಗೆ ತಯಾರಿಸಲು ಬರುತ್ತಿದ್ದ ಮುಲಾಮುಗಳು, ಹಲ್ಲುಪುಡಿ, ಗುಲ್ಕನ್ನು, ಡ್ರೈ ಫ್ರೂಟ್ಸ್ ಮಿಕ್ಸ್ – ಎಲ್ಲವನ್ನೂ ಸಣ್ಣ ಪ್ರಮಾಣದಲ್ಲಿ ತಯಾರಿಸಿ ಅಂಗಡಿಯಲ್ಲಿ ಮಾರುತ್ತಿದ್ದೆವು. ಅದಕ್ಕೇ ಶುರುವಿನಲ್ಲಿ ಹೇಳಿದ್ದು 'ಆಡು ಮುಟ್ಟದ ಸೊಪ್ಪಿಲ್ಲ, ನಮ್ಮಪ್ಪನಿಗೆ ಗೊತ್ತಿರದ ವಿದ್ಯೆಯಿಲ್ಲ' ಎಂದು.

ಅಪ್ಪನಿಗೆ ಸುಮಾರು ವಿಷಯಗಳ ಬಗ್ಗೆ ಸೂಕ್ಷ್ಮವಾಗಿ ಗೊತ್ತಿತ್ತು. ತಿಳಿಯದಿದ್ದುದರ ಕುರಿತು ಆಸಕ್ತಿ ಇತ್ತು. ಇನ್ನೂ ಏನೇನನ್ನೋ ಮಾಡಬೇಕೆಂಬ ಆಸೆ ಹಂಬಲವಿತ್ತು. ಹಲವಾರು ಬಾರಿ ನಮ್ಮ ಅಂಗಡಿಯನ್ನು ಕವರ್ ಮಾಡಲು ಬಂದ ಪೇಪರ್ ಮತ್ತು TV ರಿಪೋರ್ಟರ್‌ಗಳನ್ನು ಅಪ್ಪ ನಯವಾಗಿಯೇ ನಿರಾಕರಿಸುತ್ತಿದ್ದರು. ಅವರಿಗೆ ಪ್ರಚಾರ ಬೇಕಿರದಿದ್ದರೂ ದೊಡ್ಡದಾಗಿ ಏನಾದರೂ ಮಾಡುವ ಇರಾದೆ ಕಡೆವರೆಗೂ ಇತ್ತು.

ಅಮ್ಮನ ತಕರಾರು 'ಇಷ್ಟೆಲ್ಲಾ ಮಾಡುವ ಬದಲು ಯಾವುದಾದರೊಂದು ಕಸುಬನ್ನು ದೊಡ್ಡದಾಗಿ ಮಾಡಿ ಹೆಸರು ಮತ್ತು ಹಣ ಸಂಪಾದಿಸಬಹುದಿತ್ತು' ಎಂದು.

ಆದರೆ ಅಪ್ಪನಿಗೆ ಗುಲ್ಕನ್ ಫ್ಯಾಕ್ಟರಿಯ ಅನುಭವದಿಂದ ಕೈಸುಟ್ಟುಕೊಂಡಮೇಲೆ ಏನನ್ನಾದರೂ ದೊಡ್ಡದಾಗಿ ಮಾಡಲು ಹಿಂಜರಿಕೆಯಿತ್ತು. ಆದರೆ ಸಣ್ಣ ಸಣ್ಣ ವ್ಯಾಪಾರದಲ್ಲಿ ಅವರಿಗೆ ಯಾವ ತೃಪ್ತಿಯೂ ಇದ್ದಂತಿರಲಿಲ್ಲ.

ಒಟ್ಟಿನಲ್ಲಿ ಅಪ್ಪನ ಇಡೀ ಜೀವನ ಒಂದು ರೀತಿಯ ಧಾವಂತ, ಹುಡುಕಾಟ ಮತ್ತು ಯಾವುದೋ ಅನ್ವೇಷಣೆಯಲ್ಲಿಯೇ ಕಳೆದು ಹೋಯಿತು.

ಅಪ್ಪನ ಜನತಾ ದರ್ಶನ

ಅಪ್ಪ ಸರಿಯಾದ ಸಮಯಕ್ಕೆ ಊಟ ತಿಂಡಿ ಮಾಡುತ್ತಿರಲಿಲ್ಲ. ಜೊತೆಗೆ ಸ್ನಾನ ಮಾಡಿ ದೇವರ ಪೂಜೆ ಮುಗಿಯದ ಹೊರತು ನೀರು ಅಥವಾ ಒಂದು ಲೋಟ ಕಾಫಿ ಬಿಟ್ಟು ಬೇರೇನನ್ನು ಮುಟುತ್ತಿರಲಿಲ್ಲ. ಇದಕ್ಕೇ ಒಂದೇ ಒಂದು ಅಪವಾದವೆಂದರೆ ಕ್ಯಾತ್ಸಂದ್ರದ ಅವರ ತಂಗಿಯ ಮನೆಗೆ ಹೋದಾಗ ಅವರ ಹೋಟೆಲ್ಲಿನ ತಟ್ಟೆ ಇಡ್ಲಿ-ವಡೆ, ಮಸಾಲೆ ದೋಸೆಯನ್ನ ಮಾತ್ರ ನಿರಾಕರಿಸುತ್ತಿರಲಿಲ್ಲ.

ಅಮ್ಮ ಏನಾದಗೂ ಬಲವಂತ ಮಾಡಿ (ಅದೂ ಸಕ್ಕರೆ ಕಾಯಿಲೆ ಖಾತ್ರಿಯಾದ ಮೇಲೆ) ತಿನ್ನಲು ಹೇಳಿದರೆ "ನನಗೆ ಕೆಲಸ ಮುಖ್ಯ, ಅದು ಮುಗಿಯದ ಹೊರತು ನನ್ನನ್ನು ಪೀಡಿಸಬೇಡ. ತಿನ್ನದಿದ್ದರೆ ಏನೂ ಸಾಯಲ್ಲ!" ಎಂದು ಡ್ರಮ್ಯಾಟಿಕ್ ಉಡಾಫೆ ಹೊಡೆದು ಬಾಯಿ ಮುಚ್ಚಿಸುವುದು ರೂಢಿಯಾಗಿತ್ತು. ಆದರೂ ಅಮ್ಮ ಬಲವಂತ ಮಾಡುತ್ತಿದ್ದುದಕ್ಕೆ ಎರಡು ಕಾರಣಗಳಿದ್ದವು. ಒಂದು ಅವರಿಗಿದ್ದ ಸಕ್ಕರೆ ಕಾಯಿಲೆ, ಎರಡು ಮನೆಯ ಹೊರಗೆ ಅಪ್ಪನನ್ನು ಭೇಟಿ ಮಾಡಲು ಬಂದ ಜನ.

ಹೌದು, ಅಪ್ಪನಿಗೆ ಆಯುರ್ವೇದ ತಿಳಿದಿದ್ದರಿಂದ ಮತ್ತು ಒಂದು ಮಟ್ಟಿಗೆ ಔಷಧಿಗಳನ್ನು ಮಾಡಿಕೊಡುತ್ತಾ, ಮನೆಮದ್ದನ್ನೂ ಹೇಳಿಕೊಡುತ್ತಿದ್ದುದರಿಂದ ತುಮಕೂರಿನ ಮತ್ತು ಅಕ್ಕಪಕ್ಕದ ಹಳ್ಳಿಗಳಿಂದ ಅವರನ್ನು ಭೇಟಿ ಮಾಡಲು ಜನ ಪ್ರತಿದಿನ ಬರುತ್ತಿದ್ದರು. ಬಂದವರು ಮನೆಯ ಮುಂದಿನ ಜಗಲಿ, ಅಲ್ಲಿ ಇಲ್ಲಿ ಕಾಯುತ್ತ ಕುಳಿತುಬಿಡುತ್ತಿದ್ದರು.

ನಮ್ಮ ಸಂಜೆಯ ವ್ಯಾಪಾರ, ಗ್ರಂಥಿಗೆ ಅಂಗಡಿ – ಎಲ್ಲಾ ಚೆನ್ನಾಗಿ ನಡೆಯುತ್ತಿದ್ದುದರಿಂದ ಅಪ್ಪನ ಈ 'ಜನತಾ ದರ್ಶನ' ಸೇವೆಯ ದೃಷ್ಟಿಯಿಂದ ಮಾತ್ರ ನಡೆಯುತ್ತಿತ್ತು.

ಅಪ್ಪ ಸರಿ ಸುಮಾರು ಇಪ್ಪತ್ತೈದು ವರ್ಷಗಳ ಕಾಲ ಆಯುರ್ವೇದ ಔಷಧಿಗಳನ್ನು ಮಾಡಿಕೊಟ್ಟಿರಬಹುದು. ಅವರನ್ನು ಹುಡುಕಿಕೊಂಡು ಬರುವವರು ಹೆಚ್ಚಿನವರು ಹಳ್ಳಿಗಾಡಿನವರೇ ಆಗಿರುತ್ತಿದ್ದರು. ಪಟ್ಟಣದವರು ಮತ್ತು ಅಫೀಷಿಯಲ್‌ಗಳು, ಸುಮಾರು ಕಡೆ ತಿರುಗಿ ಎಲ್ಲೂ ತಮ್ಮ ಸಮಸ್ಯೆಗೆ ನಿವಾರಣೆ ಸಿಗದಿದ್ದುದರಿಂದ ಇಲ್ಲಿಯೂ ಪ್ರಯತ್ನ ಪಡೋಣವೆಂದು ಬರುತ್ತಿದ್ದುದು ಸಾಮಾನ್ಯವಾಗಿತ್ತು.

ಹಳ್ಳಿಗಾಡಿನ ಜನ ವಾತ, ಪಿತ್ತ, ಕೆಮ್ಮು, ದಮ್ಮು, ಕಫಾ, ಗ್ಯಾಸು, ಅಜೀರ್ಣ, ತಲೆನೋವು ಮುಂತಾದ ಸಣ್ಣ ಪುಟ್ಟ ಸಮಸ್ಯೆಗಳಿಗೆ ಹಾಗೆಯೇ ಸಕ್ಕರೆ ಕಾಯಿಲೆ, ಮೈ ಕೈ ನೋವು, ಹಳೇ ನೋವು, ಚರ್ಮದ ಕಾಯಿಲೆ, ಅಲರ್ಜಿಗಳಿಗೆ ಇಂಗ್ಲೀಷ್ ಮೆಡಿಸಿನ್‌ನ ಕಡೆಗೆ ಹೋಗುವುದು ಇಷ್ಟವಿಲ್ಲದುದ್ದರಿಂದ ಅಪ್ಪನ ಬಳಿಗೆ ಬರುತ್ತಿದ್ದದ್ದು ವಾಡಿಕೆ. ಇನ್ನೂ ಕೆಲವು ಕಾರಣಗಳೆಂದರೆ ಆಯುರ್ವೇದದಲ್ಲಿ ಅಡ್ಡಪರಿಣಾಮಗಳು ಇರದಿರುವುದು ಮತ್ತು ಅಪ್ಪನ ಮೇಲಿನ ನಂಬಿಕೆ. ಸಲೀಸಾಗಿ ಅವರೊಂದಿಗೆ ಮಾತಿಗಿಳಿಯಬಹುದೆಂಬ ವಿಶ್ವಾಸ ಅವರಿಗಿರುತ್ತಿತ್ತು.

ಅಪ್ಪ ಮೂಲಿಕೆಗಳಿಗೆ ಖರ್ಚಾಗುತ್ತಿದ್ದ ಹಣವನ್ನು ಮಾತ್ರ ಪಡೆಯುತ್ತಿದ್ದರು. ಮಾತಾಡಿಸುತ್ತಿದ್ದದ್ದಕ್ಕೆ, ಮನೆ ಮದ್ದು ಹೇಳಿದ್ದಕ್ಕೆ ಅಥವಾ ಮನೆಯಲ್ಲೇ ತಯಾರಿಸುವ ಬಗೆಯನ್ನು ಮತ್ತು ಅದಕ್ಕೆ ಬೇಕಾದ ಮೂಲಿಕೆಗಳನ್ನು ವಿವರಿಸಿದ್ದಕ್ಕೆ ಹಣ ಎಂದೂ ಪಡೆಯುತ್ತಿರಲಿಲ್ಲ. ಹಲವು ಬಾರಿ ಮೂಲಿಕೆಗಳ ಖರ್ಚನ್ನೂ ಕಾಯಿಲೆ ಗುಣವಾದ ಮೇಲೆ ಕೊಡಿ ಎನ್ನುತ್ತಿದ್ದರು. ಕಡೆಯ ವರ್ಷಗಳಲ್ಲಿ ಇನ್ನೂ ಒಂದು ಹೆಜ್ಜೆ ಮುಂದು ಹೋಗಿ ಗುಣವಾದರೆ ನಿಮ್ಮ ನಿಮ್ಮ ದೇವರ ಹುಂಡಿಗೆ ನಿಮಗೆ ಇಷ್ಟ ಬಂದಷ್ಟು ಹಾಕಿಬಿಡಿ ಅನ್ನುತ್ತಿದ್ದರು. ಇದರಿಂದ ಅಪ್ಪನ ಬಳಿ ಹೆಚ್ಚಾಗಿ ಹಳ್ಳಿಗಾಡಿನ ಜನ ಬರುತ್ತಿದ್ದರೆ ಪಟ್ಟಣದ ಜನ ಕಡಿಮೆಯಾಗತೊಡಗಿದರು.

ಆಗೆಲ್ಲಾ ಅಪ್ಪ ಹೇಳುತ್ತಿದ್ದುದು, "ನೋಡು ಇವರಿಗೆಲ್ಲ ಗಿಲೀಟ್ ಮಾಡಿ ಮಾತನಾಡಿ, ಒಳ್ಳೊಳ್ಳೆ ಪ್ಯಾಕೇಟಿನಲ್ಲಿ ಔಷಧಿ ತುಂಬಿ, ಚೆನ್ನಾಗಿ ಚಾರ್ಜ್ ಮಾಡಿದರೆ ದುಂಬಾಲು ಬೀಳ್ತಾರೆ. ಅದರ ಬದಲು ಮನೆಯ ಪಥ್ಯ ಹೇಳಿ, ಅವರೇ ಔಷಧಿ ಮಾಡಿಕೊಳ್ಳುವ ವಿಧಾನ ಹೇಳಿ ಗುಣವಾದರೆ ಧರ್ಮಸ್ಥಳಕ್ಕೋ ಮತ್ತೆಲ್ಲಿಗೋ ಹಣ ಕಳಿಸಿಬಿಡಿ ಎಂದರೆ ನನ್ನನ್ನೇ ಅನುಮಾನಿಸಿ ಬರುವುದನ್ನೇ ಬಿಟ್ಟು ಬಿಡ್ತಾರೆ! ಏನು ಮಾಡೋದು, ಪ್ರಪಂಚಾನೇ ಹಂಗಾಗಿದೆ. ಜನ ಮರುಳೋ ಜಾತ್ರೆ ಮರುಳೋ... ಹಿತ್ತಲ ಗಿಡ ಮದ್ದಲ್ಲ ಅಂತ ದೊಡ್ಡೋರು ಸುಮ್ನೆ ಹೇಳಿಲ್ಲ" ಎಂದು.

ಇದೇ ಕಾರಣಕ್ಕೆ ಅಪ್ಪನಿಗೆ ನಮ್ಮ ವಿದ್ಯಾವಂತ ಜನಗಳು ಆಯುರ್ವೇದದ ಬಗ್ಗೆ ಇರಿಸಿಕೊಂಡಿದ್ದ ನೂರಾರು ಅನುಮಾನಗಳು, ಅಪನಂಬಿಕೆಗಳು, ಅಸಡ್ಡೆ, ತಾತ್ಸಾರಗಳು ನೋವುಂಟು ಮಾಡುತ್ತಿದ್ದವು. ಇದಕ್ಕೆ ಅರ್ಧಂಬರ್ಧ ತಿಳಿದು ಏನೇನನ್ನೋ ಬಡಬಡಿಸುವ ಪಂಡಿತರು ಕಾರಣವೆಂದೂ ತಿಳಿದಿತ್ತು.

ಇದನ್ನು ಕೊಂಚಮಟ್ಟಿಗೆ ಪರಿಹರಿಸಲೆಂದೇ ಅವರು ಹಲವು ಹಳೆಯ ಪುಸ್ತಕಗಳನ್ನು ತರಿಸಿಕೊಂಡು, ಅದರಲ್ಲೂ ಸುಲಭವಾಗಿ ಸಿಕ್ಕುವ ಮತ್ತು ಕೆಲವು ದಿನಬಳಕೆಯ ಪದಾರ್ಥಗಳಾದ ತುಳಸಿ, ಮೆಣಸು, ಬೇವು, ಜೀರಿಗೆ, ಶುಂಠಿ, ಮೆಂತ್ಯ, ಜೇನುತುಪ್ಪ, ಬಜೆ, ಹಾಗೆಯೇ ಆಯುರ್ವೇದ ಮೂಲಿಕೆಗಳಾದ ಅಳಲೇಕಾಯಿ, ಜಾಕಾಯಿ, ಮಾಕಾಯಿ, ಅಮೃತಬಳ್ಳಿ, ಬೆಟ್ಟದನೆಲ್ಲಿ ಚೆಟ್ಟು, ಲಾವಂಚ, ಸೊಗದೆ ಬೇರು, ನನ್ನಾರಿ, ಗುಲಾಬಿ, ರಕ್ತಗೊಳ, ಅತ್ತಿ (ಔದುಂಬರ), ಉತ್ತರಾಣಿ ಮುಂತಾದವುಗಳ ಬಗ್ಗೆ ಓದಿಕೊಂಡು ಅದರ ಟಿಪ್ಪಣಿ ಕೂಡ ಮಾಡಿ, ಸಾವಿರಾರು ಪಾಂಪ್ಲೆಟ್‌ಗಳನ್ನು

ಹೊಡೆಸಿ, ಅಂಗಡಿಗೆ ಮತ್ತು ಮನೆಗೆ ಬಂದವರಿಗೆಲ್ಲ ಹಂಚುತ್ತಿದ್ದರು.

ನನಗೆ ನೆನಪಿರುವಂತೆ ತುಮಕೂರಿನಲ್ಲಿ 2001 ರಲ್ಲಿ ನಡೆದ 69 ನೆಯ ಸಾಹಿತ್ಯ ಸಮ್ಮೇಳನದಲ್ಲಿ ಅಪ್ಪನ ಜೊತೆಗೂಡಿ ನಾನೂ ಸಾವಿರಾರು ಇಂತಹ ಪಾಂಪ್ಲೆಟ್‌ಗಳನ್ನು ಹಂಚಿದ್ದೆ!

ಆಗೆಲ್ಲಾ ನಮ್ಮ ಸುತ್ತ ಮುತ್ತಲಿನ ಜನರು ಅಪ್ಪನನ್ನು alien (ಅನ್ಯಗ್ರಹ ಜೀವಿ) ಯಂತೆ ನೋಡುತ್ತಿದ್ದರು. ಈತನಿಗೆ ಪ್ರಚಾರದ ಹುಚ್ಚು ಎಂದು ಎಷ್ಟೋ ಜನ ಅಪ್ಪನ ಮುಂದೆಯೇ ಹೇಳಿದ್ದಿದೆ. ಅಪ್ಪ ಅದಾವುದಕ್ಕೂ ಸೊಪ್ಪು (ಮೂಲಿಕೆ ಅಂತ ಓದಿಕೊಳ್ಳಿ!) ಹಾಕದೇ ತಮ್ಮ ಕಾಯಕ ತಾವು ಮಾಡುತ್ತಿದ್ದರು.

ಅಪ್ಪನನ್ನು ಭೇಟಿ ಮಾಡುತ್ತಿದ್ದ ಜನ ಅವರ ಕಾಯಿಲೆಯ ಬಗ್ಗೆ, ತಲ್ಲಣಗಳ ಬಗ್ಗೆ, ಹಳ್ಳಿ ಜೀವನದ ಬಗ್ಗೆ, ಮಳೆ ಬೆಳೆಯ ಬಗ್ಗೆ, ಕೂಲಿ ಕರ್ಮಗಳ ಬಗ್ಗೆ ಮನಸ್ಸು ಬಿಚ್ಚಿ ಮಾತನಾಡುತ್ತಿದ್ದರು. ಹೀಗೆ ನನ್ನ ರಜಾದಿನಗಳು ಕಥೆ ಕೇಳುವ ಪಿರಿಯಡ್‌ಗಳಾಗಿ ಮಾರ್ಪಾಡಾಗುತ್ತಿದ್ದವು. ಅಪ್ಪ ದುಡ್ಡು ತೆಗೆದುಕೊಳ್ಳರೆಂದು ತಿಳಿದಿದ್ದ ಸ್ವಾಭಿಮಾನಿ ಹಳ್ಳಿ ಜನ ಬೆಣ್ಣೆ, ತರಕಾರಿ, ಗೆಡ್ಡೆ–ಗೆಣಸು, ಹಣ್ಣುಗಳು, ಕಡಲೆಕಾಯಿ ಇತ್ಯಾದಿಗಳನ್ನು ಇಟ್ಟು ಹೋಗುತ್ತಿದ್ದರು. ನಾನು ಅಲ್ಲಲ್ಲಿ ನೀರು ಪಾರು ಕೊಡಲು ಸುಳಿದಾಡುತ್ತಿದ್ದಾಗ ನನಗೂ ಹರಸಿ ಹೋಗುತ್ತಿದ್ದರು.

ಇದಕ್ಕೆ ವಿರುದ್ಧವಾಗಿ ಕೆಲವು ಸೊಕಾಲ್ಡ್ ಅಫೀಷಿಯಲ್ ಜನಗಳು ಅಪ್ಪನ ವಿದ್ಯಾಭ್ಯಾಸದ ಬಗ್ಗೆ, ಆಯುರ್ವೇದದ ಪ್ರಾಕ್ಟೀಸ್ ಮಾಡಲಿಕ್ಕೆ ಸರ್ಟಿಫಿಕೇಟ್ ಬೇಡವೋ? ಲೈಸನ್ಸ್ ಬೇಕೋ ಬೇಡವೋ ಎಂದೆಲ್ಲ ಕಿಚಾಯಿಸುತ್ತಿದ್ದರು. ಅದನ್ನು ಎಂದೂ ಮನಸ್ಸಿಗೆ ತೆಗೆದುಕೊಳ್ಳದ ಅಪ್ಪ "ನಾನು ಕ್ಯಾನ್ಸರ್, ಹೃದಯ, ಕಿಡ್ನಿ ಸಂಬಂಧಿ ಕಾಯಿಲೆಗಳನ್ನು ಗುಣಪಡಿಸಲ್ಲ ಸ್ವಾಮಿ. ನಂದೇನಿದ್ದರೂ ವಾತ, ಪಿತ್ತ, ಕೆಮ್ಮು, ಕಫಾ, ಹಳೇನೋವು ಅಷ್ಟೇ. ಅದಕ್ಕೂ ಲೈಸನ್ಸ್ ಬೇಕಾ?" ಎಂದು ನಗುನಗುತ್ತಲೇ ಹೇಳುತ್ತಿದ್ದರು. ಕೆಲವೊಮ್ಮೆ ಇಂಥವರನ್ನು ಬಾಯಿ ಮುಚ್ಚಿಸಲು ನಾನು ಏನೋ ಹೇಳಲು ಹೋಗಿ ಅಪ್ಪನಿಂದ ಬೈಸಿಕೊಳ್ಳುತ್ತಿದ್ದೆ. ಅಷ್ಟರ ಮಟ್ಟಿಗೆ ಅಪ್ಪ ಪ್ರೊಫೆಷನಲ್ ಆಗಿದ್ದರು.

ಒಂದು ಸ್ವಾರಸ್ಯದ ಸಂಗತಿಯೆಂದರೆ ಅಪ್ಪ, ಅವರನ್ನು ಭೇಟಿ ಮಾಡುವವರ ಸಂಖ್ಯೆ ದಿನೇ ದಿನೇ ಹೆಚ್ಚುವುದನ್ನು ನೋಡಿ, ಎಲ್ಲರೊಟ್ಟಿಗೂ ಸರಿಯಾಗಿ ಮಾತನಾಡಲಾಗದೆ ತಮ್ಮ ಕುರ್ಚಿಯ ಹಿಂದೆ, ಮುಂದೆ ಕೂತವರಿಗೆ ಸ್ಪಷ್ಟವಾಗಿ ಕಾಣುವ ಹಾಗೆ "ದಯವಿಟ್ಟು ಅಗತ್ಯವಿದ್ದಷ್ಟೇ ಮಾತನಾಡಿ" ಎಂದು ಬೋರ್ಡ್ ಒಂದನ್ನು ಹಾಕಿದ್ದರು. ಆದರೆ ಒಮ್ಮೆ ಮಾತಿನೊಳ ಹೊಕ್ಕರೆ ಎದುರಿಗೆ ಇದ್ದವರಿಗಿಂತಾ ಇವರೇ ಹೆಚ್ಚು ಮಾತನಾಡುತ್ತಿದ್ದರಿಂದ ಅಮ್ಮ ಆಗಾಗ "ಆ ಬೋರ್ಡ್ ಅನ್ನು ನಿಮ್ಮ ಮುಂದೆ ಹಾಕಿಕೊಳ್ಳಿ, ಹಿಂದೆ ಹಾಕಿ ಪ್ರಯೋಜನವಿಲ್ಲಾ!" ಎನ್ನುತ್ತಿದ್ದಳು.

ಅಕ್ಟೋಬರ್ ನಾಲ್ಕು

ಅವತ್ತು ಅಕ್ಟೋಬರ್ 4, 2014. ಅತ್ತಿಬೆಲೆಯ ನನ್ನ ಅಪಾರ್ಟ್‌ಮೆಂಟ್‌ನಿಂದ ವೈಟ್‌ಫೀಲ್ಡ್‌ನ ಒಂದು ಕಂಪನಿಗೆ ಸಂದರ್ಶನಕ್ಕೆ ಹೊರಡಲು ಸಿದ್ಧನಾಗಿದ್ದೆ. ಮನೆಯಿಂದ ಅಮ್ಮನ ಫೋನು ಬಂದು ಅವರು ಗಾಬರಿಯ ಧ್ವನಿಯಲ್ಲಿದ್ದರು. ಅಪ್ಪನಿಗೆ ರಾತ್ರಿ ಮಲಗಿದ್ದಲ್ಲೇ ಎಡಗಡೆಯ ಭಾಗ ಕೊಂಚ ಸ್ವಾಧೀನ ತಪ್ಪಿರುವುದಾಗಿಯೂ, ಎಡಗಾಲು ಮತ್ತು ಎಡಗೈ ಕೊಂಚ ಹತೋಟಿ ತಪ್ಪಿರುವುದಾಗಿಯೂ ಹೇಳಿದರು.

ಆರು ತಿಂಗಳ ಹಿಂದೆ ಅಪ್ಪ ಹೀಗೆಯೇ ಹೇಳಿದ್ದರು. ಎಡಗಡೆಯ ಭಾಗ ಸ್ವಲ್ಪ ನಿತ್ರಾಣವಾಗಿರುವಂತೆ ಕೈ ಕಾಲುಗಳಲ್ಲಿ ಶಕ್ತಿ ಕುಂದಿರುವಂತಿದೆ ಎಂದು. ಆಗ ಅವರನ್ನು ಬೆಂಗಳೂರಿಗೆ ಕರೆತಂದು ಸಂಪೂರ್ಣ ತಪಾಸಣೆ ಮಾಡಿಸಿದಾಗ ಅವರಿಗೆ BP, ಸಕ್ಕರೆ ಮತ್ತು ಕೊಬ್ಬಿನ ಸಮಸ್ಯೆ ಹೆಚ್ಚಾಗಿರುವುದಾಗಿ ಹೀಗೆಯೇ ಮುಂದುವರಿದರೆ ತೊಂದರೆಯಾಗುವುದಾಗಿ ವೈದ್ಯರು ಹೇಳಿದ್ದರು. ಆಗಲೇ ಸಕ್ಕರೆ ಕಾಯಿಲೆಯ ಮಾತ್ರೆಗಳನ್ನು ಬದಲಾಯಿಸಿ, ಹೊಸದಾಗಿ BP ಮತ್ತು ಕೊಬ್ಬಿಗೆ ಮಾತ್ರೆಗಳನ್ನು ಕೊಟ್ಟು, ಊಟ ತಿಂಡಿಯಲ್ಲಿ ಮಾಡಿಕೊಳ್ಳಬೇಕಾದ ಬದಲಾವಣೆ, ಸಮಯಕ್ಕೆ ನಿದ್ದೆಯ ಅನುಸರಣೆ ಮತ್ತದರ ಮಹತ್ವಗಳನ್ನೆಲ್ಲ ಹೇಳಿ ತಪ್ಪದೇ ಮಾತ್ರೆಗಳನ್ನು ತೆಗೆದುಕೊಳ್ಳಬೇಕೆಂದು ತಾಕೀತು ಮಾಡಿದ್ದರು.

ಆಯುರ್ವೇದ ಗೊತ್ತಿದ್ದ ಅಪ್ಪ ಒಂದೆರಡು ತಿಂಗಳು ಚಾಚೂ ತಪ್ಪದೆ ಇದನ್ನೆಲ್ಲಾ ಪಾಲಿಸಿ ನಂತರ ಕೊಂಚ ಚೇತರಿಕೆ ಕಂಡ ಮೇಲೆ ಇವನ್ನೆಲ್ಲಾ ಸಂಪೂರ್ಣವಾಗಿ ಬಿಟ್ಟುಬಿಟ್ಟಿದ್ದರು. ಇದಾದ ಕೆಲವು ತಿಂಗಳುಗಳಲ್ಲೇ ಹೀಗೆ ಆದದ್ದರಿಂದ ನಾವು ಮುಂಚಿನ ಪರಿಸ್ಥಿತಿಯೇ ಮರುಕಳಿಸಿರಬೇಕೆಂದುಕೊಂಡೆವು! ಆ ಪರಿಸ್ಥಿತಿಯಲ್ಲೂ ಅಪ್ಪ ಅವರ ಕೆಲಸವನ್ನು ಅವರೇ ಮಾಡಿಕೊಂಡಿದ್ದರಿಂದ ಅಮ್ಮನಿಗೂ ನನಗೂ ಅದೊಂದು ಎಮರ್ಜೆನ್ಸಿಯಾಗಿ ಕಾಣಿಸಲಿಲ್ಲ. ಬಹುಶಃ ನಾವು ಅಲ್ಲಿ ಎಡವಿದೆವೆ ಎಂದು ಒಮ್ಮೊಮ್ಮೆ ಅನ್ನಿಸುತ್ತದೆ.

ಸಂದರ್ಶನಕ್ಕೆ ಸಿದ್ಧನಾಗಿದ್ದ ನಾನು ಕೀಲು ಮತ್ತು ಮೂಳೆ ತಜ್ಞನಾಗಿದ್ದ ಗೆಳೆಯ ಡಾಕ್ಟರ್ ರಾಮಕೃಷ್ಣನಿಗೆ ಫೋನ್ ಮಾಡಿದೆ. ಅಪ್ಪನ ಕೇಸ್ ಹಿಸ್ಟರಿ ಹೇಳಿದಮೇಲೆ ಆತ ಯಾವುದಕ್ಕೂ ಒಮ್ಮೆ ಒಳ್ಳೆಯ ಫಿಸಿಷಿಯನ್‌ಗೆ ತೋರಿಸಲು ಹೇಳಿದ. ನಾನು ಅಮ್ಮನಿಗೆ ಹಾಗೆಯೇ ಹೇಳಿ ನೆಟ್ಟಗೆ ಸಂದರ್ಶನಕ್ಕೆ ಹೊರಟುಬಿಟ್ಟೆ.

ಅಪ್ಪ ತಿಂಡಿ ತಿಂದು ಮಾತ್ರೆ ತೆಗೆದುಕೊಂಡು ಮೇಲೆ ಕೆಳಗೆ ಹತ್ತಿ ಇಳಿದು ಮನೆಯ ಮುಂದಿನ ರಸ್ತೆಯಲ್ಲಿ ಓಡಾಡಿ ಬಿಸಿಲಿಗೆ ಮೈ ಒಡ್ಡಿ ಉಟ್‌ಬೈಸ್ ಹೊಡೆದು ಏನೇನೋ ಮಾಡಿದ್ದಾರೆ. ಮಧ್ಯಾಹ್ನದ ಹೊತ್ತಿಗೆ ಇದು ಮೊದಲಿನಂತಲ್ಲ ಅನಿಸಿದೆ. ಕಳವಳಗೊಂಡು ಇಬ್ಬರೂ ನನಗೆ ಮತ್ತೆ ಫೋನ್ ಮಾಡಿದಾಗ ನಾನು ಆಗಷ್ಟೇ ಸಂದರ್ಶನ ಮುಗಿಸಿ ಹೊರಬರುತ್ತಿದ್ದೆ.

ಅವರು ಇನ್ನೂ ಡಾಕ್ಟರ್ ಬಳಿ ಹೋಗದಿರುವುದನ್ನು ನೋಡಿ ಅವರ ಮೇಲೆ ಕೂಗಾಡಿದೆ. ಅಮ್ಮನಿಗೆ ಏನನ್ನಿಸಿತೋ ಏನೋ ಅಳುವ ದನಿಯಲ್ಲಿ "ನಿಮ್ಮ ಅಪ್ಪಂಗೆ ಏನೋ ಆಗಿದೆ ಕಣೋ, ಮಧ್ಯಾಹ್ನದಿಂದ ಮಾತೂ ಸರಿಯಾಗಿ ಆಡುತ್ತಿಲ್ಲ. ತುಂಬಾ ತಡವರಿಸುತ್ತಿದ್ದಾರೆ" ಅಂದಳು. ಕೂಡಲೇ ಹೆಂಡತಿಗೆ ಫೋನಾಯಿಸಿ ಊರಿಗೆ ಹೊರಡಲು ಸಿದ್ಧವಿರಬೇಕೆಂದು ಹೇಳಿದೆ. ವೈಟ್‌ಫೀಲ್ಡ್‌ನಿಂದ ಅತ್ತಿಬೆಲೆಗೆ ಧಾವಂತದಿಂದ ಬಂದು, ಕಾರು ತೆಗೆದುಕೊಂಡು ತುಮಕೂರಿಗೆ ಹೊರಟೆ. ಅವತ್ತು ಕ್ರಮಿಸಿದ ಇಡೀ ದಾರಿಯಲ್ಲಿ ಒಂದಿನಿತೂ ಮುಂಬರುವ ದಿನಗಳ ಕರಾಳತೆಯ ಬಗ್ಗೆ ಎಳ್ಳಷ್ಟೂ ಸೂಚನೆ ಇರಲಿಲ್ಲ.

ಊರಿಗೆ ಬರುವ ಮುಂಚೆಯೇ ನನ್ನ ಡಾಕ್ಟರ್ ಗೆಳೆಯನ ಸೂಚನೆಯ ಮೇರೆಗೆ, ನಮ್ಮ ಊರಿನವರೇ ಆದ ಮತ್ತು ಈಗ ನಿಮ್ಹಾನ್ಸ್‌ನಲ್ಲೂ, ಆಗ ಬೆಂಗಳೂರಿನ ಇತರೆ ಆಸ್ಪತ್ರೆಗಳಲ್ಲೂ ಪ್ರಾಕ್ಟೀಸ್ ಮಾಡುತ್ತಿದ್ದ, ವಾರಕ್ಕೆ ಎರಡು ದಿನ ತುಮಕೂರಿಗೂ ಬರುತ್ತಿದ್ದ ನರರೋಗ ತಜ್ಞರೊಬ್ಬರ ಆಸ್ಪತ್ರೆಗೆ ನೇರವಾಗಿ ಹೋದೆ, ಅವರಿರಲಿಲ್ಲ. ಅವರ ಜೂನಿಯರ್ ಡಾಕ್ಟರ್ ಇದ್ದರು ಮತ್ತು ಇನ್ನರ್ಧ ಗಂಟೆಯಲ್ಲಿ ಅವರೂ ಬೆಂಗಳೂರಿಗೆ ಹೊರಡುವವರಿದ್ದರು. ನಾನು ಕೂಡಲೇ ಅಪ್ಪನನ್ನು ಕರೆತರುವೆನೆಂದು ಹೇಳಿ ಹಾಗೆಯೇ ಮಾಡಿದೆ.

ಅಪ್ಪನನ್ನು ನೋಡಿದ ಡಾಕ್ಟರ್ ಅವರಿಗೆ ಎಡಗಾಲು–ಎಡಗೈ, ಬಲಗಾಲು–ಬಲಗೈ ಎತ್ತಿ ಆಡಿಸಲು, ಹಾಗೇ ಹೋಲ್ಡ್ ಮಾಡಲು ಹೇಳಿದರು. ಅವರು ಹಾಗೆ ಮಾಡಿದಾಗಲೆಲ್ಲ ಲಘುವಾಗಿ ಅದರ ಮೇಲೆ ಭಾರ ಹಾಕಿ ಕ್ಷಮತೆ ನೋಡುತ್ತಿದ್ದರು. ತಮ್ಮ ಬಳಿ ಇದ್ದ ಕಬ್ಬಿಣದ 'ಕೀ' ನಿಂದ ಅವರ ಕೈ ಕಾಲುಗಳ ಮೇಲೆ ಏನೋ ಬರೆದು ಫೀಲ್ ಆಗುತ್ತದಾ ಎಂದೆಲ್ಲ ಕೇಳಿದರು. ತದನಂತರ ಏನನ್ನೋ ಹೇಳಿಕೊಟ್ಟು ಬೇಗಬೇಗ ಮರು ಹೇಳಿಸಿದರು. ಅಪ್ಪ ಆಗಾಗ ತಡಬಡಾಯಿಸಿದರು. ಎಡಗಡೆ ಭಾಗ ಬಲಗಡೆಯಷ್ಟು ಚುರುಕಾಗಿರಲಿಲ್ಲ ಅನ್ನಿಸಿತು ನನಗೆ. ಇದಾದಮೇಲೆ ಅಪ್ಪನಿಗೆ ಇರುವ ಇತರೆ ಕಾಯಿಲೆಗಳ ಮೇಲೆ ಗಮನ ಹರಿಸಿ "ಬಹುಶಃ ಏನೂ ಹೆಚ್ಚು ತೊಂದರೆ ಆಗಿಲ್ಲ, ಯಾವುದಕ್ಕೂ ಒಂದು CT ಸ್ಕ್ಯಾನಿಂಗ್ ಮಾಡಿಸಿ ಆಮೇಲೆ ನೋಡೋಣ"

ಅಂದರು. ನಾವು ಅದನ್ನು ಮಾಡಿಸಿ ತಂದಾಗ ಸುಮಾರು ಹೊತ್ತು ನೋಡಿ ಹಾಗೆಯೇ ಒಂದು MRI ಮಾಡಿಸಿರೆಂದರು. ನನಗೆ ಕೊಂಚ ಕಸಿವಿಸಿಯಾಯಿತು ಕಾರಣ CT ಸ್ಕ್ಯಾನಿಂಗ್ ರಿಪೋರ್ಟ್‌ನಲ್ಲಿ ಮೆದುಳಿನ ಅಲ್ಲಲ್ಲಿ ರಕ್ತ ಹೆಪ್ಪು ಕಟ್ಟುವಿಕೆ ಎಂದಿತ್ತು. ಆಗ ಅಂದರೆ 2014 ರಲ್ಲಿ ತುಮಕೂರಿನಲ್ಲಿ MRI ಇರದಿದ್ದ ಕಾರಣ ಬೆಂಗಳೂರಿನ 'ಕಣ್ವ' ದಲ್ಲಿ ಸಂಜೆ ಟೆಸ್ಟ್ ಮಾಡಿಸಿ ಬೆಳಿಗ್ಗೆ ರಿಪೋರ್ಟ್ ತಂದು ತೋರಿಸಿದೆವು.

ಡಾಕ್ಟರ್ ಆ ರಿಪೋರ್ಟ್ ಅನ್ನೊಮ್ಮೆ ಸವಿಸ್ತಾರವಾಗಿ ನೋಡಿ ಅಪ್ಪನನ್ನೊಮ್ಮೆ ನೋಡಿ "ಇವರಿಗೆ ಲೈಟ್ ಆಗಿ ಸ್ಟ್ರೋಕ್ ಆಗಿದೆ. ತೀವ್ರತೆ ಕಡಿಮೆಯಿರುವುದರಿಂದ ಮಾತ್ರೆಗಳನ್ನು ಬರೆದುಕೊಡುತ್ತೀನಿ, ಅಡ್ಮಿಟ್ ಮಾಡಬೇಕಿಲ್ಲ. ಒಂದು ವಾರ ಬಿಟ್ಟು ಬಂದು ನೋಡುವುದು" ಎಂದರು. ನಾವು ಅವರಿಗೊಂದು ನಮಸ್ತೆ ಹೇಳಿ ಹೊರಬರುತ್ತಿರುವಾಗ, ಅಪ್ಪ ಆಯತಪ್ಪಿ ನನ್ನ ಕೈಯನ್ನೊಮ್ಮೆ ಗಟ್ಟಿಯಾಗಿ ಹಿಡಿದು ನಿಂತುಬಿಟ್ಟರು. ಎಂಥಾ ಗಟ್ಟಿಯಾಳು ಅಪ್ಪ ಒಮ್ಮೆಲೇ ಗಳಗಳನೆ ಅಳತೊಡಗಿ "ದರ್ಶನಾ, ಎಲ್ಲಾರಿಗೂ ಒಳ್ಳೇದೇ ಮಾಡಿದೆ, ನನಗೇ ಲಕ್ವ ಹೊಡೀತಲ್ಲೋ" ಎಂದು ಕುಸಿದು ಕೂತರು.

ನನಗೂ ಅಳು ಉಮ್ಮಳಿಸಿ ಬಂದರೂ ತಡೆದು "ಹೇ, ಏನೂ ಆಗಿಲ್ಲ, ಅವ್ರೆ ಹೇಳಲಿಲ್ವಾ ಸ್ವಲ್ಪ ಅದೂ ಲೈಟ್ ಆಗಿ ಆಗಿರೋದು ಅಂತಾ? ಇಲ್ಲ ಅಂದಿದ್ರೆ ಅಡ್ಮಿಟ್ ಮಾಡ್ಕೋತಿದ್ರು ತಾನೇ?" ಎಂದು ಅಪ್ಪನಿಗೆ ಸಮಜಾಯಿಷಿ ಕೊಟ್ಟು ಕಾರಿನಲ್ಲಿ ಕೂರಿಸಿ ಮಾತ್ರೆಗಳನ್ನು ತರಲು ಹೋದಾಗ, ಅವುಗಳ ರಾಶಿಯನ್ನು ನೋಡಿಯೇ ವೃತ್ತಿಯಿಂದ Chemical Engineer ಆದ ನನಗೇ ಎಲ್ಲವೂ ಸರಿಯಿಲ್ಲವೆಂದು ಸ್ಪಷ್ಟವಾಗಿ ಮನದಟ್ಟಾಗಿತ್ತು.

ಈ ಘಟನೆಯಾದ ಎಷ್ಟೋ ದಿನಗಳ ನಂತರ ಬೇರೆ ಬೇರೆಯವರು ಹೇಳುತ್ತಿದ್ದ ಪ್ರಕಾರ ಸ್ಟ್ರೋಕ್ ಆದ ಯಾವುದೇ ವ್ಯಕ್ತಿಗೆ ಕೆಲವು ಗಂಟೆಗಳ ಒಳಗೆ ಸೂಕ್ತ ಚಿಕಿತ್ಸೆ ದೊರೆತರೆ ಅದು ಅತ್ಯಂತ ಪರಿಣಾಮಕಾರಿಯಾಗಿರುತ್ತದೆ ಎಂಬುದು. ಆದರೆ ಅಪ್ಪನಿಗೆ ಹೀಗಾಗಿದ್ದು ನಿದ್ದೆಯಲ್ಲಿಯಾದರೂ ಬೆಳಿಗ್ಗೆ ಎದ್ದ ಒಡನೆ ಅವರಾದ್ರೂ ಡಾಕ್ಟರ್‌ನ ಬಳಿ ಹೋಗಬಹುದಿತ್ತು, ಅವರು ಹೋಗಲಿಲ್ಲ. ಅವರ ಜವಾಬ್ದಾರಿಯನ್ನ ಪೂರ್ಣವಾಗಿ ನಿಭಾಯಿಸಬೇಕಾಗಿದ್ದ ನಾನು ಆ ಸಮಯಕ್ಕೆ ದೊಡ್ಡ ಕಂಪನಿಯೊಂದರ ಬಾಗಿಲು ಬಡಿಯುತ್ತಿದ್ದೆ!

ಮಾತ್ರೆ–ಮನುಷ್ಯ ಮತ್ತು ಯಕ್ಷಪ್ರಶ್ನೆ

ಅಪ್ಪನಿಗೆ ಸ್ಟ್ರೋಕ್ ಆದ ನಂತರ ದೇಹದ ಎಡಗಡೆಯ ಭಾಗ ಅಷ್ಟು ಸ್ವಾಧೀನದಲ್ಲಿರಲಿಲ್ಲ. ಶುರುವಿನಲ್ಲಿ ಇದು ಅವರಿಗೆ ಅಷ್ಟು ಕಿರಿಕಿರಿಯನ್ನು ಉಂಟುಮಾಡಲಿಲ್ಲ. ಕಾರಣ, ಬಲಗೈ ಬಲಗಾಲ ಸಹಾಯದಿಂದ ತಮ್ಮ ಕೆಲಸಗಳನ್ನು ಮಾಡಿಕೊಳ್ಳುತ್ತಿದ್ದರು. ಚುರುಕಾಗಿ ನಡೆಯಲು ಪ್ರಯತ್ನಿಸುತ್ತಿದ್ದರು. ಉಟ್‌ಬೈಸ್ ಹೊಡೆಯುತ್ತಿದ್ದರು. ನಮ್ಮ ಮನೆಯ ಎರಡು ಮಹಡಿಯನ್ನು ಸುಮಾರು ಸಾರಿ ಹತ್ತಿ ಇಳಿಯುತ್ತಿದ್ದರು. ದಿನಕ್ಕೆ ಮೂರುನಾಲ್ಕು ಕಿಲೋಮೀಟರು ನಡೆಯುತ್ತಿದ್ದರು. ಇಷ್ಟೆಲ್ಲಾ ಮಾಡಿ ಮೊದಲಿನಂತೆ ಆಗುವ ಅಚಲ ಹಟ ಅವರಲಿತ್ತು ಮತ್ತು ಅಂಗಡಿಯನ್ನು ಮತ್ತೆ ಶುರುಮಾಡುವ ಇರಾದೆ ಕೂಡ ಇತ್ತು.

ಆದರೆ, ಅವರಿಗೆ ಸ್ಟ್ರೋಕ್ ಆದ ಮೊದಲ ದಿನದಿಂದಲೇ ಅಂಗಡಿ ಮುಚ್ಚಬೇಕಾಯಿತು. ಅವರ ಮಾತು ಅಷ್ಟು ಸ್ಪಷ್ಟವಾಗಿರಲಿಲ್ಲ. ತಡವರಿಸುತ್ತಿದ್ದರು. ನಾವೆಲ್ಲಾ ಇದು ಕೆಲವು ದಿನಗಳ ನಂತರ ಸರಿಹೋಗಬಹುದು ಅಂದುಕೊಂಡಿದ್ದೆವು. ಅಪ್ಪನೂ ಸಹ...

ಆದರೆ ಆದದ್ದೇ ಬೇರೆ. ಅಪ್ಪನ CT ಸ್ಕ್ಯಾನಿಂಗ್ ಮತ್ತು MRI ರಿಪೋರ್ಟ್‌ಗಳು ಮೆದುಳಿನ ಹಲವು ಕಡೆಯಲ್ಲಿ ಸಣ್ಣ ಸಣ್ಣ ರಕ್ತ ಸ್ರಾವವಾಗಿ ಹೆಪ್ಪುಗಟ್ಟುವಿಕೆಯನ್ನು ಸ್ಪಷ್ಟವಾಗಿ ಹೇಳುತ್ತಿತ್ತು. ಇದರ ಬಗ್ಗೆ ವೈದ್ಯರಲ್ಲಿ ಕೇಳಿದಾಗ ಅದು ರಕ್ತದೊತ್ತಡದಿಂದ ಅಥವಾ ಮೆದುಳಿಗೆ ಸರಿಯಾಗಿ ರಕ್ತದ ಸರಬರಾಜು ಆಗದ ಕಾರಣ, ದೇಹದಲ್ಲಿ ಕೊಬ್ಬಿನ ಅಂಶ ಹೆಚ್ಚಾದ ಕಾರಣ ಹೀಗೆಲ್ಲಾ ಆಗುವುದು ಎಂದು ಹೇಳಿ, ಸರಿಯಾಗಿ ಇನ್ನು ಮೇಲೆ BP, ಸಕ್ಕರೆ ಕಾಯಿಲೆ, ಕೊಬ್ಬು ಕರಗಿಸುವ ಮಾತ್ರೆಗಳನ್ನು ತೆಗೆದುಕೊಂಡರೆ ಎಲ್ಲಾ ಸರಿಹೋಗುವುದೆಂದೂ ಹೇಳಿದ್ದರು. ಈ ಮಾತ್ರೆಗಳ ಜೊತೆಯಲ್ಲಿ ಸ್ಟ್ರೋಕ್‌ಗೆ ಸಂಬಂಧಪಟ್ಟ ಕೆಲವು ಕಡ್ಡಾಯ ಮಾತ್ರೆಗಳೂ ಸೇರಿದ್ದವು.

ಸಮಯಕ್ಕೆ ಸರಿಯಾಗಿ ಊಟ ತಿಂಡಿ ಮಾಡದ, ಸದಾ ಕೆಲಸ ಕೆಲಸ ಅನ್ನುತ್ತಿದ್ದ ಅಪ್ಪ ಇದರಿಂದ ಕೆಲಸಕ್ಕೆ ಅಂದರೆ ತಮ್ಮ ಅಂಗಡಿಗೆ ಸೋಡಾ ಚೀಟಿ ಕೊಡಬೇಕಾಗಿ ಬಂತು. ಪರಿಸ್ಥಿತಿಯ ಅರಿವು ಅವರಿಗಿದ್ದದ್ದರಿಂದ ಟೈಮಿಗೆ ಸರಿಯಾಗಿ ಊಟ ತಿಂಡಿ ಮಾಡುತ್ತಾ, ಮಾತ್ರೆಗಳನ್ನು ತೆಗೆದುಕೊಳ್ಳುತ್ತಾ, ವ್ಯಾಯಾಮ ಮಾಡುತ್ತಾ ಮತ್ತು ಆಗಾಗ ಕೇರಳ ಶೈಲಿಯ ಮಸಾಜು ಮಾಡಿಸಿಕೊಳ್ಳುತ್ತಾ ಸಾಗಿದ್ದರು. ತಿಂಗಳುಗಳು ಕಳೆದಂತೆ ಅಪ್ಪನಿಗೆ ಶುರುವಿನಲ್ಲಿದ್ದ ಹುರುಪು ಕ್ರಮೇಣ ಇಲ್ಲವಾಗಿತ್ತು. ಅದಕ್ಕೆ ಕಾರಣ ಅವರು ಏನೇ ಮಾಡಿದರೂ ತಮ್ಮ ದೇಹದ ಎಡಗಡೆಯ ಭಾಗ ಒಂದು ಮಟ್ಟದಲ್ಲೇ ತಟಸ್ಥವಾಗಿ ಉಳಿದುಬಿಟ್ಟದ್ದು. ಆದ ಕಾರಣ ನಾವು ಇಂಗ್ಲೀಷ್ ಔಷಧಿಯೊಟ್ಟಿಗೆ ಅವರಿಗೆ ಪ್ರಕೃತಿ ಚಿಕಿತ್ಸೆಯನ್ನು ಉಡುಪಿಯ ಉದ್ಯಾವರದಲ್ಲಿ, ಹಾಸನದಲ್ಲಿ ಮತ್ತು ಬೆಂಗಳೂರುಗಳಲ್ಲಿ ಕೊಡಿಸಿದ್ದೇ ಬಂತು. ಅಲ್ಲಿಂದ ಹಿಂದಿರುಗಿದ ಒಂದೆರಡು ವಾರ ಲವಲವಿಕೆಯಿಂದ ಇರುತ್ತಿದ್ದವರು ನಂತರ ಮತ್ತೆ ಮಂಕಾಗುತ್ತಿದ್ದರು.

ಮೊದಮೊದಲಿಗೆ ಅವರಿಗೆ ಅಲ್ಲಿಗೆಲ್ಲ ಹೋಗಲು ಹುಮ್ಮಸ್ಸು ಇರುತ್ತಿತ್ತು. ಆಮೇಲಾಮೇಲೆ ನಮ್ಮ ಬಲವಂತಕ್ಕೆ ಬರುತ್ತಿದ್ದರು. ತಾವೇ ಸ್ವತಃ ಆಯುರ್ವೇದ ಗೊತ್ತಿದ್ದವರಾಗಿಯೂ ಅವರಿಗೆ ಅದೂ ತಮ್ಮ ಪರಿಸ್ಥಿತಿಯನ್ನು ನೀಗಿಸಲಾರದ ಬಗ್ಗೆ ಖೇದವಿತ್ತು. ನಂತರದ ದಿನಗಳಲ್ಲಿ ಒಂದು ರೀತಿಯ ಭ್ರಮನಿರಸನ ಅವರನ್ನು ಆವರಿಸಿತ್ತು. ಅದಕ್ಕೋ ಏನೋ ಮೊದಲಿನಂತೆ ಚಟುವಟಿಕೆಯಿಂದ ಇರುತ್ತಿರಲಿಲ್ಲ. ಒಂದಷ್ಟು ವ್ಯಾಯಾಮ ಬಿಟ್ಟುಬಿಟ್ಟರು. ಅವರು ಕುಂಟುತ್ತಾ ಸಾಗುವುದನ್ನು ಪ್ರಶ್ನಿಸುತ್ತಿದ್ದ, ಬಿಟ್ಟಿ ಉಪಾಯವನ್ನು ಕೊಡುತ್ತಿದ್ದ, ಅಯ್ಯೋ ನಿಮಗೇ ಹೀಗಾಯಿತೇ ಎಂದು ಕನಿಕರಿಸುತ್ತಿದ್ದವರನ್ನು ಎದುರಿಸಲಾಗದೆ ತಮ್ಮನ್ನು ಸಂಪೂರ್ಣವಾಗಿ ಮುಜುಗರದ ಚಿಪ್ಪಿನೊಳಗೆ ಎಳೆದುಕೊಂಡು ಬಿಟ್ಟರು ಅನ್ನಿಸುತ್ತದೆ.

ಸಾಮಾನ್ಯವಾಗಿ ವಯಸ್ಸಾದ ಮೇಲೆ ಈ ರೀತಿಯ ತೊಂದರೆಗಳಿಂದ ಮನುಷ್ಯ ಸಂಪೂರ್ಣವಾಗಿ ಗುಣಮುಖನಾಗುವುದು ಕಷ್ಟಸಾಧ್ಯ. ಕಾರಣ, ಹರೆಯದಲ್ಲಿ ನಮ್ಮ ದೇಹದ ರಕ್ತದಿಂದ ಹಿಡಿದು, ಮೆದುಳಿನ ಕಣಗಳು, ಯಕೃತ್ತು ಮುಂತಾದವು, ಎಂಥ ಪರಿಸ್ಥಿತಿಗೂ ಸ್ಪಂದಿಸುತ್ತವೆ. ದೇಹಕ್ಕೆ ಬೇಕಾದ ಅಂಶಗಳು ತ್ವರಿತಗತಿಯಲ್ಲಿ ಉತ್ಪಾದನೆಯಾಗುತ್ತವೆ. ಅರವತ್ತಾದ ಮೇಲೆ ಇವೆಲ್ಲದರ ಚಟುವಟಿಕೆ ಸಹಜವಾಗಿ ಕುಂಠಿತವಾಗುತ್ತದೆ. ಅಪ್ಪನಿಗೆ ಆದದ್ದು ಅದೇ. ರಕ್ತದ ಚಲನವಲನದ ಏರುಪೇರಿನಿಂದ, cholestrol ಅಂಶದಿಂದ ಆದ ಸ್ಟ್ರೋಕ್ ಮೆದುಳಿನ ಕಣಗಳನ್ನು (neurons) ಬಲವಾಗಿ ಘಾಸಿಮಾಡಿತ್ತು. ಅದರ ಪರಿಣಾಮವಾಗಿ ಹಲವು ಭಾಗದಲ್ಲಿ ಮೆದುಳಿನ ಕಣಗಳು ಸತ್ತಿದ್ದವು. ಮೆದುಳಿನ ಯಾವ ಭಾಗದಲ್ಲಿ ಅದರ ಮರು ಉತ್ಪತ್ತಿಗೆ ಬೇಕಾದ ವೇಗದಲ್ಲಿ ಆಗುತ್ತಿರಲಿಲ್ಲವೋ ಆ ಭಾಗ ನಿಯಂತ್ರಿಸುತ್ತಿದ್ದ ದೇಹದ ಸ್ಥಿತಿ ನಿಷ್ಕ್ರಿಯ(Numb) ಆಗುತ್ತಿತ್ತು. ಇದನ್ನು ವೈದ್ಯಕೀಯ ಭಾಷೆಯಲ್ಲಿ de-generative disorder ಅಂತಲೂ ಕರೆಯುತ್ತಾರೆ.

ಅಪ್ಪನಿಗೆ ಮೊದಲ ಸ್ಟ್ರೋಕ್ ಆದ ಸುಮಾರು ಮೂರು ವರ್ಷಗಳ ನಂತರ ಪುನಃ ಮತ್ತೊಂದು ಬಾರಿ ಹಾಗೆಯೇ ಆಯಿತು. ಇದು ನಮ್ಮನ್ನು ಇನ್ನಷ್ಟು ಗಾಬರಿ ಗೊಳಿಸಿದ್ದಕ್ಕೆ ಕಾರಣ ಈ ಬಾರಿ ಅಪ್ಪ ಸಂಪೂರ್ಣ ಅಂದರೆ ನೂರಕ್ಕೆ ನೂರರಷ್ಟು ಪರಾವಲಂಬಿ ಆಗಿಬಿಟ್ಟರು. ವೈದ್ಯರ ಪ್ರಕಾರ ಹೀಗೆ ಎರಡೆರಡು ಬಾರಿ ಆಗುವುದು ತುಂಬಾ ವಿರಳ, ಅಂದರೆ ಬರೀ ಎರಡು ಪರ್ಸೆಂಟ್‌ನಷ್ಟು ಜನಕ್ಕೆ ಮಾತ್ರ. ಹೀಗಾಗುವ ಮುಂಚೆಯೇ ಅಪ್ಪ ನಡೆಯುವಾಗ ನನ್ನನ್ನು ಯಾರೋ ನೂಕಿದ ಹಾಗೆ ಆಗುತ್ತಿದೆ, ದೇಹದ ಸಮತೋಲನ ಸಿಕ್ಕುತ್ತಿಲ್ಲ ಎಂದೆಲ್ಲ ಹೇಳುತ್ತಿದ್ದರು. ಮನೆಯ ಹಾಲ್ನಿಂದ ಮುಂಬಾಗಿಲಿಗೆ ಅಥವಾ ಬಚ್ಚಲಿಗೆ ಹೋಗಲು ತುಂಬಾ ಪರಿಪಾಟಲು ಬೀಳುತ್ತಿದ್ದರು. ಕೆಲವೊಮ್ಮೆ ಅಲ್ಲಲ್ಲೇ ಕುಸಿದು ಬೀಳುತ್ತ ತಮ್ಮ ಪರಿಸ್ಥಿತಿಗೆ ತಾವೇ ನಗುತ್ತಿದ್ದರು. ಕೆಲವೊಮ್ಮೆ ಥೇಟ್ ಅಂಗಾತ ಬಿದ್ದು ಎದ್ದೇಳಲಾಗದ ಹುಳುವಂತಾಗಿ ಬಿಡುತ್ತಿದ್ದರು.

ಎರಡನೆಯ ಬಾರಿ ಸ್ಟ್ರೋಕ್ ಆದ ಮೇಲೆ ಇವೆಲ್ಲಾ ಇನ್ನಷ್ಟು ಬಿಗಡಾಯಿಸಿತು. ಅವರಿಗೆ ಒಂದು-ಎರಡರ ಮೇಲಿನ ನಿಯಂತ್ರಣ ತಪ್ಪಿತು ಮತ್ತು ಈ ವಿಷಯ ಅವರನ್ನು ಮಾನಸಿಕ ಖಿನ್ನತೆಗೆ ನೂಕಿತ್ತು. ಇದರಿಂದ ತೀವ್ರವಾಗಿ ಘಾಸಿಯಾಗಿದ್ದು ಅಮ್ಮನಿಗೆ. ಇಲ್ಲಿಯವರೆಗೂ ಅಪ್ಪನ ಮೇಲೆ ಒಂದು ಕಣ್ಣಿಡಬೇಕಿತ್ತು ಆದರೆ ಈಗ? ಅಮ್ಮನಿಗೆ ಆ ಯೋಚನೆಯೇ ಭಯ ತಂಗೊಡ್ಡಿತ್ತು. ನಾನು ವೀಕೆಂಡಿನಲ್ಲಿ, ರಜಾ ದಿನಗಳಲ್ಲಿ ಬಂದು ಅಪ್ಪನನ್ನು ನೋಡಿಕೊಳ್ಳುತ್ತಿದ್ದೆನಾದರೂ ಅಮ್ಮನ ಜವಾಬ್ದಾರಿ ಪ್ರತಿದಿನ ಮತ್ತು ನಿರಂತರವಾಗಿತ್ತು. ನಾವಾಗ ಅಂದುಕೊಳ್ಳುತ್ತಿದ್ದದ್ದು ಅಪ್ಪ ಕಡೆ ಪಕ್ಷ ಹೋದ ವರ್ಷ ಇದ್ದಹಾಗೆ ಇದ್ದರೆ ಸಾಕೆಂದು. ಇದು ಪ್ರತಿ ವರ್ಷವೂ ಮುಂದುವರಿದಿತ್ತು, ಆದರೆ ಅಪ್ಪನ ಪರಿಸ್ಥಿತಿ ಒಂದೊಂದೇ ಮೆಟ್ಟಿಲು ಕೆಳಗಿಳಿಯುತ್ತಿತ್ತು.

ನನಗಂತೂ ನನ್ನ ವೈದ್ಯ ಮಿತ್ರರು ಹೇಳಿದ "De-generative disorders are irreversible" ಎಂಬ ಮಾತು ತಲೆಗೆ ಹೊಕ್ಕಲೇ ಇಲ್ಲ. ಅಪ್ಪನನ್ನು ಅಲ್ಲಿ ಇಲ್ಲಿ ಕರೆದುಕೊಂಡು ಎಳೆದಾಡಿದೆ. ವೃತ್ತಿಯಿಂದ ಕೆಮಿಕಲ್ ಇಂಜಿನಿಯರ್ ಆದ ನನಗೇ ಕೆಲವೊಮ್ಮೆ ಅನ್ನಿಸುವುದು, ನಾವು ಪಂಪ್ ಮಾಡುವ ಅನೇಕ ಔಷಧಿಗಳೂ ಮನುಷ್ಯನ ಆರೋಗ್ಯ ಪತನಕ್ಕೆ ನೇರ ಕಾರಣವೆಂದು. ಆದರೆ ಎಲ್ಲ ಔಷಧಿಗಳನ್ನು ನಿಲ್ಲಿಸಿಬಿಡುವ ಧೈರ್ಯ ಬಂದೀತೆ? ಇದೊಂದು ಯಕ್ಷ ಪ್ರಶ್ನೆ. ಇದಕ್ಕೆ ಸುಲಭ ಮತ್ತು ಸಮಂಜಸ ಉತ್ತರವನ್ನು ಬಹುಶಃ ಹುಡುಕಲಾಗುವುದಿಲ್ಲ.

ವೈದ್ಯ, ರೋಗಿ ಮತ್ತು ಸಮಾಜ

ಕೆಲವು ವೈದ್ಯರಿಗೆ ಮುಂದಿನ ರೋಗಿಯದ್ದೇ ಚಿಂತೆ. ರಾಜಕಾರಣಿಗೆ ಮುಂದಿನ ಚುನಾವಣೆಯ ಚಿಂತೆಯ ಹಾಗೆ! ಈ ಮಾತನ್ನು ಯಾಕೆ ಇಲ್ಲಿ ಹೇಳುತ್ತಿರುವೆನೆಂದರೆ, ಅಪ್ಪನ ಕಾಯಿಲೆ ಮೆದುಳಿಗೆ ಸಂಬಂಧ ಪಟ್ಟಿದ್ದರಿಂದ ಅವರಲ್ಲಾಗುತ್ತಿದ್ದ ಬದಲಾವಣೆಗಳು ನಮಗೆ ಆತಂಕ ಮತ್ತು ದಿಗ್ಭ್ರಮೆಯನ್ನು ಉಂಟುಮಾಡುತ್ತಿದ್ದವು. ಇದರ ಬಗ್ಗೆ ನಾವು ಮತ್ಯಾರನ್ನು ಕೇಳುವುದು? ಅದರಲ್ಲೂ ಎರಡನೆಯ ಬಾರಿಗೆ ಸ್ಟ್ರೋಕ್ ಆದ ಮೇಲೆ ಅವರ ಮಾತು, ಚಲನವಲನ, ಜ್ಞಾಪಕ ಶಕ್ತಿ ಎಲ್ಲವೂ ವ್ಯಾಪಕವಾಗಿ ಕುಂಠಿತವಾಯಿತು. ಅವರಿಗೆ ನೇರ ನಿಲ್ಲಲೂ ಆಗುತ್ತಿರಲಿಲ್ಲ, ಕುಂತರೆ ಅಥವಾ ಮಲಗಿದರೆ ಸಹಾಯವಿಲ್ಲದೆ ಸರಿಯಾಗಿ ಏಳಲೂ ಆಗುತ್ತಿರಲಿಲ್ಲ. ಎಲ್ಲದಕ್ಕಿಂತ ಹೆಚ್ಚಾಗಿ ಅವರ ನಗು ಮಾಸಿತ್ತು, ಮಾತು ಕರಗಿ ಹೋಗಿತ್ತು, ಯಾವುದಕ್ಕೂ ಮನಸ್ಸು ಅಥವಾ ಮೂಡು ಇರುತ್ತಿರಲಿಲ್ಲ.

ಆಂತಹ ದಿನಗಳಲ್ಲಿ ವೈದ್ಯರು ಅವರಿಗೆ Syndopa ಕೊಡಲು ಶುರುವಿಟ್ಟರು. ಈ ಮಾತ್ರೆ ದೇಹದಲ್ಲಿ ಸಹಜವಾಗಿ ಆನಂದ ಮತ್ತು ಮೆದುಳಿನ ಕಣಗಳ ಮರು ಉತ್ಪತ್ತಿಗೆ ಸಹಾಯಕವಾಗುವ Dopamine ಅನ್ನು ಉತ್ಪಾದಿಸುತ್ತದೆ. ಅಪ್ಪನಿಗೆ ಸಹಜವಾಗಿ ಇದರ ಉತ್ಪಾದನೆ ಕುಂಠಿತವಾಗಿದ್ದುದರಿಂದ ಹೊರಗಿನಿಂದ ಇದನ್ನು ಕೊಡಬೇಕಾಯಿತು, ಥೇಟ್ ಸಕ್ಕರೆ ಕಾಯಿಲೆಗೆ ಇನ್ಸುಲಿನ್ ಕೊಡುವ ಹಾಗೆ. Syndopa ಸಾಮಾನ್ಯವಾಗಿ Parkinson's, Alzeimer ಮತ್ತು Dementia ಕಾಯಿಲೆಯವರಿಗೆ ಕೊಡುತ್ತಾರೆ ಕಾರಣ ಇವೆಲ್ಲವುಗಳಿಗೂ ಕಾರಣ ಸಾಮಾನ್ಯವಾಗಿ ಒಂದೇ, ಸ್ವರೂಪ ಬೇರೆ ಬೇರೆ ಅಷ್ಟೇ. All are degenerative disorders of the brain, ಅಂದರೆ ಇವೆಲ್ಲಾ ಮೆದುಳಿನ ಅಧಃಪತನದಿಂದ ಹೊರಹೊಮ್ಮುವ ಕಾಯಿಲೆಗಳು.

ಅಷ್ಟರೊಳಗಾಗಿ ಅಪ್ಪನ ಕಾಯಿಲೆ Parkinson's ಎಂದು ದೃಢ ಪಟ್ಟಿತ್ತು. ಕಾರಣ ಅವರ ಮೈ ಕೈ ಆಗಾಗ ನಡುಗುತ್ತಿತ್ತು. ಅವರು ನಡೆಯುವಾಗ ಆಗಾಗ ಕುಸಿದು

ಬೀಳುತ್ತಿದ್ದರು. ಮಾತು ತಡವರಿಸುತ್ತಿತ್ತು. ದೇಹದ ಸ್ವಾಧೀನ ತಪ್ಪಿತ್ತು. ಏನನ್ನೂ ನುಂಗಲು ಸುಲಭವಾಗಿ ಆಗುತ್ತಿರಲಿಲ್ಲ, ಮಾತ್ರೆಗಳನ್ನೂ ಸಹ. ಇದರ ಮಧ್ಯೆ ಒಂದು ಮತ್ತು ಎರಡರ ಮೇಲೆ ಹಿಡಿತವಿರಲಿಲ್ಲವಾದ್ದರಿಂದ ಅಡಲ್ಟ್ ಡೈಪರ್ ಹಾಕುವ ಪರಿಸ್ಥಿತಿ ಬಂದೊದಗಿತ್ತು.

ಅಪ್ಪನಿಗೆ ಮೊದಲಿಗೆ ಇವೆಲ್ಲಾ ಅರ್ಥವಾಗುತ್ತಿದ್ದರೂ ಬಹುಬೇಗ ತಾನೇನು ಮಾಡುತ್ತಿದ್ದೀನಿ ಎಂಬುದರ ಅರಿವು ಹೋಗಿಬಿಟ್ಟಿತು. ಕೆಲವೊಮ್ಮೆ ಆಸ್ಪತ್ರೆಗೆ ಕರೆದುಕೊಂಡು ಹೋಗುವಾಗ “ನಾನು ಡಾಕ್ಟರ್ ಹತ್ರ ಏನು ಹೇಳಬೇಕು?” ಎಂದು ತಡವರಿಸಿ ಭಯದಲ್ಲಿ ಕೇಳುತ್ತಿದ್ದರು.

ನಾವು “ನಿಮಗೆ ಏನನಿಸುತ್ತೋ ಅದನ್ನ ಹೇಳಿ” ಅಂದರೆ “ನನಗೆ ಏನೂ ಗೊತ್ತಾಗಲ್ಲ ಏನು ಹೇಳಲಿ?” ಎನ್ನುತ್ತಿದ್ದರು. ಆಗ ನಾವೇ “ನಮ್ಮಲ್ಲಿ ಹೇಳಿದ್ದನ್ನು ಹೇಳಿ” ಅಂದರೆ, “ನಿಮ್ಮಲ್ಲಿ ನಾನು ಏನು ಹೇಳಿದೆ?” ಎಂದು ಕೇಳುತ್ತಿದ್ದರು.

ಅಪ್ಪನಿಗೆ Parkinson's ನೊಟ್ಟಿಗೆ Dementia (ಮರೆಗುಳಿತನ) ಕೂಡ ಬಂದಿರುವುದು ನಮಗೆ ನಿಧಾನವಾಗಿ ಮನದಟ್ಟಾಯಿತು. ದುರ್ದೈವವೆಂದರೆ ನಾವು ಭೇಟಿ ಮಾಡುತ್ತಿದ್ದ ವೈದ್ಯರು ಇವಾವುದರ ಬಗ್ಗೆಯೂ ನಮ್ಮನ್ನು ಕೂರಿಸಿಕೊಂಡು ಮಾತನಾಡಲಿಲ್ಲ, ಎಚ್ಚರಿಸಲಿಲ್ಲ.

ಅವರು ಐದು ನಿಮಿಷದಲ್ಲಿ ಅಪ್ಪನನ್ನು ನೋಡಿ ಮೂರು ಮಾತ್ರೆ ಬದಲಿಸಿ ಕಳಿಸಿಬಿಡುತ್ತಿದ್ದರು.

ಅದಕ್ಕೇ ಹೇಳಿದೆ “ಕೆಲವು ವೈದ್ಯರಿಗೆ ಮುಂದಿನ ರೋಗಿಯದ್ದೇ ಚಿಂತೆ” ಎಂದು.

ಅಪ್ಪನಿಗೆ ಕೊಡುತ್ತಿದ್ದ Syndopa ಮಾತ್ರೆ ಊರ್ಜಿತವಾಗಲು ತಿಂಗಳುಗಳೇ ಬೇಕಾಯಿತು. ಅದರ ಮಧ್ಯೆ ಹೊಸದಾಗಿ ಉತ್ಪತ್ತಿಯಾಗುತ್ತಿದ್ದ Dopamine ನಿಂದಾಗಿ ಅವರಿಗೆ ರಾತ್ರಿಯ ಹೊತ್ತು hallucinations (ಭ್ರಾಮಕ ಪರಿಸ್ಥಿತಿ) ಉಂಟಾಗುತ್ತಿತ್ತು. ಇದರಿಂದಾಗಿ ನಾವೆಲ್ಲಾ ಶುರುವಿನಲ್ಲಿ ಅತ್ಯಂತ ಕಳವಳಗೊಂಡೆವು. ನಂತರ ಅದು Dopamine ನ ಅಡ್ಡ ಪರಿಣಾಮವೆಂದು ತಿಳಿದು ಸ್ವಲ್ಪ ಸಮಾಧಾನವಾಯಿತು.

ಇವೆಲ್ಲವುಗಳ ಮಧ್ಯೆ ಅಪ್ಪ ಹಾಸಿಗೆ ಹಿಡಿದರು. ಆದಕಾರಣ ತಿಂದದ್ದು ಜೀರ್ಣವಾಗುತ್ತಿರಲಿಲ್ಲ. ಅದರ ಜೊತೆಗೆ ಒಂದು ಹಿಡಿ ಮಾತ್ರೆಯನ್ನು ಬೇರೆ ನುಂಗಬೇಕು. ಆದರೆ Parkinson's ನಿಂದ ನುಂಗಲು ಮಾಡಬೇಕಾದ ಗಂಟಲಿನ ಚಲನೆ (Voluntary Muscle Action) ಸಾಧ್ಯವಾಗುತ್ತಿರಲಿಲ್ಲ. ಇದರಿಂದಾಗಿಯೇ ಊಟವನ್ನು ದ್ರವದ ರೂಪದಲ್ಲಿ ಕೊಡಬೇಕಾಗಿತ್ತು ಮತ್ತು ಅದನ್ನು ನುಂಗಲೂ ಕೆಲವೊಮ್ಮೆ ಕಷ್ಟವಾಗುತ್ತಿತ್ತು.

Dementia ತೀವ್ರವಾಗಿದ್ದುದರಿಂದ ಕಡೆಯ ದಿನಗಳಲ್ಲಿ ಅಮ್ಮನ ಹೆಸರನ್ನು ಮಾತ್ರ ಅವರು ನೆನಪಿನಲ್ಲಿ ಇಟ್ಟುಕೊಂಡಿದ್ದರು. ಇದೆಲ್ಲದಕ್ಕೆ ಕಾರಣ ಮೆದುಳಿನ Neuron ಕಣಗಳು ಬೇಕಾದ ವೇಗದಲ್ಲಿ ಉತ್ಪತ್ತಿಯಾಗದೇ ಇರುವುದು, just like RBC in Blood, Syndopa (Carbidopa & Levidopa). ಇದನ್ನು ಕೊಂಚಮಟ್ಟಿಗೆ

ಸುಧಾರಿಸಲು ಹೆಣಗಾಡುತ್ತದೆಯಾದರೂ ಅದು ಎಲ್ಲರಲ್ಲೂ ಸಮರ್ಪಕವಾಗಿ ಕೆಲಸ ಮಾಡುವ ಬಗ್ಗೆ ನಿಖರವಾದ ಮಾಹಿತಿ ಇಲ್ಲ. ಇದರ ಹೊರತಾಗಿಯೂ Parkinson's, Dementia, Alzheimer's ನ ಎಲ್ಲ ರೋಗಿಗಳಿಗೂ Syndopa ಮಾತ್ರೆಗಳನ್ನು ಕೊಡುತ್ತಾರೆ.

ವಿದೇಶಗಳಲ್ಲಿ (ಅಮೇರಿಕಾ, ಯುರೋಪ್ ಮತ್ತು ಇಸ್ರೇಲ್ etc) ಈ ಕಾಯಿಲೆಗಳಿಗೆ ಹಲವು ಬಗೆಯ ಪರಿಣಾಮಕಾರಿ ಚಿಕಿತ್ಸೆಗಳಿವೆ ಮತ್ತು ಇವುಗಳ ಬಗ್ಗೆ ವ್ಯಾಪಕವಾದ ಸಂಶೋಧನೆ ನಡೆಯುತ್ತಿದೆ. ಇತ್ತೀಚೆಗಷ್ಟೇ ಅಮೇರಿಕಾದ FDA, Syndopa (Levidopa & Carbidopa)ದ ಜೊತೆಗೆ Nourianz ಎಂಬ ಹೊಸದೊಂದು ಟ್ಯಾಬ್ಲೆಟ್ ಅನ್ನು ಚಿಕಿತ್ಸೆಗೆ ಉಪಯೋಗಿಸಲು ಅನುಮತಿಸಿದೆ. ಇಷ್ಟೇ ಅಲ್ಲದೆ ಆ ದೇಶಗಳಲ್ಲಿ Parkinson's, Alzheimer's ನ ಸೊಸೈಟಿಗಳಿವೆ, ಇವು ಪ್ರತಿ ಊರಿನಲ್ಲೂ ಇವೆ. ಅಲ್ಲಿಗೆ ಪೀಡಿತರು ಬಂದು ತಮ್ಮ ಅನುಭವಗಳನ್ನು, ಅಭಿಪ್ರಾಯಗಳನ್ನು, ತುಮುಲ–ತಲ್ಲಣಗಳನ್ನು ಹೇಳಿಕೊಳ್ಳಲು ಅವಕಾಶವಿದೆ. ಇದರಿಂದಾಗಿ ಮನಸ್ಸಿನ ಎಷ್ಟೋ ಭಾರ ಕಡಿಮೆಯಾಗುವ ಸಾಧ್ಯತೆ ಇದೆ. ಸುಮಾರು ರೋಗಿಗಳು ಇದರಿಂದ ಹೊಸ ಜೀವನಶೈಲಿಯನ್ನು ರೂಢಿಸಿಕೊಂಡಿದ್ದಾರೆ. ಈ ಕಾಯಿಲೆಗಳೊಟ್ಟಿಗೆ ಬದುಕುವುದ ಕಲಿತಿದ್ದಾರೆ. ಕೆಲವರಂತೂ ಆಶ್ಚರ್ಯಕರ ರೀತಿಯಲ್ಲಿ ಗುಣಮುಖರಾಗಿದ್ದಾರೆ. ಈ ಪ್ರಕ್ರಿಯೆಯಿಂದ ಮನೆಯವರಿಗೂ ತಕ್ಕ ಮಟ್ಟಿಗಿನ ತಿಳಿವಳಿಕೆ, ಸಮಾಧಾನ, ಶಕ್ತಿ ದೊರೆಯುತ್ತದೆ. ನಮ್ಮಲ್ಲಿ ಇಂತಹ ವಿಷಯಗಳ ಬಗ್ಗೆ, ವ್ಯವಸ್ಥೆಗಳ ಬಗ್ಗೆ ಅಸಡ್ಡೆ ಮತ್ತು ಕೀಳರಿಮೆಯಿದೆ. ಅದು ಬದಲಾಗಬೇಕು.

ವಿಜ್ಞಾನ ಮುಂದುವರಿದ ಹಾಗೆ ಈಗಿನ De-generative ಕಾಯಿಲೆಗಳಾಗಿರುವ ಇವು, ಮುಂದೊಂದು ದಿನ Re-generative ಆಗಿ ಪರಿವರ್ತನೆಗೊಳ್ಳಬಹುದು. ಈ ಕಾಯಿಲೆಗಳಿಂದ ದಿನ ನಿತ್ಯ ಕಷ್ಟ ಅನುಭವಿಸುವವರು ರೋಗಿಗಳು ಮಾತ್ರವಲ್ಲ, ಅವರ ಮನೆಯವರೂ ಸಹ. ಅವರಲ್ಲಿ ಮುಖ್ಯವಾದವರು ಅವರ ಸಂಗಾತಿಗಳು (ಗಂಡ ಅಥವಾ ಹೆಂಡತಿ).

ನಾವು ಇವತ್ತಿನ ದಿನಮಾನದಲ್ಲಿ ರೋಗಿಯನ್ನು ನೋಡಿಕೊಳ್ಳಬೇಕಷ್ಟೆ, ಗುಣಪಡಿಸಲಾಗುವುದಿಲ್ಲ. ಆದರೆ ರೋಗಿಯನ್ನು ನೋಡಿಕೊಳ್ಳುವವರು ಅವರ ಸಂಗಾತಿಯಾಗಿದ್ದರೆ ಅಂತಹವರನ್ನು ಸುತ್ತಮುತ್ತಲಿನವರು (ಮಕ್ಕಳು, ಕುಟುಂಬದವರು ಇತ್ಯಾದಿ) ನೋಡಿಕೊಳ್ಳಬೇಕು. ಅವರಿಗೆ ಬೇಕಾದ ಸಹಾಯ, ಮಾನಸಿಕ ಬೆಂಬಲ ಕೊಡುವುದು ಅತ್ಯಗತ್ಯ. ಇದನ್ನು ಪಶ್ಚಿಮದವರು Taking care of the care taker ಎನ್ನುತ್ತಾರೆ.

ಅಪ್ಪನನ್ನು ನಾನಾ ಆಸ್ಪತ್ರೆಗಳಿಗೆ ಸುತ್ತಾಡಿಸಿದಾಗ ಅಲ್ಲಿ ಬರುತ್ತಿದ್ದ ಹಲವಾರು ರೋಗಿಗಳು, ಅವರ ಪರಿಸ್ಥಿತಿ, ಅವರ ಮನೆಯವರ ಪರಿಸ್ಥಿತಿ, ನಮ್ಮದೇ ಮನೆಯಲ್ಲಿ ನಮ್ಮ ಪರಿಸ್ಥಿತಿ ಇವೆಲ್ಲವನ್ನ ನೋಡಿದ ನನಗೆ ಅನ್ನಿಸುವುದು ನಾವು ಒಂದು ಸಮಾಜವಾಗಿ ಇದನ್ನು ಎದುರಿಸಬೇಕಲ್ಲದೇ ಬೇರೆ ವಿಧಿ ಇಲ್ಲ.

ಇದರಲ್ಲಿ ಬಹುಮುಖ್ಯ ಪಾತ್ರ ವೈದ್ಯರದ್ದು. ಅವರು ಇಂತಹ ರೋಗಿಗಳಿಗೆ ಹೆಚ್ಚು ಹೆಚ್ಚು ಮಾನಸಿಕ ಸ್ಥೈರ್ಯ ತುಂಬಬೇಕು. ಅವರ ಮನೆಯವರಿಗೆ ಔಷಧಿಗಳ ನೇರ ಮತ್ತು ಅಡ್ಡ ಪರಿಣಾಮಗಳ ಬಗ್ಗೆ ವಿವರಿಸಬೇಕು. Caretaker ಗಳು ಕುಟುಂಬ ಸದಸ್ಯರಾದಾಗ ಅವರಿಗಾಗಿ ಕೆಲವು ನೈತಿಕ ಸ್ಥೈರ್ಯದ ಕಾರ್ಯಕ್ರಮಗಳು (Moral / Mental Support Program) ಇರಬೇಕು. ಆಗ ಮಾತ್ರ ಸ್ವಲ್ಪ ಸುಧಾರಣೆಯಾಗಲು ಅಥವಾ ಪರಿಸ್ಥಿತಿಯನ್ನು ಯಥಾವತ್ ಸ್ವೀಕರಿಸಿ ಮುನ್ನಡೆಯಲು ಸಾಧ್ಯ.

Hope it happens some day soon and wish I can contribute my bit!

ನೆನಪು ಮತ್ತು ಮರೆವು

ತುಂಬಾ ದಿನಗಳ ನಂತರ Amazon.com ನಲ್ಲಿ ಮುಳುಗಿದ್ದೆ. ಅಲ್ಲಿ ಸಿಕ್ಕುವ ಅಸಂಖ್ಯ ಪುಸ್ತಕಗಳು ಮತ್ತು ಈಗಾಗಲೇ ಕೊಂಡು ಓದಿದವರ ಪ್ರತಿಕ್ರಿಯೆ ಮತ್ತು ಅಭಿಪ್ರಾಯಗಳು ನನ್ನ ಬಿಡುವಿನ ಹಲವು ಗಂಟೆಗಳನ್ನು ಸುಲಭವಾಗಿ ನುಂಗಿ ಹಾಕುತ್ತವೆ. ಇದರಿಂದ ನಾನು ಪ್ರತೀ ಬಾರಿಯೂ ಹೆಚ್ಚು informed ಕೂಡ ಆಗುತ್ತೇನೆ.

ಆದರೆ ಈ ಬಾರಿ ಹಾಗಾಗಲಿಲ್ಲ. ನನ್ನ wish list ಅನ್ನು ತೆರೆದು ನೋಡುತ್ತಿರುವಾಗಲೇ ಅಲ್ಲಿದ್ದ ಸರ್ಜಿಕಲ್ ಗ್ಲೋವ್ಸ್‌ಗಳು, ಅಡಲ್ಟ್ ಡೈಪರ್‌ಗಳು, ರಿಯಾಯಿತಿ ದರದಲ್ಲಿ ನಾನು ಅಪ್ಪನಿಗಾಗಿ ಕೊಳ್ಳುತ್ತಿದ್ದ ಕೆಲವು ಪದಾರ್ಥಗಳು ಕಣ್ಣಿಗೆ ಬಿದ್ದವು. ಅವು ಈಗ ಬೇಕಿಲ್ಲ. They need not have to be in my wish list now ಅನ್ನಿಸಿತು, ಎಲ್ಲವನ್ನು delete ಮಾಡಿದೆ. ಯಾಕೋ ಹೊಟ್ಟೆಯಲ್ಲೆಲ್ಲ ಸಂಕಟ ಶುರುವಾಯಿತು, ಏನೋ ಕಳೆದುಕೊಂಡ ಭಾವ! ಒಮ್ಮೆಗೇ ಖಾಲಿಯಾದ ಒಡಲ ಯಾತನೆ.

ತಂತ್ರಜ್ಞಾನದಲ್ಲಿ undo option ಇದೆ. ಒಂದು ಕ್ಷಣ ಎಲ್ಲವನ್ನ undo ಮಾಡಿಬಿಡಲೇ ಅನ್ನಿಸಿತು. ಆದರೆ ಆಮೇಲೆ? ಹೀಗೆ ಅಪ್ಪನನ್ನು Undo ಮಾಡಬಹುದಾಗಿದ್ದಿದ್ದರೆ ಎಂದು ಯೋಚಿಸಿದೆ. ಸಾವಿಲ್ಲದ ಮನೆಯ ಸಾಸಿವೆಯ ಕಥೆ ನೆನಪಾಯಿತು, ಗೌತಮ ನೆನಪಾದ. ಅರ್ಧರಾತ್ರಿಯಲ್ಲಿ ಅರಮನೆಯನ್ನು ಬಿಟ್ಟು ಬಂದವನು ಆತ, ಮನುಕುಲಕ್ಕೆ ಬೆಳಕ ತಂದವನು. ಹೀಗೆ ಏನೇನೋ ಅಂದುಕೊಂಡೆ. "ನೆನಪೆಂದರೆ ಮರೆವಿನೊಟ್ಟಿಗೆ ಮನಸ್ಸು ನಡೆಸುವ ನಿರಂತರ ಹೋರಾಟ" ಎಂದು ಬರೆದಿಟ್ಟುಕೊಂಡದ್ದು ನೆನಪಾಯಿತು.

"ಮರೆವೆಯ ಕತ್ತಲಲ್ಲಿ ನೆನಪೇ ಬೆಳಕು ಅಲ್ಲವೇ?" ಅಪ್ಪನಿಗೆ ಆ ಬೆಳಕು ಸಾಯುವ ಕೆಲವು ವರ್ಷಗಳ ಮುಂಚೆಯೇ ಇಲ್ಲವಾಗಿತ್ತು. ನನ್ನ ನೆನಪು ಎಲ್ಲಿಯವರೆಗೆ? ಹೃದಯ ದಸಕ್ ಎಂದಿತು. ವೈದ್ಯರ ಮತ್ತು ಸಂಶೋಧನೆಗಳ

ಪ್ರಕಾರ Parkinson's, Dementia (ಮರೆಗುಳಿತನ) ಮತ್ತು Alzheimer ತರಹದ ಕಾಯಿಲೆಗಳು ಅನುವಂಶೀಯವೂ ಇರಬಹುದಂತೆ, ಅಯ್ಯೋ ನನಗೂ ಬಂದರೆ ಏನು ಮಾಡುವುದು? ಕಳೆದುಕೊಂಡವರನ್ನು ಸ್ತುತಿಸುವುದಿರಲಿ ಇದ್ದವರನ್ನೂ ಮರೆತುಬಿಡುವ ಈ ಕಾಯಿಲೆಗಳಿಗೆ ಎಂದು ಕೊನೆ? ಹೀಗೆ ಏನೇನನ್ನೋ ಯೋಚಿಸುತ್ತಿದ್ದೆ. ಮರುಕ್ಷಣ "Its a possibility, like any other" ಅನ್ನಿಸಿತು. ಅದರ ಜೊತೆಗೇ "ಬರಲಿರುವ ನಾಳೆಗಳ ನಂಬಿ ಇಂದಿಗೆ ಶರಣಾಗುವುದಷ್ಟೇ ನಮ್ಮ ಕೆಲಸ" ಎಂಬ ನನ್ನದೇ ಪದ್ಯದ ಸಾಲು ನನ್ನ ಎದೆಯ ನೋವಿಗೆ ಮುಲಾಮು ಹಚ್ಚಲು ನಿಂತವು.

ಇಂಥವರ ಮಗ

ಅಪ್ಪ ತೀರಿಹೋದಾಗ ಮನೆಯ ಮುಂದೆ ಶಾಮಿಯಾನ ಹಾಕಿಸಿ ಒಂದಷ್ಟು ಚೇರುಗಳನ್ನು ಇರಿಸಿದ್ದೆವು. ಅಲ್ಲಿ ಬಂಧು ಮಿತ್ರರು ಕುಳಿತಿದ್ದರು. ನಾವು ಒಳಗೂ ಹೊರಗೂ ವ್ಯವಸ್ಥೆ ನೋಡುತ್ತಿದ್ದಾಗ ನಡೆದ ಘಟನೆ ಇದು.

ಸಾಮಾನ್ಯವಾಗಿ ತೀರಿಕೊಂಡವರ ಬಗ್ಗೆ ಜನ ಒಳ್ಳೆಯದು ಮಾತಾಡುವುದು ವಾಡಿಕೆ. ಕೆಲವೊಮ್ಮೆ ತೀರಾ ಮುಂದೆ ಹೋಗಿ, ಜನ ಎಂಥವರನ್ನೂ ಹೊಗಳಿ ಬಿಡುವ ಪರಿಯೂ ಉಂಟು. ನಮ್ಮಪ್ಪನೂ ಅದಕ್ಕೆ ಹೊರತಲ್ಲವಾದರೂ ಅಂದು ನಡೆದ ಒಂದು ಘಟನೆ ಮಾತ್ರ ನನ್ನನ್ನು ಬಹುವಾಗಿ ಅಲ್ಲಾಡಿಸಿತು. ಅದರ ಬಗ್ಗೆ ಈಗ ನೆನೆಸಿಕೊಂಡರೂ ನೋವಾಗುತ್ತದೆ.

ಅದೇನೆಂದರೆ, ಅಲ್ಲಿ ಅಂದು ಕುಳಿತಿದ್ದ ಬಂಧು ಮಿತ್ರರಲ್ಲಿ ಕೆಲವರು ಅಪ್ಪನ ಬಗ್ಗೆ ತೀರಾ ಲಘುವಾಗಿ ಮಾತನಾಡಿದ್ದು! ಅವರ ಪ್ರಕಾರ ಅಪ್ಪನಿಗೆ ಮಾತಿನ ಅಥವಾ ಬಾಯಿಯ ಮೇಲೆ ಹಿಡಿತವಿರಲಿಲ್ಲ ಅವರು ಕೆಟ್ಟದಾಗಿ ಮಾತನಾಡುತ್ತಿದ್ದರು. (ಅಪ್ಪ ಅತ್ಯಂತ ನೇರ, ನಿಷ್ಠುರವಾದಿ).

ಸಿಟ್ಟು ಬಂದರೆ ಯಾರೂ ತಡೆಯಲು ಆಗುತ್ತಿರಲಿಲ್ಲ. ಹಾಗೆ ಒಂದು ವೇಳೆ ನಮ್ಮ ಅಮ್ಮ ತಡೆಯಲು ಬಂದರೆ ಅವಳ ಮೇಲೂ ಅದೇ ಓಘದಲ್ಲಿ ಪದಪ್ರಯೋಗ ಮಾಡುತ್ತಿದ್ದರು ಎಂಬುದು. ನನಗೆ ತಿಳಿದು ಬಂದ ಸಂಗತಿ ಏನೆಂದರೆ, ಈ ರೀತಿ ಮಾತನಾಡಿದವರು ನಮ್ಮ ಮನೆಯ ಅಕ್ಕ ಪಕ್ಕದವರಲ್ಲ ಬದಲಾಗಿ ಬೇರೆಯ ಬೀದಿಯವರು. ಆದರೂ ಅವರ ಮಾತಿನ ವೈಖರಿ ಹೇಗಿತ್ತು ಎಂದರೆ ಅದು ಅಲ್ಲಿದ್ದ ನಮ್ಮ ಕೆಲವು ನೆಂಟರನ್ನ ಕಸಿವಿಸಿಗೊಳಿಸಿತ್ತು. ಕೆಲವರನ್ನ ಖುಷಿ ಪಡಿಸಿರಲೂಬಹುದು.

ತುಂಬಾ ಬೇಸರದ ಸಂಗತಿಯೆಂದರೆ ಕೆಲವು ದಿನಗಳ ನಂತರ ನನ್ನ ತುಂಬಾ ಹತ್ತಿರದ ಬಂಧುಗಳೊಬ್ಬರೊಡನೆ ಏನೋ ಭಿನ್ನಾಭಿಪ್ರಾಯವಾಗಿ ನನಗೂ ಅವರಿಗೂ ಸ್ವಲ್ಪ ಮಾತಾದಾಗ ಅವರು ಅಂದು ಯಾರೋ ಬೀದಿಯಲ್ಲಿ ಆಡಿದ ಮಾತನ್ನು ಉಲ್ಲೇಖಿಸಿ ನನ್ನನ್ನು ಹೀಯಾಳಿಸಲು ನೋಡಿದ್ದು.

ಸಾಮಾನ್ಯವಾಗಿ ಕೆಲವರು ವಾದ ಮಾಡಲು ಅಸಮರ್ಥರಾದಾಗ ತೀರ ವೈಯಕ್ತಿಕ ನೆಲೆಗೆ ಪ್ರವೇಶ ಮಾಡುವುದು ಹೊಸತೇನಲ್ಲ. ಇದೊಂದು ಪುರಾತನ ಕಾಯಿಲೆ ಅಥವಾ tactic. ನನಗೆ ಬೇಸರವಾದದ್ದು ಯಾರೋ ಆಡಿದ ಮಾತನ್ನು ನನಗೆ ಬೇಕಾದವರೇ ಎತ್ತಾಡಿ ಅದರಿಂದ ನನ್ನನ್ನು ನಿಯಂತ್ರಣದಲ್ಲಿಡುವ ತುಚ್ಛ ಪ್ರಯತ್ನ ಮಾಡಿದ ಮನಸ್ಥಿತಿಯ ಬಗ್ಗೆ. ಇದರಲ್ಲಿ ಅಮ್ಮನ ಪಾತ್ರವೇನು? ಅವಳನ್ನು ಎಳೆದು ತಂದದ್ಯಾಕೆ?

ಅಪ್ಪ ಅಮ್ಮನನ್ನು ಒಂದು ದಿನವೂ ಬಿಟ್ಟಿದ್ದದ್ದು ನಾನು ಕಾಣೆ. ಇದರಿಂದ ಅಮ್ಮನೂ ಹೆಚ್ಚಾಗಿ ತನ್ನ ತವರಿಗೆ ಹೋಗುತ್ತಿರಲಿಲ್ಲ. ಹೋದರೂ ಬೆಳಿಗ್ಗೆ ಹೋಗಿ ಸಂಜೆಯ ಹೊತ್ತಿಗೆ ಅಥವಾ ಮರುದಿನ ಬೆಳಿಗ್ಗೆಯ ಹೊತ್ತಿಗೆ ಬಂದುಬಿಡುತ್ತಿದ್ದಳು. ಅಪ್ಪ, ಅಮ್ಮನಿಗೆ ಕೈನೋವು, ಮಂಡಿ ನೋವು ಇದ್ದಾಗೆಲ್ಲ ತನ್ನ ಬಟ್ಟೆ ತಾವೇ ಒಗೆದುಕೊಳ್ಳುತ್ತಿದ್ದರು. ಅಮ್ಮ ಅಂಗಡಿಗೆ ಹೋದರೂ ಮನೆಗೆ ವಾಪಸ್ ಕಳಿಸುತ್ತಿದ್ದರು. ಮನೆಯ ಎಷ್ಟೋ ಕೆಲಸ ಅವರೇ ಮಾಡುತ್ತಿದ್ದರು. ಅಪ್ಪನ ಕಡೆಯ ದಿನಗಳಲ್ಲಿ ಅವರಿಗೆ ನೆನಪಿದ್ದ ಒಂದೇ ಒಂದು ಹೆಸರು ಅಮ್ಮನದು. ಅವರದ್ದು ಪ್ರೀತಿಯ ಬಂಧ –ಬಡತನದ ಬಾಂಧವ್ಯ. ಅವರ ದಾಂಪತ್ಯ ಎಲ್ಲರ ಹಾಗೆಯೇ ಇತ್ತು .

ಇಷ್ಟೆಲ್ಲಾ ಹೇಳಬೇಕಾದುದು ಈಗ ಅನಗತ್ಯ ಅಂತ ಕೆಲವೊಮ್ಮೆ ಅನಿಸುತ್ತದೆ. ಪ್ರಪಂಚಕ್ಕೆ ನಾವು ಯಾಕೆ ಸಬೂಬು ಕೊಡಬೇಕು? ಆದರೂ ಮನಸ್ಸು ಒಪ್ಪುವುದಿಲ್ಲ. ಒಟ್ಟಾರೆ ಜನಕ್ಕೆ ಏನು ಬೇಕು? ಅವರ್ಯಾಕೆ ಬೇರೆಯವರ ವಿಚಾರದಲ್ಲಿ judgemental ಆಗುತ್ತಾರೆ? ಅವರಿಗೆ ಸಮಯ ಸಂದರ್ಭದ ಅರಿವು ಇರುವುದಿಲ್ಲವಾ? ಮನುಷ್ಯ ನೂರು ಒಳ್ಳೆಯದು ಮಾಡಿದ್ದು ಬಿಟ್ಟು ಸ್ವಭಾವತಃ ಮಾಡಿದ ಒಂದು ವಿಷಯವನ್ನು ಎತ್ತಾಡುವುದು ಯಾವ ನ್ಯಾಯ? ಅದಕ್ಕೆ ಮನೆ ಮಂದಿಯನ್ನ ಎಳೆಯುವುದು ಯಾವ ಥರದ ಮನಸ್ಥಿತಿ. ಈ ವಿಕೃತ ಮನಸ್ಸಿನಿಂದ ಯಾರಿಗೆ ಲಾಭ? ಅಪ್ಪ ಅಥವಾ ಅಮ್ಮ ಅಂದು ಹಾಗೆ ಮಾತಾಡಿದವರಿಗೆ ಏನು ಅನ್ಯಾಯ ಮಾಡಿದ್ದರು? ಹಾಗೆಯೇ ಅದನ್ನು ನನ್ನ ಜೊತೆಯ ಜಟಾಪಟಿಯಲ್ಲಿ ಅಸ್ತ್ರವಾಗಿ ಬಳಸಿ ನನ್ನ ಹತ್ತಿರದ ಬಂಧುಗಳು ಏನನ್ನು ಮಾಡಲು ಹೊರಟಿದ್ದರು? ಯಾಕೋ ಹೀಗೆಲ್ಲಾ ಯೋಚಿಸಿದಾಗ ಬೇಸರವಾಗುತ್ತದೆ.

ನಾನು ಚಿಕ್ಕಂದಿನಲ್ಲಿ, ಶಾಲೆಯಲ್ಲಿ ಟೀಚರ್ "ನಿಮ್ಮ ಅಪ್ಪ ಏನು ಮಾಡ್ಕೊಂಡಿದ್ದಾರೆ?" ಅಂತ ಕೇಳಿದಾಗಲೆಲ್ಲ "ಗ್ರಂಥಿಗೆ ಅಂಗಡಿ" ಅನ್ನುತ್ತಿದ್ದೆ. ಅದು ಹಲವರಿಗೆ ಅರ್ಥವಾಗದಾದಾಗ "ನಮ್ಮದು ಪೂಜೆ ಸಾಮಗ್ರಿಗಳ ಅಂಗಡಿ, ಜ್ಯೂಸು ಅಂಗಡಿ, ಗಿಡಮೂಲಿಕೆ ಅಂಗಡಿ, ಸಂಜೆ ಮಾತ್ರ ಕಾಂಡಿಮೆಂಟ್ಸ್" ಎಲ್ಲಾ ಒಂದೇ ಅಂಗಡಿಯಲ್ಲಿ ಇದೆ ಎಂದು ಬಿಡಿಬಿಡಿಸಿ ಹೇಳುತ್ತಿದ್ದೆ. ಆಗ ಮಾತ್ರ ಎಲ್ಲರಿಗೂ ಅರ್ಥವಾಗುತ್ತಿತ್ತು.

ಇಷ್ಟಾದರೂ ಬಂಧು ಬಳಗದಲ್ಲಿ ನನ್ನನ್ನು ಪರಿಚಯಿಸುವಾಗ "ಇವನು ಜಯಣ್ಣನ ಮಗ, ಅದೆ ಖಾರ, ಚುರುಮುರಿ ಎಲ್ಲ ಮಾರುತ್ತಾರಲ್ಲ ಬಾರ್ ಲೈನ್ ರೋಡ್‌ನಲ್ಲಿ,

ಅವರ ಮಗ" ಅನ್ನುತ್ತಿದ್ದರು. ನನಗೆ ಆಗ ಈ ವ್ಯಂಗ್ಯ ಅರ್ಥವಾಗುತ್ತಿರಲಿಲ್ಲ. ನಾನೋ ನಮ್ಮ ಚುರುಮುರಿ ಊರಿಗೇ ಫೇಮಸ್ ಅಂದುಕೊಂಡಿದ್ದೆ!

ಬಹುಶಃ ಇದೆಲ್ಲ ಅರ್ಥವಾಗಿ ಅಪ್ಪನ ಬಳಿ ಏನಾದರೂ ಅಂದು ನಾನು ಹೇಳಿದ್ದಿದ್ದರೆ, ಅವರು ಅದನ್ನ ಕೇಳಿ "ಅದ್ರಲ್ಲಿ ಏನಪ್ಪಾ ತಪ್ಪು, ಅದೂ ನಮ್ಮ ಕಾಯಕ ತಾನೇ? ಇಂಥವನ್ನೆಲ್ಲ ಜಾಸ್ತಿ ಕಿವಿ ಮೇಲೆ ಹಾಕ್ಕೋಬಾರ್ದು" ಅಂತ ಹೇಳುತ್ತಿದ್ದರೇನೋ!

ಒಂಟಿ ಮನೆ ಕಥೆ

ನಮ್ಮ ಮನೆಯ ಬಲಗಡೆಯಲ್ಲಿ ಒಂದೆರಡು ಮನೆಗಳಾಚೆ ಒಂದು ಕಾಂಪೌಂಡ್ ಗೋಡೆ ಇದೆ. ಅದು ಎಷ್ಟು ದೊಡ್ಡ ಜಾಗವೆಂದರೆ ಇತ್ತೀಚಿನವರೆಗೆ ಅಲ್ಲಿ ಹುಡುಗರು ಕ್ರಿಕೆಟ್ ಆಡುತ್ತಿದ್ದರು. ನಾನು ಚಿಕ್ಕವನಿದ್ದಾಗ ಈ ಜಾಗ ಚಿಕ್ಕದಿತ್ತು. ಅಲ್ಲಿ ವರುಷಕ್ಕೊಮ್ಮೆ ಗಣೇಶ ಕೂರಿಸುತ್ತಿದ್ದರು. ಮಿಕ್ಕ ಜಾಗದಲ್ಲಿ ಹಲವು ಹಳೆಯ ಮನೆಗಳಿದ್ದವು. ಈ ಕಾಂಪೌಂಡಿಗೊಂದು ವಿಶೇಷವಿದೆ. ನಮ್ಮ ಮನೆಯ ಕಡೆಯಿಂದ ನೋಡಿದರೆ ಕಾಂಪೌಂಡ್ ಗೋಡೆಯ ಮಧ್ಯೆ ಹಳೆಯ ಮನೆಯ ಬಾಗಿಲಿದೆ ಅದಕ್ಕೆ ಬೀಗವೂ ಇದೆ ಆದರೆ ಅದನ್ನು ತೆರೆದರೆ ಒಳಗೆ ಮನೆಯಿಲ್ಲ ಬದಲಾಗಿ ಅದೇ ಮೈದಾನ! ಹೌದು ನಾನೀಗ ಹೇಳ ಹೊರಟಿರುವುದು ಒಮ್ಮೆ ಅಲ್ಲಿದ್ದ ಆ ಮನೆಯ ಕಥೆ.

■

ಒಂದು ಪುಟ್ಟ ಸಂಸಾರ. ಗಂಡ ಹೆಂಡತಿ ಮತ್ತು ಇಬ್ಬರು ಮಕ್ಕಳು. ಗಂಡ ಸರ್ಕಾರಿ ನೌಕರಿಯಲ್ಲಿದ್ದರು. ದೊಡ್ಡ ಹುದ್ದೆಯೇನಲ್ಲ ಗುಮಾಸ್ತಿಕೆ. ತಮಗೆ ಬಂದ ಸಂಬಳದಲ್ಲೇ ಹಾಗೂ ಹೀಗೂ ಮಾಡಿ ಕೂಡಿಟ್ಟು ತಾವು ಇದ್ದ ಮನೆಯನ್ನೇ ಕೊಂಡುಕೊಂಡರು. ಸುಮಾರು ವರುಷಗಳು ಮನೆಯ ಸಾಲವನ್ನು ತೀರಿಸುವುದರಲ್ಲೇ ಹೋಯಿತು. ಅಷ್ಟರಲ್ಲಿ ದೊಡ್ಡಮಗನ ಮದುವೆಯಾಯಿತು. ಆತ ಬೆಂಗಳೂರಿನ ಖಾಸಗಿ ಕಂಪನಿಯೊಂದರಲ್ಲಿ ಕೆಲಸ ಮಾಡುತ್ತಿದ್ದರಿಂದ ಪ್ರತಿನಿತ್ಯ ತುಮಕೂರಿಗೂ ಬೆಂಗಳೂರಿಗೂ ಹೋಗಿ ಬಂದು ಮಾಡುತ್ತಿದ್ದ. ಕಾಲಾಂತರದಲ್ಲಿ ಬೇರೆ ಮನೆ ಮಾಡಿಕೊಂಡು ಹೊಸ ಸಂಸಾರ ಹೂಡಿದ. ಒಂದು ದಿನ ಹಿರಿಯ ಯಜಮಾನರು ಬೆಳಿಗ್ಗೆ ಏಳಲೇ ಇಲ್ಲ. ಇನ್ನೂ ಕೆಲವು ವರ್ಷ ಸರ್ವಿಸ್ ಇತ್ತು. ಅಣ್ಣ ಆಗಲೇ ಕೆಲಸದಲ್ಲಿದ್ದುದರಿಂದ ಗುಮಾಸ್ತಿಕೆಯನ್ನು ತಮ್ಮನಿಗೆ ಕೊಟ್ಟರು. ಅವನಿಗೂ

ಮದುವೆಯಾಗಿ ಒಂದು ಹೆಣ್ಣು ಮಗುವಾಯಿತು. ತನ್ನ ಮಡದಿ ಮಗು ಮತ್ತು ತಾಯಿಯೊಡನೆ ಜೀವನ ಸಾಗುತ್ತಿತ್ತು.

ಅಣ್ಣ ದೊಡ್ಡಮನುಷ್ಯ. ಅಮ್ಮನ ಪೆನ್ಷನ್ ಹಣಕ್ಕೆ ಕೈ ಹಾಕಲಿಲ್ಲ. ಜೊತೆಗೆ ತಮ್ಮನಿಗೆ ಮನೆಯನ್ನೂ ಬರೆದುಕೊಟ್ಟಿದ್ದ ಪುಣ್ಯಕ್ಕೋ ಏನೋ, ಉನ್ನತ ಹುದ್ದೆಯೂ ಸಿಕ್ಕಿತ್ತು. ಅಜ್ಜಮ್ಮ ಭಯ ಭಕ್ತಿಯುಳ್ಳವರು. ಕಷ್ಟ ಎಂದಿಗೂ ಹೇಳಿಕೊಳ್ಳಲಿಲ್ಲ, ಸುಖ ಹೇಳಿಕೊಳುವಂತದ್ದಲ್ಲ. ಸೊಸೆಯೂ ಘಾಟಿಯಲ್ಲದ್ದರಿಂದ ನೋಡಿದವರು ಅವರನ್ನು ಸೌಂಡ್‌ಲೆಸ್ ಸಂಸಾರ ಎನ್ನುತ್ತಿದ್ದರು!

■

ನಮ್ಮ ಮನೆಯ ಅನತಿ ದೂರದಲ್ಲಿ ಶ್ವೇತಾಂಬರರ ಜೈನ ದೇವಸ್ಥಾನವಿದೆ. ಐದಾರು ದಶಕಗಳ ಮುಂಚೆ ರಾಜಸ್ಥಾನದಿಂದ ಬಂದ ಮಾರ್ವಾಡಿ ಸಮುದಾಯದವರು ಇದನ್ನು ಸ್ಥಾಪಿಸಿ ಇದರ ಆಸುಪಾಸಿನಲ್ಲಿ ವ್ಯವಹಾರ ಮಾಡುತ್ತಾ ಇಲ್ಲಿಯೇ ನೆಲೆ ಗೊಂಡಿದ್ದಾರೆ. ಮೊದಲು ಬಾಡಿಗೆಗೆ ಬಂದವರು ನಂತರ ಅವರ ಟ್ರಸ್ಟ್ ವತಿಯಿಂದ ಕಡಿಮೆ ಪರ್ಸೆಂಟ್‌ಗೆ ಸಿಗುವ ಸಾಲವನ್ನು ಉಪಯೋಗಿಸಿಕೊಂಡು ವ್ಯವಹಾರ ಕುದುರಿಸಿ ಸ್ವಂತ ಮನೆ–ಮಠಗಳನ್ನು ಮಾಡಿಕೊಂಡಿದ್ದಾರೆ. ಅವರ ಮಕ್ಕಳು ಮರಿಯೆಲ್ಲಾ ಇಲ್ಲೇ ಹುಟ್ಟಿ ಬೆಳೆದುದರಿಂದ ಅವರಿಗೆಲ್ಲ ಇದೇ ಸ್ವಂತ ಊರು. ಕೆಲವು ಮಂದಿ ಒಳ್ಳೆಯ ರೇಟ್‌ಗೆ ತಮ್ಮ ಮನೆಗಳನ್ನು ಮಾರ್ವಾಡಿಗಳಿಗೆ ಮಾರಿ ಊರ ಹೊರವಲಯದಲ್ಲಿ ಮನೆ ಕಟ್ಟಿಕೊಂಡರೂ, ಇತ್ತೀಚೆಗೆ ಹೆಚ್ಚಾದ ರಿಯಲ್ ಎಸ್ಟೇಟ್ ಅನ್ನು ನೋಡಿ ಹೊಟ್ಟೆಗೆ ಸಂಕಟ ತಂದುಕೊಂಡಿದ್ದಾರೆ. ಅವರಲ್ಲಿ ಕೆಲವರು ಇವರನ್ನು ಅನುಮಾನದ, ಸಿಟ್ಟಿನ ಕಣ್ಣುಗಳಲ್ಲಿ ನೋಡುತ್ತಾರೆ. ಹಾಗೆಯೇ ಆ ಮನೆಗಳ ಅಕ್ಕಪಕ್ಕದಲ್ಲಿರುವ ಹಳಬರು ಮನೆಯನ್ನು ಮಾರಲೂ ಆಗದೆ ತಮ್ಮ ಬೀದಿಯಲ್ಲಿ ಬೇರೆಲ್ಲಿಂದಲೋ ಬಂದವರು ಮೆರೆಯುವುದನ್ನು, ಅರ್ಧಂಬರ್ಧ ಭಾಷೆಯಲ್ಲಿಯೇ ವ್ಯವಹರಿಸುವುದನ್ನು, ವಿಜೃಂಭಣೆಯಿಂದ ಸಮಾರಂಭಗಳನ್ನು ಮಾಡುವುದನ್ನು ನೋಡಿ ಆಗೊಮ್ಮೆ ಈಗೊಮ್ಮೆ ಏನು ಮಾಡುವುದೆಂದು ಗೊತ್ತಾಗದೆ ಪೇಚಾಡುತ್ತಾರೆ!

■

ಅಪ್ಪ ತಾತನ ಕಾಲದಿಂದ ಈ ಬೆಳವಣಿಗೆಗಳನ್ನು ನೋಡಿದ್ದರೂ ಇದರ ಬಗ್ಗೆ ಅಷ್ಟು ಮಾತನಾಡುತ್ತಿರಲಿಲ್ಲ. ಆದರೆ ಒಮ್ಮೆ ಮಾತ್ರ ತಾನು ಮೊದಲಿಗೆ ಅಂಗಡಿ ಶುರುಮಾಡುವಾಗ ನಮ್ಮವರೇ ನನಗೆ ಸಹಾಯ ಮಾಡದೆ ಮಾರ್ವಾಡಿಗಳಿಗೆ ಮಣೆ ಹಾಕಿದ್ದರು ಎಂದಿದ್ದರು. ಅವರ ನಂಬಿಕೆ ಏನೆಂದರೆ ಹೊರಗಿನವರಾದರೆ ಟೈಂಗೆ ಸರಿಯಾಗಿ ಬಾಡಿಗೆ ಕೊಡುತ್ತಾರೆ ಮತ್ತು ಇಷ್ಟವಾದಾಗ ಓಡಿಸಬಹುದು ಎನ್ನುವುದು.

ನಮ್ಮವರಾದರೆ ಸದರ ಮಾಡಿಕೊಂಡು ಕಡೆಗೆ ಸಲೀಸಾಗಿ ಬಿಡಿಸಲೂ ಆಗದಂತಾ ಪರಿಸ್ಥಿತಿ ತಂದೊಡ್ಡುತ್ತಾರೆ ಎಂಬುದು. ಆದರೂ ಅಪ್ಪನಿಗೆ ಕಡೆಗೆ ತಾತನ ಓರಗೆಯ ಒಬ್ಬರು 'ನಮ್ಮ ಹುಡುಗ' ಎಂದು ಮುಂಗಡ ಇಲ್ಲದೇ ಮುಖ್ಯ ರಸ್ತೆಯಲ್ಲಿ ಕಡಿಮೆ ಬಾಡಿಗೆಗೆ ಅಂಗಡಿಯನ್ನು ಕೊಟ್ಟು, ಮೊದಲ ಬೋಣಿ ಮಾಡುವ ನೆಪದಲ್ಲಿ ಕ್ಯಾಶಿನ ತುಂಬಾ ಚಿಲ್ಲರೆ ತುಂಬಿಸಿ ಹೋಗಿದ್ದರು ಪುಣ್ಯಾತ್ಮ!

■

ನಮ್ಮ ಊರಿನಲ್ಲಿ ಮಾರ್ವಾಡಿಗಳು ಹೆಚ್ಚು ಸಂಖ್ಯೆಯಲ್ಲಿ ಇದ್ದುದರಿಂದ ಅವರ ಗುರುಗಳು ಮುನಿಗಳು ಉತ್ತರಭಾರತದಿಂದ ಆಗಾಗ ಬರುವ ಪ್ರತೀತಿ ಇತ್ತು. ಹಾಗೆ ಬಂದವರು ದೇವಸ್ಥಾನದಲ್ಲಿ ಕೆಲವು ದಿನ ಉಳಿಯುತ್ತಿದ್ದರು. ಆಗೆಲ್ಲಾ ಅವರ ಪ್ರಾರ್ಥನೆ ಜೋರಾಗಿ ನಡೆದು ಪ್ರತಿ ನಿತ್ಯ ಚರ್ಪು ಹಂಚುತ್ತಿದ್ದರು. ನಾವು ಹುಡುಗರು ಅದಕ್ಕೇ ಕಾಯುತ್ತಿದ್ದ ಕಾರಣ ಚರ್ಪಿನ ಜೊತೆ ಕೆಲವೊಮ್ಮೆ ಬಿಸ್ಕತ್ ಪ್ಯಾಕೇಟ್ ಚಾಕಲೇಟ್ ಕೊಡುತ್ತಿದ್ದುದು ಉಂಟು. ಇಂಥ ಭಕ್ತರು ಒಮ್ಮೆ ಈ ರೀತಿ ಸಮಾರಂಭಗಳಿಗೆ ಮಂದಿರದ ಈ ಜಾಗ ತುಂಬಾ ಇಕ್ಕಟ್ಟಾಗುತ್ತದೆಯೆಂದು ಹತ್ತಿರದಲ್ಲೇ ಒಂದು ದೊಡ್ಡ ಜಾಗ ಹುಡುಕಬೇಕೆಂದು ಆಲೋಚಿಸಿದರಂತೆ. ಆಗ ಅವರಿಗೆ ಹೊಳೆದದ್ದೇ ನಮ್ಮ ಮನೆಯ ಪಕ್ಕದ ಖಾಲಿ ಫೀಲ್ಡ್‌ನ ಜಾಗ. ಆಗ ಅದರ ವಾರಸುದಾರರು ಬೆಂಗಳೂರಿನಲ್ಲಿ ಇದ್ದುದ್ದರಿಂದ ಅವರು ಅದನ್ನು ಕೊಡಲು ತಯಾರಿದ್ದರು. ಇದರ ಜೊತೆಯಲ್ಲೇ ಒಳ್ಳೆಯ ಬೆಲೆಯ ನಿರೀಕ್ಷೆ ಮುಟ್ಟಿದ್ದರಿಂದ ಮಾರಿಬಿಟ್ಟರು. ಆದರೂ ಆ ಜಾಗ ಅಷ್ಟು ದೊಡ್ಡದಾಗಿರಲಿಲ್ಲದ ಕಾರಣ ಅದಕ್ಕೇ ಒತ್ತರಿಸಿಕೊಂಡಿದ್ದ ಬೇರೆ ಮನೆಯವರನ್ನು ಮನ ಒಲಿಸಲು ಯತ್ನಿಸಿದರು. ಕೆಲವರು ಪರಿಸ್ಥಿತಿಯ ಒತ್ತಡಕ್ಕೆ ಸಿಲುಕಿ ಮಾರಿದರು. ಇನ್ನು ಕೆಲವು ಪುಟ್ಟ ಪುಟ್ಟ ಮನೆಯವರು ಮಾರಿ ಎಲ್ಲಿಗೆ ಹೋಗುವುದು? ಇಲ್ಲಿಂದ ಬಂದ ಹಣದಲ್ಲಿ ಹೊಸಮನೆಯಂತೂ ಬಾರದು. ಪುಡಿಕಾಸನ್ನು ಪಡೆದು ಬಾಡಿಗೆ ಮನೆಗೆ ಹೋಗುವುದಾ ತಿಳಿಯದೆ ಸುಮ್ಮನಿದ್ದರೂ ಕಾಲಾಂತರದಲ್ಲಿ ಕೆಲವರು ನಾನಾ ಕಾರಣಕ್ಕೆ ಅವರೇ ಮುಂದೆ ಬಂದು ಮನೆಗಳನ್ನು ಮಾರಲು ಸಿದ್ಧರಾದರು. ಎಲ್ಲಕ್ಕಿಂತ ಮುಖ್ಯವಾಗಿ ಅವರೆಲ್ಲರಿಗೂ ಆಸರೆ ಮತ್ತು ಧೈರ್ಯವಾಗಿದ್ದ ದೊಡ್ಡಮನೆಯವರು ತಾವೇ ಸ್ವತಃ ಮನೆ ಮಾರಲು ಸಿದ್ಧರಾದಾಗ ಉಳಿಕೆಯವರು ಅವರ ದಾರಿಯನ್ನೇ ಅನುಸರಿಸಿದರು. ಹೊರಗಿನಿಂದ ನೋಡುತ್ತಿದ್ದ ಕೆಲವರು ಒಳ್ಳೇ ರೇಟು ಕೊಟ್ಟರಂತೆ ಎಂದರೆ ಮತ್ತೆ ಕೆಲವರು ತಮ್ಮ ಪರಿಸ್ಥಿತಿಗೆ ಎಲ್ಲಿಂದಲೋ ಬಂದು ನೆಲೆನಿಂತ ಮಾರ್ವಾಡಿಗಳೇ ಕಾರಣವೆಂದು ದೂರಿದರು. ಇದೆಲ್ಲಾ ನಡೆಯುತ್ತಿರುವಾಗ ಒಂದು ಮನೆಯವರು ಮಾತ್ರ ಮನೆ ಮಾರಲು ಸುತರಾಮ್ ಒಪ್ಪಲಿಲ್ಲ. ಕಾರಣ ಅದು ಅವರಿಗೆ ಬಂದ ಕಾಸಿಗೆ ಮಾರಿಬಿಡುವ ಮನೆಯಾಗಿರಲಿಲ್ಲ. ಅವರ ಮಕ್ಕಳು ಮೊಮ್ಮಕ್ಕಳು ಅಲ್ಲಿ ಹುಟ್ಟಿ ಬೆಳೆದಿದ್ದರು. ಹಿರೀಕರು ಪ್ರಾಣಬಿಟ್ಟಿದ್ದರು. ಕಷ್ಟ ಪಟ್ಟು ಆ

ಜಾಗ ಕೊಂಡು ಮನೆಕಟ್ಟಿಸಿ ಅಷ್ಟೇ ಪ್ರಯಾಸಪಟ್ಟು ಸಾಲ ತೀರಿಸಿ ಮನೆಯನ್ನು ತಮ್ಮ ಸ್ವಂತದ್ದು ಸ್ವಾಭಿಮಾನದ್ದು ಮಾಡಿಕೊಂಡಿದ್ದರು. ಎಲ್ಲಕ್ಕಿಂತ ಮುಖ್ಯವಾಗಿ ವಿಶಾಲಮ್ಮನವರು ಮದುವೆಯಾಗಿ ಬಂದು 50 ವರ್ಷಗಳ ಕಾಲ ಅದೇ ಮನೆಯಲ್ಲಿ ಸಂಸಾರ ಮಾಡಿದ್ದರು!

ಈ ಹೊತ್ತಿಗೆ ಅವರ ಎರಡನೇ ಸೊಸೆ ಪುನಃ ಗರ್ಭಿಣಿಯಾಗಿದ್ದರು. ಮಾರ್ವಾಡಿಗಳು ಆ ಮನೆಯೊಂದು ಸಿಕ್ಕರೆ ಸೈಟು ದೊಡ್ಡದಾಗಿ ಚೌಕಕಾರವಾಗಿ ಬರುವುದೆಂದು ಹಾತೊರೆಯುತ್ತಿದ್ದರು. ಇದಕ್ಕಾಗಿಯೇ ಆ ಮನೆಗೆ ಮಾರುಕಟ್ಟೆಯ ರೇಟಿಗಿಂತಾ ಹೆಚ್ಚು ಹಣ ಕೊಡಲು ಸಿದ್ಧವಿದ್ದರು. ಅಪ್ಪ ಮತ್ತು ಇನ್ನೂ ಹಲವರು ಈ ಎಲ್ಲಾ ಬೆಳವಣಿಗೆಗಳನ್ನು ಕುತೂಹಲದಿಂದ ವೀಕ್ಷಿಸುತ್ತಿದ್ದರು.

■

ಆಗೆಲ್ಲಾ ಬೇಸಿಗೆ ಬಂತೆಂದರೆ ನಮ್ಮೂರಲ್ಲಿ ಮೂರು ಸಮಸ್ಯೆಗಳು. ಒಂದು ನೀರಿನ ಅಭಾವ, ಎರಡು ಲೋಡ್ ಶೆಡ್ಡಿಂಗ್ ಮತ್ತು ಮೂರನೆಯದು ಸೊಳ್ಳೆಗಳು. ಸಂಜೆಯ ಹೊತ್ತಿಗೆ ಕರೆಂಟು ಹೋದರೆ ಸೆಕೆ, ಹೊರಗೆ ಬಂದು ಕುಳಿತವರನ್ನು ಸೊಳ್ಳೆಗಳು ಕಿತ್ತು ತಿನ್ನುತ್ತಿದ್ದವು. ಇಂತಹ ಸಮಯದಲ್ಲೇ ಅಜ್ಜಮ್ಮನವರ ಮನೆಗೆ ಕಲ್ಲುಗಳು ಬೀಳಲಾರಂಭಿಸಿದ್ದು. ಶುರುವಿನಲ್ಲಿ ಫೀಲ್ಡ್‌ನಲ್ಲಿ ಆಡುವ ಹುಡುಗರಿರಬೇಕು ಎಂದುಕೊಂಡರು ಆದರೆ ಯಾರೂ ಆಡದ ಸಮಯದಲ್ಲೂ ಅಲ್ಲಿ ಕಲ್ಲುಗಳು ಬಿದ್ದವು. ಆಮೇಲೆ ಬೇರೆ ಯಾರ ಮನೆಯ ಮೇಲೂ ಕಲ್ಲು ಬೀಳದೆ ತಮ್ಮ ಮನೆಗೆ ಮಾತ್ರ ಬೀಳುತ್ತಿರುವುದನ್ನು ಖಾತ್ರಿ ಪಡಿಸಿಕೊಂಡು ಅದನ್ನು ಸುತ್ತಮುತ್ತಲಿನ ಮನೆಯವರಿಗೆ ತಿಳಿಸಿದರು. ದಿನಗಳೆದಂತೆ ಎಲ್ಲರಿಗೂ ಇದು ಇವರನ್ನು ಮನೆಯಿಂದ ದಬ್ಬಿಸಲು ಮಾರ್ವಾಡಿಗಳು ಮಾಡುತ್ತಿರುವ ಪಿತೂರಿ ಎಂದೆನಿಸಿತು. ಆದರೂ ಕಲ್ಲೆಸೆದವರು ಯಾರು? ಕೆಲವರಂತೂ ಇಂತಹ ಕೆಲಸವೆಲ್ಲಾ ದಿಬ್ಬದ ಮೇಲಿನ ಹಟ್ಟಿ ಹುಡುಗರದು ಇಲ್ಲಾ ಹಿಂದಿನ ಬೀದಿಯ ಸಾಬರ ಹುಡುಗರದ್ದು ಅಂತ ಸಾಕ್ಷ್ಯಾರಹಿತವಾಗಿ ಷರಾ ಬರೆದರು. ನಾವು ಹುಡುಗರ ವಲಯದಲ್ಲಿ ಈ ವಿಷಯ ತುಂಬಾ ಚರ್ಚೆಗೆ ಮತ್ತು ಕುತೂಹಲಕ್ಕೆ ಗ್ರಾಸವಾಗಿತ್ತು. ನಮ್ಮ ಗೆಳೆಯನೊಬ್ಬನ ಮನೆ ಅವರ ಎದುರು ಮನೆಯೇ ಆದ್ದರಿಂದ ನಾವೆಲ್ಲಾ ಅವನನ್ನೇ ರೇಗಿಸುತ್ತಿದ್ದೆವು. ಆದರೆ ಅವನು ಮಾತ್ರ ಏನಾದರೂ ಮಾಡಿ ಕಲ್ಲು ಹೊಡೆವವರನ್ನು ಹಿಡಿದೇ ತೀರುತ್ತೇನೆಂದೂ, ಅದಕ್ಕೆ ನಾವೆಲ್ಲಾ ಸಹಾಯ ಮಾಡಬೇಕೆಂದು ಪ್ರಮಾಣ ಮಾಡಿಸಿಕೊಂಡಿದ್ದ.

ಅಜ್ಜಮ್ಮನವರಿಗೆ ಮಾತ್ರ ಸಂಜೆಯಾಗುತ್ತಿದ್ದಂತೆ ವಿಚಿತ್ರ ಭಯ, ಆತಂಕ ಆವರಿಸಿ ಕೊಳ್ಳುತ್ತಿತ್ತು. ಪ್ರತಿ ಸಲ ಕಲ್ಲು ಬಿದ್ದಾಗಲೆಲ್ಲ ಅವರ ಕಪ್ಪು ಹೆಂಚಿನ ಮನೆಯ ಮೇಲ್ ಹೊದಿಕೆ ಚದುರಿ ತೂತಾಗುತ್ತಿತ್ತು. ಆಗೆಲ್ಲಾ ಮನೆಯಲ್ಲಿದ್ದ ಪುಟ್ಟ ಹೆಣ್ಣು ಮಗು ಮತ್ತು ಗರ್ಭಿಣಿ ಸೊಸೆ ಭಯದಿಂದ ನಡುಗುತ್ತಿದ್ದರು. ಒಂದು ವೇಳೆ

ಅವರ ಮಗ ಮನೆಯಲ್ಲಿದ್ದಾಗ ಕಲ್ಲುಬಿದ್ದರೆ ಅವರೇ ಹೊರಗೆ ಬಂದು ಬೈಗುಳಗಳ ಮಳೆಗರೆಯುತ್ತಿದ್ದರು. ಇದು ಕೆಲವರಿಗೆ ಸಿಟ್ಟು ತರಿಸಿದರೆ ಇನ್ನು ಕೆಲವರಿಗೆ ಅನುದಿನದ ತಮಾಷೆಯ ವಿಷಯವಾಗಿತ್ತು. ಒಮ್ಮೆ ಹಾಗೆ ಹಿತ್ತಿಲಿಗೆ ಬಂದಾಗ ದುರಾದೃಷ್ಟವಾಶಾತ್ ಅವರ ಹಣೆಗೇ ಕಲ್ಲು ಬಿದ್ದು ಅವರ ಆತಂಕ, ಸಿಟ್ಟು ನೂರ್ಮಡಿಯಾಯ್ತು, ಸಹನೆ ಸತ್ತಿತು.

ಬೀದಿಯ ಜನಗಳು ಇದನ್ನು ತಿಳಿದು ಒಟ್ಟಾಗಿ ಮಾರ್ವಾಡಿಗಳ ಮೇಲೆ ಹರಿಹಾಯ್ದರು. ಮನೆಯವರು ಅತ್ತು ಕರೆದು ಶಾಪ ಹಾಕಿದರು ಕಡೆಗೆ ಪೊಲೀಸಿನವರ ಬಳಿ ಹೋದರು. ಇದಾದ ನಂತರ ಕೆಲವು ದಿನ ಕಲ್ಲು ಬೀಳುವುದು ನಿಂತಿತಾದರೂ ಒಂದು ದಿನ ಅಜ್ಜಮ್ಮನ ಸೊಸೆ ತುಂಬು ಬಸುರಿ ರಾತ್ರಿ ಹಿತ್ತಿಲಿನ ಬಾತ್ರೂಮಿಗೆ ಹೋಗುವಾಗ ದೊಪ್ಪನೆ ಕಲ್ಲೊಂದು ಅವರ ಕಾಲ ಮುಂದೆಯೇ ಬಿದ್ದು ಅವರು ಜೋರಾಗಿ ಕಿರುಚಿದರು. ಮನೆಯವರು, ಆಚೀಚೆಯವರು ಕೂಡಲೇ ಹೊರಬಂದು ನೋಡುವಾಗ ಯಾರೂ ಕಂಡಿರಲಿಲ್ಲ. ಅವತ್ತಿನಿಂದ ಅಜ್ಜಮ್ಮನ ಸೊಸೆ ನಿದ್ರೆಯಲ್ಲೂ ಕನವರಿಸುತ್ತಿದ್ದರಂತೆ. ಕತ್ತಲಾದಮೇಲೆ ಬಾತ್ರೂಮಿಗೆ ಹೋಗಲು ಎಲ್ಲಿಲ್ಲದ ಭಯ ಪಡುತ್ತಿದ್ದರು. ಗಂಡಸು ಮನೆಯಲ್ಲಿಲ್ಲದಾಗಂತೂ ಅವರಿಗೆ ಇನ್ನಷ್ಟು ಆತಂಕವಾಗುತ್ತಿತ್ತು. ಬರುತ್ತಾ ಬರುತ್ತಾ ಮಧ್ಯಾಹ್ನದ ಹೊತ್ತಿನಲ್ಲೂ ಕಲ್ಲು ಬೀಳಲಾರಂಭಿಸಿದವು. ಅಜ್ಜಮ್ಮ ಸೊಸೆ ಮೊಮ್ಮಗಳು ಎಲ್ಲರೂ ಮತ್ತಷ್ಟು ಕಂಗಾಲಾದರು. ಇದೆಲ್ಲಾ ನೋಡಿದಮೇಲೆ ಕೆಲವರು ಅವರನ್ನು ಕುರಿತು "ಸುಮ್ಮನೆ ಮನೆ ಕೊಟ್ಟು ಬಿಡಿ. ಯಾಕಿದೆಲ್ಲಾ ಉಸಾಬರಿ? ನೀವಂತೂ ಹೆದರೋ ಜನ" ಅಂದರು. ಇನ್ನು ಕೆಲವರು "ಯಾವ ಕಾರಣಕ್ಕೂ ಆ ಸೇಟೂಗಳಿಗೆ ಮನೆ ಮಾರಬೇಡಿ ಅದು ನಾವೇ ತಲೆಬಾಗಿದಂತೆ!" ಎಂದರು. ಅಜ್ಜಮ್ಮನಿಗೆ ಏನೂ ತೋಚಲಿಲ್ಲ.

■

ಅಜ್ಜಮ್ಮನ ದೊಡ್ಡಮಗ ಅಪ್ಪನ ಓರಗೆಯವರು. ಒಮ್ಮೆ ಬಂದು ಅಪ್ಪನ ಜೊತೆ ಮಾತಾಡುತ್ತಾ "ನಿನ್ನ ಅಂಗಡಿಗೆ ಪೊಲೀಸರು, ಮುನ್ಸಿಪಲ್‌ನವ್ರು – ಎಲ್ಲ ಬರ್ತಾರಲ್ಲ, ಏನಾದ್ರೂ ಮಾಡೋಕಾಗಲ್ವಾ?" ಎಂದು ಕೇಳಿದರು. ಅಪ್ಪ ಅದಕ್ಕೆ "ಪೊಲೀಸ್ರು ಏನ್ಮಾಡ್ತಾರಪ್ಪ? ಕೊಟ್ಟಿದ್ದನ್ನ ಗುಳುಂ ಮಾಡ್ತಾರಷ್ಟೇ! ಇನ್ನ ಮುನ್ಸಿಪಲ್ ಕೌನ್ಸಿಲ್ಲರ್ಗೆ ಒಂದು ಮಾತು ಹೇಳಬಹುದೇನೋ, ಅಷ್ಟೇ!" ಎಂದರು.

"ಮತ್ತೇನ್ ಮಾಡಾಕಾಗಲ್ವಾ" ಎಂದು ಕೇಳುವಾಗ ಅಪ್ಪ ಮೊದಲೇ ಯೋಚಿಸಿದ್ದವರಂತೆ "ಒಂದು ಕೆಲಸ ಮಾಡೋಣ. ಇಲ್ಲಿಯವರೆಗೆ ಆಗಿದ್ದನ್ನ, ನಡೆದದನ್ನ ಪೇಪರಿನವರಿಗೆ ಹೇಳೋಣ" ಎಂದಾಗ, ಆ ಆಲೋಚನೆಯಿಂದ ಸ್ವಲ್ಪ ಹೆದರಿದ ಅವರ ಸ್ನೇಹಿತ "ಯಾಕೆ ಸುಮ್ಮನೆ ಪ್ರಚಾರ ಮಾಡೋದು" ಎಂದರು.

ಅಪ್ಪ ಪ್ರತಿಯಾಗಿ "ನಾವು ಹಿಂಗಿರೋದಕ್ಕೇ ಅವರು ಹೆಂಗೆ ಬೇಕಾದ್ರೆ ಹಂಗೆ

ಆಡ್ತಿರೋದು. ಗರ್ಭಿಣಿ ಹೆಂಗಸು, ವಯಸ್ಸಾದ ಅಜ್ಜಿ, ಪುಟ್ಟ ಹೆಣ್ಣು ಮಗು, ಗಂಡಸು ಮನೆಯಲ್ಲಿಲ್ಲದಾಗ ಈ ಗಾಂಡು ನನ್ನ ಮಕ್ಳು ಇಂಥ ಆಟ ಆಡೋದು. ನೀನು ನಿನ್ನ ತಮ್ಮ ಬಲೇ ಹೆದುರ್ತೀರ ಕಣಯ್ಯಾ" ಅಂತಾ ಏನೇನೋ ಹೇಳಿ ಮನವೊಲಿಸಿ ತಮಗೆ ಗೊತ್ತಿದ್ದ, ಅಂಗಡಿಗೆ ಆಗಾಗ ಬರುತ್ತಿದ್ದ ಪತ್ರಕರ್ತರಿಗೆ ಎಲ್ಲ ವಿವರಿಸಿದರು.

ಈ ವಿಷಯ ಪೇಪರ್‌ನಲ್ಲಿ ಬಂದಾಗ ನಡೆದುದರ ಬಗ್ಗೆ ಎಲ್ಲರಿಗೂ ಮರುಕ ಉಂಟಾಯ್ತು. ಅಲ್ಲಿ ಯಾರನ್ನೂ ದೂರಿರಲಿಲ್ಲ, ಎಲ್ಲ ವಸ್ತುನಿಷ್ಠವಾಗಿ ಬರೆಯಲಾಗಿತ್ತು. ನಗರಾಡಳಿತಕ್ಕೆ ಈ ವಿಚಾರ ತಿಳಿದಾಗ ಅಜ್ಜಮ್ಮನ ಮೇಲೆ ಅವರಿಗೂ ಅನುಕಂಪ ಮೂಡಿತು. ಪೊಲೀಸ್ ಒಂದೆರಡು ಬಾರಿ, ಲೋಕಲ್ ಕೌನ್ಸಿಲ್ಲರ್ ಒಂದು ಬಾರಿ ಬಂದು ಹೋದಮೇಲೆ ಕಲ್ಲು ಬೀಳುವುದು ಸಂಪೂರ್ಣವಾಗಿ ನಿಂತಿತು. ಅಜ್ಜಮ್ಮನ ಸೊಸೆಗೆ ಹೆರಿಗೆಯಾಗಿ ಗಂಡು ಮಗುವಾಯಿತು. ನಿಧಾನವಾಗಿ ಅವರು ಹಿಂದಿನದೆಲ್ಲವನ್ನು ಮರೆಯಲಾರಂಭಿಸಿದರು. ಅವರ ಮನೆ ದೊಡ್ಡ ಫೀಲ್ಡ್‌ನ ಬದಿಯಲ್ಲಿ ಒಂಟಿಯಾಗಿತ್ತು. ಮಳೆಗಾಲಕ್ಕೆ ಮುಂಚೆ ಬಾಣಂತಿ ಮನೆಯಾದ್ದರಿಂದ ಹೊಸ ಹೆಂಚು ಹೊದಿಸಿದರು. ಅಜ್ಜಮ್ಮನಿಗೆ ಕೊಂಚ ನೆಮ್ಮದಿಯಾಯಿತು. ಅವರು ಅಪ್ಪನಿಗೆ ಆಗಾಗ ವಂದಿಸುತ್ತಿದ್ದರು. ಅಪ್ಪನೂ ಆಗೆಲ್ಲ ಬೀಗಿದ್ದನ್ನು ನಾವು ಕಂಡೆವು.

ಮತ್ತೆ ಬೇಸಿಗೆ ಬಂತು. ಲೋಡ್ ಶೆಡ್ಡಿಂಗ್ ಶುರುವಾಯಿತು. ಹಾಗೊಂದು ದಿನ ಸಂಜೆ ಹೋದ ಕರೆಂಟು ಮೂರು ಗಂಟೆಗಳಾದರೂ ಬಾರದ ಕಾರಣ ಜನವೆಲ್ಲಾ ಮೋಂಬತ್ತಿ ಬೆಳಕಿನಲ್ಲೇ ಊಟ-ಗೀಟ ಮಾಡಿಕೊಳ್ಳುತ್ತಿರುವಾಗ ರಪ್ಪನೊಂದು ಕಲ್ಲು ಅಜ್ಜಮ್ಮನ ಮನೆಗೆ ಬಿದ್ದು ಮೈಕಳಚಿದ ಕಷ್ಟ ಕಾರ್ಪಣ್ಯಗಳೆಲ್ಲಾ ಒಮ್ಮೆಗೆ ಮನೆಯವರೆಲ್ಲರ ಮೇಲೆರಗಿದವು. ಹೆದರಿಕೆಯಿಂದಲೇ ಬಾಣಂತಿ ಸೊಸೆ ಬಿಕ್ಕಿ ಬಿಕ್ಕಿ ಅಳಲಾರಂಭಿಸಿದಳು. ಊಟವನ್ನು ಅರ್ಧಕ್ಕೆ ನಿಲ್ಲಿಸಿದ ಮಗ ತಟ್ಟೆಯಲ್ಲೇ ಕೈತೊಳೆದು ಸಿಟ್ಟನ್ನು ಹಿಡಿದಿಟ್ಟುಕೊಂಡು ಎದ್ದರು. ಅಜ್ಜಮ್ಮ ನೋವು ಮತ್ತು ಹತಾಶೆಯಿಂದ ಮನೆಯ ಸೂರನ್ನು ನೋಡುತ್ತಿದ್ದರು. ಇದಾವುದರ ಪರಿವೆಯೇ ಇಲ್ಲದಂತೆ ಮೂಲೆಯಲ್ಲಿ ಮಗು ಆಡುತ್ತಿತ್ತು!

■

ಇದಾದ ಒಂದೆರಡು ತಿಂಗಳಿಗೇ ಅಜ್ಜಮ್ಮ ಮನೆ ಮಾರಿದರು. ಅದಕ್ಕೆ ಒಳ್ಳೆಯ ರೇಟೂ ಸಿಕ್ಕಿತು. ಅದೇಕೋ ಮನೆ ಖಾಲಿ ಮಾಡಿದಾಗ ಅವರು ಅಕ್ಕಪಕ್ಕದ ಯಾರನ್ನೂ ಮಾತನಾಡಿಸದೆಯೇ ಹೊರಟು ಹೋದರು. ಅವರಿಗೆ ಬಹುಶಃ ನಮ್ಮ ಬೀದಿಯ ಬಳಿಗೆ ಮತ್ತೆ ಬರುವುದು ಇಷ್ಟವಿರಲಿಲ್ಲ ಅನ್ನಿಸುತ್ತದೆ. ಇದಾಗಿ ಈಗ ಎರಡು ದಶಕಗಳೇ ಕಳೆದಿದೆ. ಅಜ್ಜಮ್ಮ ಯಾವಾಗಲೋ ತೀರಿಹೋಗಿದ್ದಾರೆ. ಅಪ್ಪನೂ ಮೂರು ವರ್ಷಗಳ ಹಿಂದೆ ಇಲ್ಲವಾದರು. ಸೋಜಿಗವೆಂದರೆ ಆ ಫೀಲ್ಡ್ ಮಾತ್ರ ಈಗಲೂ ಹಾಗೆಯೇ ಇದೆ. ಅಲ್ಲಿ ಇದುವರೆಗೆ ಏನನ್ನೂ ಕಟ್ಟಲಾಗಿಲ್ಲ. ಅಜ್ಜಮ್ಮನ

ಭಾಗಕ್ಕೆ ಮಾತ್ರ ಹಳೆ ಗೋಡೆ ಹೋಗಿ ಕಲ್ಲಿನ ಹೊಸ ಗೋಡೆ ಬಂದಿದೆ.

ಕಲ್ಲು ಹೊಡೆಯುತ್ತಿದ್ದವರು ಯಾರೆಂಬುದು ನಿಗೂಢವಾಗೇ ಉಳಿದಿದೆ. ಅಜ್ಜಮ್ಮನ ಮೊಮ್ಮಗಳಿಗೆ ಬಹುಶಃ ಇಷ್ಟು ಹೊತ್ತಿಗೆ ಮದುವೆಯಾಗಿರಬಹುದು. ಮೊಮ್ಮಗನಿಗೆ ಇದಾವುದೂ ತಿಳಿದಿಲ್ಲ. ಸೊಸೆ ಮತ್ತು ಮಗ ವಯಸ್ಸಿನ ಜೊತೆಗೆ ಮಾಗುತ್ತ ಎಲ್ಲವನ್ನೂ ಭರಿಸಿದ್ದಾರೆ. ಯಾಕೋ ಈ ಪ್ರಸಂಗ ನೆನಪಾದಾಗಲೆಲ್ಲಾ ಅಪ್ಪ ಹೇಳಿದ ಒಂದು ಮಾತು ನೆನಪಾಗುತ್ತದೆ. "ಒಮ್ಮೊಮ್ಮೆ ಮನುಷ್ಯ ಎಷ್ಟು ಅಸಹಾಯಕನಾಗುತ್ತಾನೆಂದರೆ ಅವನ ಸಹಾಯಕ್ಕೆ ಇಡೀ ಪ್ರಪಂಚವೇ ಬಂದರೂ ಅವನ ಸಮಸ್ಯೆ ಪರಿಹಾರವಾಗುವುದಿಲ್ಲ!"

ಸಿನೆಮಾ ಮತ್ತು ಟೀವಿ

ಸಿನಿಮಾಗಳೆಂದರೆ ಯಾರಿಗೆ ಇಷ್ಟವಿಲ್ಲ? ಅದರಲ್ಲೂ ನಿಮಗೆ ತೀವ್ರವಾದ ಬೇರೆ ಯಾವುದೂ ಹವ್ಯಾಸಗಳಿಲ್ಲದೆ ಹೋದರೆ ನೀವು ಬಹುಶಃ ಸಿನಿಮಾಗಳಿಗೆ ಹತ್ತಿರವಾಗುತ್ತೀರಿ. ಅಪ್ಪನೂ ಹಾಗೆಯೇ... ಅವರ ಧಾವಂತದ ಬದುಕಿನಲ್ಲಿ ಸಿಕ್ಕುತ್ತಿದ್ದ ಸಮಯದಲ್ಲಿ ಪೇಪರ್ ಓದಲಿಕ್ಕಾಗಲೀ, ಅವರ ಸರೀಕರ ಜೊತೆಯಲ್ಲಿ ಕಾಡುಹರಟೆ ಮಾಡುವುದಕ್ಕಾಗಲೀ ಅವರಿಗೆ ಆಗುತ್ತಿರಲಿಲ್ಲ.

ಇದೇ ಕಾರಣಕ್ಕೆ ಕೆಲಸದ ಮಧ್ಯೆ ಬಿಡುವಾದಾಗಲೆಲ್ಲ ಟೀವಿಯಲ್ಲಿ ಬರುವ ನ್ಯೂಸ್, ಧಾರಾವಾಹಿ ಅಥವಾ ಅರ್ಧಂಬರ್ಧ ಸಿನೆಮಾ ನೋಡುವುದು ರೂಢಿ. ಸರಿಸುಮಾರು 25–30 ವರ್ಷಗಳ ಮುಂಚೆ DD ಯಲ್ಲಿ ಅಷ್ಟು ಆಯ್ಕೆಗಳಿರಲಿಲ್ಲವಾದ್ದರಿಂದ ಅವರು ಹೆಚ್ಚು ಸಿನೆಮಾಗಳನ್ನ ಥಿಯೇಟರ್‌ಗೆ ಹೋಗಿ ನೋಡುತ್ತಿದ್ದರು. ಕೆಲವೊಂದು ಸಿನಿಮಾಗಳಿಗೆ ಅಮ್ಮನನ್ನು, ಕೆಲವಕ್ಕೆ ನನ್ನನ್ನು ಮತ್ತು ಕೆಲವಕ್ಕೆ ತಾವೊಬ್ಬರೇ ಹೋಗುತ್ತಿದ್ದರು!

ಅವರಿಗೆ ಇಂಗ್ಲೀಷು ಸಿನಿಮಾಗಳೆಂದರೆ ಎಲ್ಲಿಲ್ಲದ ಪ್ರೀತಿ ಮತ್ತು ಆಸಕ್ತಿ. "ಬಡ್ಡಿ ಮಕ್ಳು ಗ್ರಾಫಿಕ್ಸ್‌ನಲ್ಲಿ ಏನೇನೋ ಮಾಡ್ತಾರೆ" ಅಂತ ತಮ್ಮ ಅಭಿಮಾನ ವ್ಯಕ್ತಪಡಿಸುತ್ತಿದ್ದರು. ಅಪ್ಪನೊಡಗೂಡಿ ನಾನೂ ಇಂತಹ ಕೆಲವು ಸಿನಿಮಾಗಳನ್ನ ನೋಡಿದ್ದೆ. ಅವುಗಳಲ್ಲಿ Evil dead, Baby's day out, True Lies, Titanic ಮುಂತಾದವುಗಳಿದ್ದವು.

ನಂತರದ ದಿನಗಳಲ್ಲಿ ಬಂದ ಅಸಂಖ್ಯ ಟೀವಿ ಚಾನೆಲ್ಲುಗಳ ಹಾವಳಿ ಅಪ್ಪನನ್ನು ಸಿನೆಮಾ ಹಾಲುಗಳಿಂದ ದೂರ ಮಾಡಿದವು. ಅಪ್ಪ ಮನೆಯಲ್ಲಿಂದಲೇ ನೋಡಬಹುದಾದ ಆಯ್ಕೆಗಳಿಂದ ಖುಷಿಪಟ್ಟರು. ಅದಕ್ಕೆ ಮುಖ್ಯಕಾರಣ ನಮ್ಮ ಊರಿನಲ್ಲಿ ಇದ್ದ ಥಿಯೇಟರ್‌ಗಳ ಪರಿಸ್ಥಿತಿ. ಬೀಡಾ, ಜರ್ದ ಹಾಕಿಕೊಂಡು ಅಲ್ಲಲ್ಲೇ ಉಗಿವವರನ್ನು, ಒಳಗಡೆ ಕುಂತು ಬೀಡಿ ಸೇದುವವರನ್ನು, ನಿರಂತರ ಮಾತನಾಡುವವರನ್ನು, ಡೈಲಾಗುಗಳಿಗೆ ಪ್ರತಿಯಾಗಿ ಮತ್ತೇನನ್ನೋ ಹೇಳುವವರನ್ನು

ಕಂಡರೆ ಅವರಿಗೆ ಆಗುತ್ತಿರಲಿಲ್ಲ. ಜೊತೆಗೆ ಅಲ್ಲಿನ ಟಾಯ್ಲೆಟ್‌ಗಳ ಪರಿಸ್ಥಿತಿಯನ್ನ ಕಂಡರಂತೂ ಕೆಂಡಾಮಂಡಲವಾಗುತ್ತಿದ್ದರು. "ನಮ್ಮ ಜನ ತಂತಮ್ಮ ಮನೆಗಳನ್ನು ಮಾತ್ರ ಚೆನ್ನಾಗಿಟ್ಟುಕೊಂಡು ಮಿಕ್ಕದ್ದನ್ನೆಲ್ಲ ಎಷ್ಟು ಸಾಧ್ಯವೋ ಅಷ್ಟು ಕೆಡಿಸಿಡುತ್ತಾರೆ" ಎಂದು ಆಗಾಗ ರೇಗುತ್ತಿದ್ದರು.

ಇವೆಲ್ಲಾ ಕಾರಣಗಳಿಂದಾಗಿ ಹೊಸ ಶತಮಾನದಂಚಿನಲ್ಲಿ ಮನೆಯಲ್ಲೇ ಸಿನಿಮಾ ನೋಡಲು ಹೆಚ್ಚು ಇಷ್ಟ ಪಡುತ್ತಿದ್ದರು. ಭಾನುವಾರದ ದಿನ ಅಂಗಡಿ ರಜಾ ಇದ್ದುದರಿಂದ ಅಪ್ಪ ಟೀವಿಯಲ್ಲಿ ಬರುತ್ತಿದ್ದ ಯಾವ ವಿಶೇಷ ಕಾರ್ಯಕ್ರಮಗಳನ್ನೂ ತಪ್ಪಿಸುತ್ತಿರಲಿಲ್ಲ. ಅದರ ಜೊತೆಗೇ ಹಬ್ಬದ ದಿನಗಳ ಕಾರ್ಯಕ್ರಮಗಳನ್ನೂ ಕೂಡ. ಇವೆಲ್ಲಕ್ಕೂ ಮೀರಿ ಅಪ್ಪ ಇಷ್ಟಪಡುತ್ತಿದ್ದುದು ಕೊಂಚ ತಡವಾಗಿ ಪ್ರಸಾರವಾಗುತ್ತಿದ್ದ ಪೌರಾಣಿಕ ಸಿನೆಮಾಗಳನ್ನು. ಅದು ಕನ್ನಡದಲ್ಲಿರಲಿ ಅಥವಾ ತೆಲುಗು–ತಮಿಳಿನಲ್ಲಿರಲಿ, ಒಟ್ಟಿನಲ್ಲಿ ರಾತ್ರಿ ಅಂಗಡಿ ಮುಗಿಸಿ ಬಂದು ನೋಡಲು ಶುರುವಿಟ್ಟರೆ ತೀರಿತು. ಅದು ಮುಗಿಯುವವರೆಗೆ ಅಂದರೆ ಸುಮಾರು ಒಂದೂ ಮೂವತ್ತರವರೆಗೆ ಮಲಗುತ್ತಿರಲಿಲ್ಲ.

ಮೊದಲೆಲ್ಲಾ ಆಂಟೆನಾ ತೊಂದರೆ ಕೊಡುತ್ತಿದ್ದರಿಂದ ವೀಕ್ಷಣೆಯ ಖುಷಿಗೆ ಭಂಗವಾಗುತ್ತಿತ್ತು. ಕೇಬಲ್ ಟೀವಿಯ ಹಾವಳಿ ಶುರುವಾದಮೇಲೆ ಅದೆಲ್ಲಾ ಮರೆತೇ ಹೋದಂತೆ ಭಾಸವಾಯಿತು. ಇದರ ಜೊತೆಜೊತೆಗೆ ಕಲರ್ ಟೀವಿ ಕೊಂಡದ್ದರಿಂದ ಅದು ಟೀವಿ ನೋಡುವ ಅನುಭವವನ್ನ ನೂರ್ಮಡಿಗೊಳಿಸಿತ್ತು.

ಇಲ್ಲಿ ಒಂದು ವಿಚಾರವನ್ನ ನೆನೆಯುತ್ತೇನೆ. ಸುಮಾರು 1994 ರ ಸಮಯ. ನಾವಾಗ ಬಾಡಿಗೆಮನೆಯಲ್ಲಿದ್ದೆವು. ಅಪ್ಪನ ಬಳಿ ಸೈಕಲ್ ಬಿಟ್ಟು ಬೇರೆ ಯಾವುದೇ ವಾಹನವಿರಲಿಲ್ಲ. ನಮ್ಮಲ್ಲಿದ್ದ ಟೀವಿ ನಮ್ಮಪ್ಪ ಅವರ ಕಸಿನ್ ಒಬ್ಬರಿಂದ ಸೆಕೆಂಡ್ ಹ್ಯಾಂಡ್ ಬೆಲೆಗೆ ಕೊಂಡಿದ್ದ ಹಳೆಯ ಬ್ಲಾಕ್ ಅಂಡ್ ವೈಟ್ Bush Baron. ಇದರಲ್ಲಿ ಏನನ್ನ ನೋಡುವುದೂ ಸುಖಕರವಾಗಿರಲಿಲ್ಲ ಜೊತೆಗೆ ಚಾನೆಲ್ ಬದಲಿಸಲು ಪ್ರತೀಬಾರಿ ಟ್ಯೂನ್ ಮಾಡಬೇಕಿತ್ತು.

ಅಪ್ಪ ಇದರಿಂದ ಬೇಸತ್ತು ಅಮ್ಮನಿಗೆ ಹೇಳದೇ ಒಂದು ದಿನ ತಮ್ಮ ಗೆಳೆಯರೊಬ್ಬರ ಶೋ ರೂಮ್‌ನಿಂದ BPL ನ ಒಂದು ಕಲರ್ ಟೀವಿ ತಂದುಬಿಟ್ಟರು. ಆಗೆಲ್ಲಾ ಅಕ್ಕಪಕ್ಕದ ಮನೆಯಲ್ಲಿ ಟೀವಿಗಳು ಇದ್ದದ್ದೇ ಕಡಿಮೆ. ಅದರಲ್ಲೂ 14–15 ಸಾವಿರ ಬೆಲೆಯ ಕಲರ್ ಟೀವಿ ಎಂದರೆ ಸಾಮಾನ್ಯದ ಮಾತಲ್ಲ. ನಾವು ಆಗತಾನೆ ನಾಲ್ಕು ವರ್ಷದ ಮುಂಚೆ ಅಂಗಡಿಗಾಗಿ ಬುಕ್ ಮಾಡಿದ್ದ ಲ್ಯಾಂಡ್ಲೈನ್ (ಸ್ಥಿರ ದೂರವಾಣಿ) ಫೋನ್ ಪಡೆದಿದ್ದವು. ಈಗ ಕಲರ್ ಟೀವಿ! ಅಕ್ಕಪಕ್ಕದ ಮನೆಯವರು ಅಂದು ನಮ್ಮಲ್ಲಿ ಜಮಾಯಿಸಿದ್ದರು. ಒಂದಷ್ಟು ಜನ ಅಪ್ಪನ ಸಾಹಸವನ್ನು ಮೆಚ್ಚಿ ಮಾತನಾಡಿದರೆ, ಕೆಲವರು ಟೀವಿಯನ್ನು ಮೆಚ್ಚಿದರು. ಆದರೆ ಯಾರೂ ಬಾಡಿಗೆ ಮನೆಯಲ್ಲಿರುವ ನಿಮಗೆ ಬಣ್ಣದ ಟೀವಿ ಏಕೆಂದು ಕೇಳಿರಲಿಲ್ಲ. ಈ ಪ್ರಶ್ನೆಯನ್ನು ಅಮ್ಮನೇ ಅಪ್ಪನಿಗೆ ಆ ದಿನ ಊಟದ ಸಂದರ್ಭದಲ್ಲಿಟ್ಟಳು! ಅಮ್ಮನ ಪ್ರಕಾರ ನಾವು ಆಗಷ್ಟೇ ತಿಂಗಳುಗಳ ಹಿಂದೆ ತುಮಕೂರಿನ ಹೊರವಲಯದಲ್ಲಿ 17 ಸಾವಿರ ರೂಪಾಯಿಗಳಿಗೆ ಕೊಂಡಿದ್ದ

ಸೈಟಿನ ಬಾಬತ್ತು ಇನ್ನೂ ಅರ್ಧವೂ ತೀರಿರಲಿಲ್ಲ. ಹೊಸದಾಗಿ ಕೊಂಡ ಟೆಲಿಫೋನ್ ಇನ್ನೂ ರಿಂಗಣಿಸುತ್ತಿರಲಿಲ್ಲ ಆಗಲೇ ಅಪ್ಪ ಕಲರ್ ಟೀವಿಯನ್ನು ಸಾಲದಲ್ಲಿ ತಂದಿದ್ದರ ಬಗ್ಗೆ ಬೇಸರ, ಕಳವಳ ಮತ್ತು ಪ್ರತಿರೋಧ ವ್ಯಕ್ತಪಡಿಸಿದಳು. ಅಪ್ಪನಿಗೆ ಏನನ್ನಿಸಿತೋ ಏನೋ, ಬೆಳಿಗ್ಗೆ ನಾನು ಎದ್ದೇಳುವ ಹೊತ್ತಿಗೆ ನಮ್ಮ ಹೊಚ್ಚ ಹೊಸ ಕಲರ್ ಟೀವಿ ಇರಲಿಲ್ಲ. ಅದೇ ಹಳೆಯ ಬುಷ್ ಬಾರೋನ್ ಟೀವಿ ಗೊರ ಗೊರ ಅನ್ನುತ್ತಿತ್ತು. ಅಪ್ಪ, ಅಮ್ಮನ ಮಾತನ್ನು ಮನ್ನಿಸಿ ಹದಿನಾಲ್ಕು ಸಾವಿರಕ್ಕೆ ಕೊಂಡ ಕಲರ್ ಟೀವಿಯನ್ನು ಎರಡೇ ದಿನಕ್ಕೆ ಹದಿಮೂರು ಸಾವಿರಕ್ಕೆ ಹಿಂದಿರುಗಿಸಿ ಬಿಟ್ಟಿದ್ದರು. ಇದರ ಬಗ್ಗೆ ಅವರಿಗೆ ಯಾವ ಬಗೆಯ ಹಿಂಜರಿಕೆಯೂ ಇದ್ದಂತಿರಲಿಲ್ಲ. ಅಷ್ಟರ ಮಟ್ಟಿಗೆ ಅವರು ಪ್ರಾಕ್ಟಿಕಲ್ ಆಗಿದ್ದರು.

ಅಪ್ಪ ರಾತ್ರಿ ಹನ್ನೊಂದರ ಸುಮಾರಿಗೆ ಮನೆಗೆ ಬಂದರೂ ಬರಿಗೈಲಿ ಮಾತ್ರ ಇರುತ್ತಿರಲಿಲ್ಲ. ಅಂಗಡಿಗೆ ಬೀಗ ಹಾಕಿದಮೇಲೆ ಸುತ್ತಮುತ್ತಲಿನ ಮತ್ತು ಅಷ್ಟು ಹೊತ್ತಿಗೂ ತೆರೆದಿರುತ್ತಿದ್ದ ಯಾವುದಾದರೊಂದು ಕುರುಕಲು ತಿಂಡಿಯ ಅಂಗಡಿಯಿಂದ ಖಾರ ಮಿಕ್ಸ್ಚರ್, ಹುರಿಗಾಳು, ಚಕ್ಕುಲಿ, ಕೋಡುಬಳೆ, ಮುರುಕು ಏನಾದರೊಂದನ್ನು ತಂದೇ ತರುತ್ತಿದ್ದರು. ಅವರ ಊಟ ಎಂದಿಗೂ ಇವುಗಳಿಲ್ಲದೆ ಸಂಪೂರ್ಣವಾಗುತ್ತಿರಲಿಲ್ಲ. ಮೊದಲಿಗೆ ಎರಡು ಚಪಾತಿ, ನಂತರ ಅನ್ನ ಸಾರು, ಆಮೇಲೆ ಅನ್ನ ಮೊಸರು, ಕಡೆಯಲ್ಲಿ ಮಜ್ಜಿಗೆ ಅನ್ನವನ್ನು ಕುರುಕಲು ಜೊತೆಗೆ. ಇವೇನೂ ಸಿಗದೇ ಹೋದಾಗ ಮಾತ್ರ ಅಮ್ಮನಿಗೆ ಕನಿಷ್ಟ ಹಪ್ಪಳವನ್ನಾದರೂ ಅಥವಾ ಸಂಡಿಗೆಯನ್ನಾದರೂ ಎಣ್ಣೆಯಲ್ಲಿ ಕರಿಯಲು ಹೇಳುತ್ತಿದ್ದರು.

ಇದೆಲ್ಲಾ ಆದ ಮೇಲೆ ಒಂದು ಲೋಟ ಬಿಸಿಬಿಸಿ ನೀರನ್ನು ಕುಡಿಯುತ್ತಿದ್ದರು. ಆಗೆಲ್ಲಾ ಚಾನೆಲ್ ಬದಲಿಸಿ ಒಳ್ಳೆಯ ಪೌರಾಣಿಕ, ಸಾಮಾಜಿಕ ಅಥವಾ ಹಾಸ್ಯ ಕಾರ್ಯಕ್ರಮಗಳನ್ನ ಹುಡುಕಿ ಹಾಕುವ ಜವಾಬ್ದಾರಿ ನನ್ನದಾಗಿತ್ತು. ತದನಂತರ ಅಪ್ಪ, ನಾನು ನಿದಿರೆಯ ಮಂಪರಿನಲ್ಲಿದ್ದಾಗಲೆಲ್ಲಾ ಬೈದು ಎಬ್ಬಿಸಿ ಸಿನಿಮಾವನ್ನೋ ಅಥವಾ ಬೇರಾವುದೋ ಕಾರ್ಯಕ್ರಮವನ್ನ ಸಂಪೂರ್ಣ ನೋಡುವಂತೆ ಕುಮ್ಮಕ್ಕು ಕೊಡುತ್ತಿದ್ದರು. ಕೆಲವೊಮ್ಮೆ ನಾನು "ಹಿಂದಿಯೋ, ತೆಲುಗೋ, ತಮಿಳೋ ಅಥವಾ ಮತ್ಯಾವುದೋ ಬಾರದ ಭಾಷೆಯನ್ನು ನೋಡಿ ಏನಾಗಬೇಕಿದೆ? ಅದರಲ್ಲೂ ನನಗೆ ಬೆಳಿಗ್ಗೆ 10ಕ್ಕೆ ಸ್ಕೂಲಿಗೆ ಹೋಗಬೇಕಿದೆ" ಎಂದು ತಪ್ಪಿಸಿಕೊಳ್ಳಲು ಯತ್ನಿಸಿದಾಗೆಲ್ಲ ಅಪ್ಪ "ನೀನು ಏನಾದ್ರೂ ಎದ್ದೇಳುವುದು ಎಂಟು ಗಂಟೆಗೆ! ಸುಮ್ಮನೆ ನೋಡು, ಒಳ್ಳೆಯ ಸಿನೆಮಾ" ಅಂದಾಗಲೆಲ್ಲ ಅಮ್ಮ ಇದ್ದವಳು "ಮಲಗುವವರನ್ನ, ಓದುವ ಹುಡುಗನನ್ನ ರಾತ್ರಿ ಇಡೀ ಸಿನಿಮಾ ನೋಡಲು ಪ್ರೇರೇಪಿಸುವ ಅಪ್ಪ ನೀವೊಬ್ಬರೇ ಇರಬೇಕು" ಎಂದು ಆಡಿಕೊಳ್ಳುತ್ತಿದ್ದರು! ನಾನೋ ಅರ್ಧಂಬರ್ಧ ನೋಡಿ ಮಧ್ಯದಲ್ಲೇ ಗಾಢ ನಿದ್ರೆಗೆ ಜಾರಿರುತ್ತಿದ್ದೆ.

ಇವೆಲ್ಲಾ ನಡೆದು ನಾನು ಉನ್ನತ ವ್ಯಾಸಂಗಕ್ಕಾಗಿ ಮನೆ ಬಿಟ್ಟು, ಬೇರೆ ಬೇರೆ ಕೆಲಸಕ್ಕೆ ಸೇರಿ, ಅನೇಕ ಊರುಗಳ ಸಹವಾಸ ಮಾಡಿದ ಹತ್ತಾರು ವರುಷಗಳ ಮೇಲೆ

ಊರಿಗೆ ಬಂದಾಗೊಮ್ಮೆ ಇದರ ಹಿಂದಿನ ಲಾಜಿಕ್‌ನ ಬಗ್ಗೆ ಅಪ್ಪನಲ್ಲಿ ಕೇಳಿದಾಗ ಅವರಂದದ್ದು "ನೋಡು ನೀನು ಸಾಧಾರಣವಾಗಿ ಓದುತ್ತಿದ್ದೆ. ಅಂತಾ ರ್‍ಯಾಂಕ್ ಸ್ಟೂಡೆಂಟ್ ಏನು ಅಲ್ಲ! ಒಂದು ವೇಳೆ ಓದು ಅರ್ಧದಲ್ಲೇ ನಿಂತರೆ, ಅಥವಾ ಸಣ್ಣ ಪುಟ್ಟ ಡಿಗ್ರಿ ಮಾಡಿ (ಅಥವಾ ಮಾಡದೆ) ಕೆಲಸ ಸಿಗದಿದ್ದರೆ, ನಿನಗೆ ನನ್ನ ಕಾಯಕವೇ ಗಟ್ಟಿ. ಅವಾಗ ನಿನಗೆ ಕನ್ನಡ ಮಾತ್ರ ಬಂದರೆ ಸಾಲದು. ಹಿಂದಿ, ಉರ್ದು, ತೆಲುಗು ಮತ್ತು ತಮಿಳು ಒಂದು ಲೆವೆಲ್ಲಿಗಾದರೂ ಬರಬೇಕು. ಅದಕ್ಕೇ ಸುಲಭವಾಗಿ ಭಾಷೆ ಕಲೀಲಿ ಅಂತ ಪಿಕ್ಚರ್ ನೋಡು ಅಂತ ಪೀಡಿಸ್ತಾ ಇದ್ದೆ" ಎಂದರು.

ನಾನು ಅಪ್ಪನ ದೂರಾಲೋಚನೆಗೆ ಹೌಹಾರಿದೆ. ಹೌದಲ್ಲ? ಅಪ್ಪ ಗಿಡಮೂಲಿಕೆಗಳಿಗೆ, ಪೂಜಾ ಸಾಮಗ್ರಿಗಳಿಗೆ ಮತ್ತಿತರೇ ಸಮಿತ್ತುಗಳಿಗೆ ಬೆಂಗಳೂರಿಗೆ ಮಾತ್ರವಲ್ಲದೆ ಮದ್ರಾಸು, ತಿರುಪತಿ ಮುಂತಾದ ಕಡೆಗೆಲ್ಲಾ ಹೋಗುತ್ತಿದ್ದರು. ಒಮ್ಮೆ ಹೋಗಿ ಬಂದು ಗುರ್ತ ಆದ ಮೇಲೆ ಹಲವು ಬಾರಿ ಫೋನ್ ಮೂಲಕ ಆರ್ಡರ್ ಮಾಡಿ ಮಾಲನ್ನು ತರಿಸಿಕೊಳ್ಳುತ್ತಿದ್ದರು. ಹೀಗಾಗಿ ಅವರೊಟ್ಟಿಗೆಲ್ಲ ಅವರದ್ದೇ ಭಾಷೆಯಲ್ಲಿ ವ್ಯವಹರಿಸಬೇಕಾಗಿತ್ತು. ಬೆಂಗಳೂರಿನ ಮಾರ್ವಾಡಿಗಳು, ಆಂಧ್ರ ಶೆಟ್ಟಿವಾಳ್ಳು, ತಮಿಳುನಾಡಿನ ಅಂಗಡಿಯವರು ಹರುಕು ಮುರುಕು ಕನ್ನಡದಲ್ಲಿಯೇ ವ್ಯವಹರಿಸಿದರೂ, ಅವರವರ ಅಂಗಡಿ ಹುಡುಗರೊಟ್ಟಿಗೆ ವ್ಯವಹರಿಸುವಾಗ ಮಾತ್ರ ಅವರ ಭಾಷೆಯಲ್ಲೇ ಮಾತನಾಡುತ್ತಿದ್ದರಿಂದ, ಅಪ್ಪನಿಗೆ ಒಮ್ಮೊಮ್ಮೆ ಕಿರಿಕಿರಿ ಉಂಟಾಗುತಿತ್ತಂತೆ. ಇದಕ್ಕೆ ಕಾರಣ, ಈ ಮಾತುಗಳು ಭಾಗಶಃ ಅಪ್ಪನನ್ನು ಬೈಪಾಸ್ ಮಾಡಿ ಯಾಮಾರಿಸಲಿಕ್ಕೆ ಆಡಿದವು ಎಂಬುದು ಅಪ್ಪನ ಬಲವಾದ ನಂಬಿಕೆಯಾಗಿತ್ತು!

ಹೀಗಾಗಿ ಅಪ್ಪನಿಗೆ "ವ್ಯಾಪಾರಂ ದ್ರೋಹ ಚಿಂತನಮ್" ಎಂಬ ಮಾತಿನಂತೆ ಈ ಭಾಷೆಗಳನ್ನು ಒಂದು ವ್ಯವಹಾರಿಕ ಮಟ್ಟಕ್ಕೆ ಆದರೂ ಕಲಿಯುವುದು ಅನಿವಾರ್ಯವಾಗಿತ್ತಂತೆ. ನನ್ನನ್ನೂ ಸಹ ಮುಂದೆ ಯಾರೂ ಯಾಮಾರಿಸಬಾರದು ಎಂಬ ಬಲವಾದ ಕಾರಣದಿಂದ ಪುಸಲಾಯಿಸಿ ಸಿನಿಮಾ ನೋಡುವಂತೆ ಪೀಡಿಸುತ್ತಿದ್ದರು. ಭಾಷೆಗಳು ಬಂದರೆ ಇವೆಲ್ಲಾ ತೊಂದರೆಗಳು ಬರುವುದಿಲ್ಲವೆಂಬುದು ಅವರ ಬಲವಾದ ನಂಬಿಕೆಯಾಗಿತ್ತು.

ಮನೋವ್ಯಾಧಿಯೇ ಮಾನವನ...

ದಿನಾ ರಾತ್ರಿ ಅಪ್ಪ ಮನೆಗೆ ಬರುವುದು ಹನ್ನೊಂದಾಗುತ್ತಿತ್ತು. ಬಂದ ಮೇಲೆ ಕೈ ಕಾಲು ಮುಖ ತೊಳೆದು ಊಟಮಾಡಿ ಮಲಗಿ ಟೀವಿ ನೋಡಿಕೊಂಡು ನಿದ್ರೆ ಹೋಗುವಾಗ ಗಂಟೆ ಒಂದಾಗುತ್ತಿತ್ತು. ಹೀಗಿದ್ದರೂ ಬೆಳಿಗ್ಗೆ ಆರೂವರೆಗೆಲ್ಲಾ ಎದ್ದು ಬಿಡೋರು. ಎದ್ದವರೇ ಸ್ನಾನ ಒಂದನ್ನ ಬಿಟ್ಟು ಬೇರೆಲ್ಲಾ ನಿತ್ಯಕರ್ಮಗಳನ್ನ ಮುಗಿಸಿ ಅಂಗಡಿ ಮತ್ತು ಮನೆಗೆ ಬೇಕಾದ ಎಲ್ಲಾ ಸಾಮಾನು ಸರಂಜಾಮುಗಳನ್ನು ಹೊಂದಿಸುತ್ತಿದ್ದರು. ಕೆಲವೊಮ್ಮೆ ಏನೂ ತರಲು ಇರದಿದ್ದರೆ ಮನೆ ಅಂಗಡಿ ಗೋದಾಮು ಎಲ್ಲಾ ಕಡೆ ತಿರುಗಿ ಅಲ್ಲಲ್ಲಿ ಬಿದ್ದ ಹಾಳು ಮೂಳು, ಕಟ್ಟಿದ್ದ ಪೈಪು, ಬೆಳೆದ ಹುಲ್ಲು ಒಟ್ಟಿನಲ್ಲಿ ಏನೋ ಒಂದು ಕೆಲಸವನ್ನು ಹುಡುಕಿಕೊಂಡು ಮಾಡುತ್ತಿದ್ದರು.

ನಾನು ಲಾರ್ಡ್ ಲಬಕ್‌ನ (ಅಪ್ಪನ ಮಾತು) ಹಾಗೆ ಎಂಟಕ್ಕೆ ಎದ್ದಾಗಲೆಲ್ಲ ಅಪ್ಪ "ನೋಡೋ ಸೋಂಬೇರಿ, ನೀನು ಏಳೋ ಮುಂಚೇನೇ ಮನೆ ಮತ್ತು ಅಂಗಡೀದೂ ಅರ್ಧ ಕೆಲಸ ಮಾಡಿದ್ದೀನಿ. ನೀನೂ ಇದ್ದೀಯ, ಬರೀ ಓದ್ತೀಯ ಅನ್ನೋದೇ ದೊಡ್ಡಸ್ತಿಕೆ ನಿಂದು. ಬಾಕಿ ಏನೂ ಕೇಳ್ಬೇಡಾ!" ಎಂದು ಬೆಳ್ಳಂಬೆಳಿಗ್ಗೆ ಜಾಡಿಸುತ್ತಿದ್ದರು. ಅಪ್ಪನ ಪ್ರಕಾರ ಕೆಲಸಗಳನ್ನು ಹುಡುಕಿಕೊಂಡು ಮಾಡುವವರಿಗೆ ನಿರುದ್ಯೋಗ ಎಂದಿಗೂ ಇರುವುದಿಲ್ಲ.

ಅಪ್ಪನಿಗೆ ತಾನು ಚೆನ್ನಾಗಿ ಓದಬೇಕಿತ್ತು ಎಂಬ ಆಸೆಯಿತ್ತು. ಆದರೆ ಅದು ಸಾಧ್ಯವಾಗಲಿಲ್ಲ. ಚೆನ್ನಾಗಿ ಹಾಡುತ್ತಿದ್ದರಿಂದ 'ಕಲಾವಿದ'ನಾಗುವ ಇರಾದೆಯಿತ್ತು, ಆದರದು ಫಲಿಸಲಿಲ್ಲ. ಆದರೂ ಅಪ್ಪ ತನಗೊದಗಿಬಂದ ಬದುಕನ್ನು ಶಪಿಸಲಿಲ್ಲ. ಅಪ್ಪನಿಗೆ ಬರಬೇಕಿದ್ದ ತಾತನ ಆಸ್ತಿಗಳೆಲ್ಲ ಬಾರದೇ ಹೋದಾಗಲೂ ಗೊಣಗಲಿಲ್ಲ. ಬದಲಿಗೆ "ನಮಗೆ ಎಷ್ಟು ಲಭ್ಯನೋ ಅಷ್ಟೇ ಲಭ್ಯ. ಬಿಸಿಲುಕುದುರೆ ಹಿಂದೆ ಯಾವಾಗಲೂ ಓಡಬಾರದು" ಎನ್ನುತ್ತಿದ್ದರು. ಇಷ್ಟೆಲ್ಲಾ ಆದರೂ ಅಪ್ಪನ ಜೀವನ ಸ್ಥಿತಿ ಸುಧಾರಿಸತೊಡಗಿದಾಗ, 'ತುಂಬಾ ಸೇವೆ ಮಾಡಬೇಕು' ಎಂದು ಆಗಾಗ ಹೇಳುತ್ತಿದ್ದರು. ಅವರ ಕೊನೆಯ ತಂಗಿಯ ಮದುವೆಯ ವೇಳೆ ನಮ್ಮ ದೂರದ ನೆಂಟರೇ ಆದ ಛತ್ರದ ಮಾಲೀಕರು ದುಡ್ಡಿನ ವಿಚಾರವಾಗಿ ಏನೋ ವ್ಯಂಗ್ಯವಾಡಿದ್ದಕ್ಕೆ

"ಮುಂದೊಂದು ದಿನ ನಾನೂ ಇಂಥದೊಂದು ಛತ್ರ ಕಟ್ತೀನಿ. ನೋಡಿ ಬೇಕಾದ್ರೆ" ಅಂದಿದ್ದರಂತೆ. ಅದರಂತೆಯೇ ತುಮಕೂರಿನ ಹೃದಯ ಭಾಗದಲ್ಲಿರುವ ನಮ್ಮ ಗೋದಾಮು ಮತ್ತು ಆಗತಾನೆ ಕೊಂಡಿದ್ದ ಹಳೆಮನೆಗಳನ್ನು ಕೆಡವಿ, ಸಾಲ–ಸೋಲ ಮಾಡಿ, ಪುಟ್ಟ ಸಮಾರಂಭಗಳಿಗಾಗುವಂತೆ ಒಂದು ಸಮುದಾಯ ಭವನ (ಪಾರ್ಟಿ ಹಾಲ್) ಕಟ್ಟಿದ್ದರು. ಅಲ್ಲಿ ನಾಲ್ಕು ವರ್ಷಗಳ ಅವಧಿಯಲ್ಲಿ 170–200 ಕಾರ್ಯಕ್ರಮಗಳಾದವು. ಅದಕ್ಕೆ ಅಪ್ಪನೇ ಮಾಲೀಕ ಮತ್ತು ವಾಚ್‌ಮನ್! ಇದ್ದವರ ಹತ್ತಿರ ಪಡೆದರು, ಇಲ್ಲದವರನ್ನು ಪೀಡಿಸಲಿಲ್ಲ. ಕೆಲವೊಮ್ಮೆ ಇಲ್ಲದಂತೆ ನಾಟಕವಾಡಿದವರನ್ನು ನಂಬಿ ಮೋಸಹೋಗಿ "ಹೋಗಲಿ ಬಿಡು. ಅವರವರ ಧರ್ಮ, ಅವರವರ ಕರ್ಮ" ಎಂದು ಹೇಳಿ ಸುಮ್ಮನಾಗುತ್ತಿದ್ದರು. ಇಂತಹ ಅಪ್ಪನಿಗೆ ಮತ್ತೇನನ್ನೋ ಮಾಡುವುದಿತ್ತು. ಅದನ್ನು ಆಗಾಗ ನಮ್ಮೊಂದಿಗೆ ಹಂಚಿಕೊಳ್ಳುತ್ತಿದ್ದರು ಕೂಡ. ಆದರೆ ಪ್ರಾಕ್ಟಿಕಲ್ ಆಗಿ ನೋಡುವಾಗ ನಮ್ಮಲ್ಲಿ ಅದಕ್ಕೆ ಬೇಕಾದ ಸಂಪನ್ಮೂಲಗಳೇ ಇರಲಿಲ್ಲ. ನಾನು ಓದುತ್ತಿದ್ದೆ. ಜೀವನ ಅಪ್ಪನ ಅಂಗಡಿಯ ಸಂಪಾದನೆಯಿಂದ ಮತ್ತು ಒಂದು ನಾಲ್ಕು ವರ್ಷ ಪಾರ್ಟಿ ಹಾಲ್‌ನ ಬಾಡಿಗೆಯಿಂದಲೇ ನಡೆಯಬೇಕಿತ್ತು, ಬೆಟ್ಟದಷ್ಟು ಸಾಲ ಬೇರೆ ಇತ್ತು. ತೀವ್ರವಾದ ಕಷ್ಟಗಳಿರಲಿಲ್ಲವಾದರೂ ಅಪ್ಪನ ಕನಸುಗಳು ಸಾಕಾರಗೊಳ್ಳುವ ಯಾವ ವಾತಾವರಣವೂ ಇರಲಿಲ್ಲ. ಇದರ ಮಧ್ಯೆ ಅವರಿಗೂ ಐವತ್ತೈದು ದಾಟಿತ್ತು. ಅಪ್ಪನ ತಿಕ್ಕಲುತನಗಳನ್ನೆಲ್ಲ ಭರಿಸುತ್ತಿದ್ದ ಅಮ್ಮನ ಸಹನೆಯ ಕಟ್ಟೆ ಆಗಾಗ ಒಡೆದು ಗೋಳಾಡಿದಾಗೆಲ್ಲಾ, ಅಪ್ಪ "ಹೋಗಲಿ ಬಿಡು. ಎಲ್ಲಾದ್ರೂ ದೇಶಾಂತರ ಹೋಗ್ತೀನಿ. ನಂಗೆ ಯಾರೂ ಬೇಡ, ನಾನೂ ಯಾರಿಗೂ ಬೇಡ. ನೀನು ನಿನ್ನ ಮಗನೇ ಇರ್ರಿ" ಎನ್ನುತ್ತಿದ್ದರು. ಕೆಲವೊಮ್ಮೆಯಂತೂ "ಏನಾದ್ರೂ ಮಾಡಿಕೊಂಡು ಬಿಡ್ತೀನಿ" ಎಂಬಂಥ ವಿಕ್ಷಿಪ್ತ ಮಾತುಗಳನ್ನಾಡಿ ನಮ್ಮನ್ನೆಲ್ಲಾ ಹೆದರಿಸುತ್ತಿದ್ದರು.

ಅವರ ಈ ತರಹದ ನಡವಳಿಕೆಗಳಿಗೆ ಕಾರಣ ಅಸ್ಪಷ್ಟವಾದರೂ, ಭಾಗಶಃ ನಮ್ಮ ಮತ್ತು ಅವರ ಆಲೋಚನಾ ಕ್ರಮಗಳಲ್ಲಿನ ಭಿನ್ನತೆ ಮತ್ತು ಜೀವನ ನಿರೀಕ್ಷೆಗಳು ಕಾರಣವಿರಬಹುದು. ಅಮ್ಮನಿಗೆ ಎಲ್ಲರಂತೊಂದು ಮನೆ ಕಟ್ಟಿಕೊಂಡು ಸರಳ ಜೀವನ ನಡೆಸಬೇಕಿತ್ತು. ಅಪ್ಪನ ಪಾರ್ಟಿಹಾಲ್ ತರಲೆಗಳು ಅಮ್ಮನಿಗೆ ಇಷ್ಟವಿರಲಿಲ್ಲ. ಅಪ್ಪ ಮಹತ್ವಾಕಾಂಕ್ಷಿ ಆದರೆ ಬದುಕು ಅಪ್ಪನನ್ನು ಯಾವಾಗಲೂ ಹಿಂದೆ ತಳ್ಳುತ್ತಿತ್ತು. ಇಂತಿಪ್ಪ ಅಪ್ಪನನ್ನ ನಮ್ಮ ಊರಿನಲ್ಲಿ ಎಂ ಎಸ್ ರಾಮಯ್ಯ ಎನ್ನುತ್ತಿದ್ದರು. ಕಾರಣ ವರ್ಷ ಒಂಭತ್ತು ಕಾಲ ನಮ್ಮ ಮನೆಯಲ್ಲಿ ಗಾರೆ ಕೆಲಸವೋ, ಮರಗೆಲಸವೋ ಅಥವಾ ಪ್ಲಂಬಿಂಗೋ ಮತ್ತೇನೋ ನಡೆಯುತ್ತಲೇ ಇರುತ್ತಿತ್ತು. ಕಟ್ಟಿದ್ದನ್ನು ಕೀಳು, ಕಿತ್ತದನ್ನು ಪುನಃ ಕಟ್ಟು, ಅದಕ್ಕೆ ಪೇಂಟು ಮಾಡಿಸು ಇತ್ಯಾದಿಗಳು. ಕೆಲವೊಮ್ಮೆ ಬಟವಾಡೆ ಪಡೆಯುತ್ತಿದ್ದ ಮೇಸ್ತ್ರಿ ಮತ್ತು ಸಹಾಯಕರು "ಏನಣ್ಣ ಮೊನ್ನೆಯಿನ್ನಾ ಕಟ್ಟಿಸಿದ್ದು, ಲಾಸ್ ಆಯ್ತಲ್ಲ" ಎಂದರೆ ಅಪ್ಪ "ಅದು ಲಾಸಲ್ಲ. ನಂದೇನೋ ಬೇರೆ ಐಡಿಯಾ! ಅವಾಗ ಹೊಳೆದಿರಲಿಲ್ಲ ಅಷ್ಟೇ. ನಿಮಗೇನು ಸರಿಯಾಗಿ ಪೇಮೆಂಟ್

ಕೊಟ್ರೆ ಆಯ್ತು ತಾನೇ?" ಎಂದು ಕೇಳಿ ಅವರನ್ನೇ ಸುಮ್ಮನಾಗಿಸುತ್ತಿದ್ದರು. ಈ ರೀತಿ ವೆಚ್ಚಮಾಡುತ್ತಿದ್ದ ಮನುಷ್ಯ ನಾವೇನಾದರೂ ಖರೀದಿ ಮಾಡುವಾಗ ಚೌಕಾಸಿ ಮಾಡದೆ ಒಂದಕ್ಕೆರಡು ಅಥವಾ ಒಂದೂವರೆಯೋ ಕೊಟ್ಟು ಬಂದರೆ "ಬದುಕೋ ದಾರಿ ಗೊತ್ತಿಲ್ಲಾ ಕಣ್ರೋ ನಿಮ್ಗೆ! ಒಂದೊಂದು ರೂಪಾಯಿ ಜೋಡಿಸೋದು ಎಷ್ಟು ಕಷ್ಟ ಗೊತ್ತಾ?" ಎಂದು ಬಿಡುತ್ತಿದ್ದರು.

ಲಕ್ಷಾಂತರ ರೂಪಾಯಿಗಳನ್ನ alteration ಗೆ ವ್ಯಯಿಸಿ, ಸಾವಿರಾರು ರೂಪಾಯಿಯ ಮಾಲನ್ನು ಗೋದಾಮಿನಲ್ಲೇ ಕೆಲವೊಮ್ಮೆ ಕೊಳೆಸಿ, ಬೆಂಗಳೂರಿನ ತರಗುಪೇಟೆಯಿಂದ ಮೆಜೆಸ್ಟಿಕ್‌ನವರೆಗೆ ಎರಡು ದೊಡ್ಡ ಬ್ಯಾಗ್ ಅಂಗಡಿ ಸಾಮಾನನ್ನು ಹಿಡಿದುಕೊಂಡು ಆಟೋ ಹತ್ತದೆ ನಡೆದುಕೊಂಡೇ ಬರುತ್ತಿದ್ದರು. ಇದಕ್ಕೆ ವ್ಯತಿರಿಕ್ತವೆಂಬಂತೆ ಕೆಲವರಿಗೆ ಕೊಟ್ಟ ಹಣವನ್ನು ಕೇಳದೇ ಇದ್ದು ಬಿಡುತ್ತಿದ್ದರು. ಅಪ್ಪನ ವ್ಯಕ್ತಿತ್ವದ ಸಂಕೀರ್ಣತೆಗಳಿಗೆ ಇದು ಒಂದು ಉದಾಹರಣೆಯಷ್ಟೇ!

ಒಟ್ಟಿನಲ್ಲಿ ಅಪ್ಪ ಯಾವುದಾದರೊಂದು ಕೆಲಸದಲ್ಲಿ ತಮ್ಮನ್ನು ತಾವು ತೊಡಗಿಸಿಕೊಳ್ಳುತ್ತಿದ್ದರು. ಮೈ ದಂಡಿಸಿ ಹೊಟ್ಟೆ ತುಂಬಾ ಉಣ್ಣುತ್ತಿದ್ದರು. ಅದರ ಮಧ್ಯೆ ಯಾವ ಪಥ್ಯಕ್ಕೂ ಜಾಗವಿರಲಿಲ್ಲ. ಬಹುಶಃ ಈ ಉಡಾಳತನದಿಂದಲೇ ತಮ್ಮ ಆರೋಗ್ಯವನ್ನು ಕಡೆಗಣಿಸಿಬಿಟ್ಟರು. ಒಂದರ ಹಿಂದೆ ಮತ್ತೊಂದರಂತೆ ಆದ ಎರಡು ಬ್ರೈನ್ ಸ್ಟ್ರೋಕ್ ಅವರನ್ನು ಸಂಪೂರ್ಣ ಪರಾವಲಂಬಿಯನ್ನಾಗಿ ಮಾಡಿಬಿಟ್ಟಿತು. ಅವರು ತಮ್ಮ ಆಯುರ್ವೇದ ಸಂಬಂಧಿ ಪಾಂಪ್ಲೆಟ್‌ಗಳಲ್ಲಿ ಮುದ್ರಿಸಿದ 'ಮನೋವ್ಯಾಧಿಯೇ ಮಾನವನ ಮೊದಲ ಕಾಯಿಲೆ' ಎಂಬ ಮಾತು ಅವರನ್ನು ಕಡೆಯ ದಿನಗಳಲ್ಲಿ ಬಹುವಾಗಿ ಕಾಡಿರಬೇಕು.

"ನಿಮ್ಮ ಯಾರ ಕೈಗೂ ಸಿಗದೇ ದೇಶಾಂತರ ಹೋಗ್ತೀನಿ, ಒಬ್ಬಂಟಿಯಾಗೇ ಇರ್ತೀನಿ. ನನಗೆ ಯಾರ ಮುಲಾಜೂ ಬೇಕಿಲ್ಲ" ಎಂಬ ಮಾತುಗಳನ್ನು ಅವರ ಕೊನೆಯ ಅಸಹಾಯಕ ದಿನಗಳಲ್ಲಿ ಅವರೇ ಮೆಲುಕು ಹಾಕಿಕೊಂಡು ಎಷ್ಟು ವ್ಯಥೆ ಪಟ್ಟಿರಬೇಕೆಂದು ಯೋಚಿಸಿದರೆ ಭಯವಾಗುತ್ತದೆ. ಅದಕ್ಕೋ ಏನೋ ಅಪ್ಪನ ಮುಖ ಸಂಪೂರ್ಣ ಕಳೆಗುಂದಿದ್ದು. ಅವರು ಮಾತನಾಡುವ ಪ್ರಯತ್ನವನ್ನೇ ನಿಲ್ಲಿಸಿದ್ದು. ಗುಣವಾಗುವ ಭರವಸೆಯನ್ನು ಕಾಯಿಲೆ ಉಲ್ಬಣಿಸುವ ಮುನ್ನವೇ ಕಳೆದುಕೊಂಡಿದ್ದು ಮತ್ತು ತಾವೇ ಅದರ ತೆಕ್ಕೆಗೆ ಬಿದ್ದದ್ದು.

ಒಂದು ಪುಟ್ಟ ಸಾಮಾನನ್ನು ತರಲಾಗದೆ ಹಿಂದಿರುಗಿದ ನನ್ನನ್ನು "ಗಂಡು ಹುಡುಗ ಹಾಗೆಲ್ಲಾ ಆಗಲ್ಲ ಅಂಥ ವಾಪಸು ಬರಬಾರ್ದು. ರಾತ್ರಿಯಾದ್ರೂ ಸರೀನೇ ಸಿಕ್ಕೋ ಅಂಗಡಿಲಿ ಹುಡುಕಿಕೊಂಡು ತರಬೇಕು" ಎನ್ನುತ್ತಿದ್ದವರು ತಾವೇ ಕಾಯಿಲೆಯ ಕೂಪಕ್ಕೆ ಮೌನ ಪ್ರಾಯಶ್ಚಿತ್ತದಂತೆ ಬಿದ್ದದ್ದು ನಿಜಕ್ಕೂ ಅಚ್ಚರಿಯ ಮತ್ತು ನೋವಿನ ಸಂಗತಿ.

ಅಪ್ಪನ ಅರ್ಧರಾತ್ರಿಯ ಕನವರಿಕೆಗಳು

ನಮ್ಮ ಗುಲ್ಕನ್ ಫ್ಯಾಕ್ಟರಿಯಲ್ಲಿದ್ದ ಚಿಕ್ಕ ಸ್ಟೋರೇಜ್ ಕಮ್ ಗೋದಾಮಿನಲ್ಲಿ ಗಾಳಿ ಬೆಳಕಿನ ಕೊರತೆಯಿತ್ತು. ಅದು ಹವಾ ನಿಯಂತ್ರಕಗಳು ಹುಟ್ಟಿ ಊರುಗಳಿಗೆ ಬರುವ ಬಹುಮುಂಚಿನ ಕಾಲಘಟ್ಟ. ಒಮ್ಮೆ ಅಪ್ಪ ಅಲ್ಲಿ ಸ್ಟಾಕ್ ನೋಡಹೋದಾಗ ಸರಿಯಾಗಿ ಜೋಡಿಸಿರದ ಟಿನ್‌ಗಳನ್ನು ಸರಿಮಾಡಲು ಹೋಗಿ ಆಯತಪ್ಪಿದ ಅದರಲ್ಲೊಂದು ಟಿನ್ ಅಪ್ಪನ ಕಾಲ ಉಂಗುಷ್ಟದ ಮೇಲೆಯೇ ಬಿದ್ದಿತ್ತು.

ಅದರ ರಭಸಕ್ಕೆ ಮತ್ತದರಿಂದಾದ ತೀವ್ರ ರಕ್ತಸ್ರಾವಕ್ಕೆ ಅಪ್ಪ ಕೆಲವು ಗಂಟೆಗಳ ಕಾಲ ಅಲ್ಲೇ ಮೂರ್ಛೆ ಹೋಗಿದ್ದರಂತೆ. ಇದೇ ಕಾರಣಕ್ಕೆ ಅವರಿಗೆ ಮುಂದಿನ ಹಲವು ವರ್ಷಗಳ ಕಾಲ ಬಲಗಡೆಯ ಮಂಡಿಯಿಂದ ಪಾದದವರೆಗೆ ಆಗಾಗ ತೀವ್ರ ನೋವು ಕಾಣಿಸಿಕೊಳ್ಳುತ್ತಿತ್ತು. ಇದರ ಜೊತೆಗೇ ಅವರ ಜನ್ಮಕ್ಕಂಟಿದ್ದ ಇನ್ನೊಂದು ಕಾಯಿಲೆ ಅಸ್ತಮಾ ಕೂಡ ಅಂಗಡಿಗಾಗಿ ಸಾಮ್ರಾಣಿಯನ್ನೋ ಗಿಡಮೂಲಿಕೆಗಳ ಪುಡಿಯನ್ನೋ ತಯಾರಿಸುವಾಗ ಅಥವಾ ಅಂಗಡಿ ಕ್ಲೀನ್ ಮಾಡುವಾಗಲೆಲ್ಲ ವಕ್ಕರಿಸುತ್ತಿತ್ತು. ಅವರು ಆ ದಿನಗಳಲ್ಲಿ ತುಂಬಾ ಅಸಹಾಯಕರಾಗಿ ಬಿಡುತ್ತಿದ್ದರು. ಕಾಲುನೋವಿಗೆ ಸರಿಯಾದ ಕಡೆ ತೋರಿಸಿಕೊಳ್ಳದೆ ವಾತ, ಊತ, ಪಿತ್ತ, ಗ್ಯಾಸು ಅಂದುಕೊಂಡು ಏನೋ ತಮಗೆ ತೋಚಿದ ಕಷಾಯವನ್ನ ಕುಡಿದುಕೊಂಡು ಅದರಲ್ಲೂ ಮೇಲಾಗದೇ ಇದ್ದರೆ ಬಸ್ತಿ ಬೆಟ್ಟದ ಹಿಂಬದಿಯಿದ್ದ ಶಕ್ತಿದೇವತೆಯಲ್ಲಿ ನೋವಿಗೆ ಮಂತ್ರ – ಯಂತ್ರ ಕಟ್ಟಿಸಿಕೊಳ್ಳುತ್ತಿದ್ದರು. ಇದು ಬಹುಶಃ ಅಪ್ಪನಿಗೆ ಮಾನಸಿಕ ಸ್ಥೈರ್ಯ ನೀಡಿರಬೇಕು. ಕಾರಣ ಹಾಗೆ ಕಟ್ಟಿಸಿಕೊಂಡಾಗಲೆಲ್ಲಾ ಒಂದೆರಡು ತಿಂಗಳು ಅಪ್ಪ ಸ್ವಲ್ಪ ನೋವು ಮೇಲು ಅನ್ನುತ್ತಿದ್ದರು. ಇದನ್ನ placebo effect ಅನ್ನುತ್ತದೆ ವೈದ್ಯ ವಿಜ್ಞಾನ.

ಇಂತಹ ಪರಿಸ್ಥಿತಿಯಲ್ಲಿ ಅದರಲ್ಲೂ ಚಳಿಗಾಲ ಬಂದರೆ ಅಸ್ತಮಾ ಕಫ ಮತ್ತು ಕಾಲುನೋವು ಹೆಚ್ಚಾಗುತ್ತಿತ್ತು. ಆಗೆಲ್ಲಾ ಬಿಸಿನೀರು ಕುಡಿದುಕೊಂಡು, ಕೆಲವೊಮ್ಮೆ ಒಂದೆರಡು ಮಿಳ್ಳೆ ಬ್ರಾಂಡಿ ಕೂಡ ಕುಡಿದು ಹೇಗೋ ಮ್ಯಾನೇಜ್ ಮಾಡುತ್ತಿದ್ದರು. ಇದು ಅಸ್ತಮಾಗೆ ಸ್ವಲ್ಪ ಸಹಾಯ ಮಾಡಿದರೂ ಕಾಲು ನೋವು ಮಾತ್ರ ಹಾಗೆಯೇ

ಇರುತ್ತಿತ್ತು. ನನ್ನನ್ನು ಆಗೆಲ್ಲಾ ಕರೆದು ಹಗುರಾಗಿ ಕಾಲು ಒತ್ತಲು ಹೇಳುತ್ತಿದ್ದರು. ಕೈಗಳಿಂದಲ್ಲ ಬದಲಾಗಿ ನನ್ನ ಪಾದದ ಹಿಮ್ಮಡಿಯಿಂದ ಹಗುರಾಗಿ ಒತ್ತಬೇಕಿತ್ತು. ಇದು ಆ ಭಾಗದ ರಕ್ತಚಲನೆಯನ್ನು ಚುರುಕುಗೊಳಿಸಿ ನೋವು ನಿವಾರಿಸಲು ಅನುಕೂಲ ಮಾಡಿಕೊಡುತ್ತಿತ್ತು. ಮೂಲತಃ ಸೋಂಬೇರಿಯಾದ ನನಗೆ ಇದು ಒಂದು ರೀತಿಯ ಶಿಕ್ಷೆಯೆಂಬ ಭಾವನೆಯೇ ಆಗಿತ್ತು!

"ಸಂತೆ ಹೊತ್ತಿಗೆ ಆರು ಮೊಳ" ಎಂಬಂತೆ ಬೇಗ ಬೇಗನೆ ಕಾಲು ಒತ್ತಿ ಕಳಚಿಕೊಳ್ಳುವ ಧಾವಂತದಲ್ಲಿರುತ್ತಿದ್ದ ನನ್ನ ಕುರಿತು ಅಪ್ಪ "ಹಗುರವಾಗಿ ಒತ್ತೋ ಸೋಂಬೇರಿ... ನನಗೂ ಗೊತ್ತಾಗಬಾರದು ಹಂಗೆ! ಕಾಲು ಬದಲಿಸುವಾಗ ಜಾಸ್ತಿ ಭಾರ ಹಾಕಬೇಡ. ಆಮೇಲೆ ನನ್ನ ಕಣಕಾಲು (ankle) ಮುರಿದುಹಾಕಿ ಬಿಡ್ತೀಯ. ಯಾವಾಗಲೂ ಮನೆಕೆಲಸ ಹೇಳಿದರೆ ಕುದುರೆ ಮೇಲೆ ಇರ್ತೀಯ ಲೋಫರ್" ಎಂದು ಬೈಯುತ್ತಿದ್ದರು.

ಕೆಲವೊಮ್ಮೆ ಸ್ವಲ್ಪ ಹಿಂದೆ ಹೋಗಿ ಅವರು ತಮ್ಮ ಅಪ್ಪಾಜಿಗೆ (ನಮ್ಮ ತಾತನಿಗೆ) ಹೇಗೆ ಸುಮಾರು ಎರಡು ಗಂಟೆಗಳ ಕಾಲ ಕಾಲನ್ನು ನಯವಾಗಿ ಒತ್ತುತ್ತಿದ್ದರು ಮತ್ತು ಅದನ್ನು ತಾತ ಎಷ್ಟು ಹಿತವಾಗಿ ಅನುಭವಿಸುತ್ತಾ ಹಾಗೆಯೇ ನಿದ್ರೆ ಹೋಗುತ್ತಿದ್ದರು ಎಂಬುದನ್ನು ವಿವರಿಸುತ್ತಿದ್ದರು. ಅಪ್ಪ ಹೀಗೆ ಏನು ಹೇಳಿದರೂ ಅಜ್ಜಿಯ ಹತ್ತಿರ ಒಮ್ಮೆ ಖಚಿತಪಡಿಸಿಕೊಳ್ಳುತ್ತಿದ್ದ ನಾನು ಈ ವಿಷಯದಲ್ಲಿ ಏನನ್ನೂ ಕೇಳಬಯಸಲಿಲ್ಲ!

ಅಪ್ಪ ಕೆಲವೊಮ್ಮೆ ಅರ್ಧರಾತ್ರಿ ನಿದ್ರೆಯಲ್ಲಿ ಏನನ್ನೋ ಕನವರಿಸುತ್ತಿದ್ದರು. ಬಿಕ್ಕಿ ಬಿಕ್ಕಿ ಅಳುತ್ತಿದ್ದರು. ಅಮ್ಮ ಕೆಲವೊಮ್ಮೆ ಅರೆನಿದ್ರಾವಸ್ಥೆಯಿಂದ ಅವರನ್ನು ಹೊರತರಲು ಪ್ರಯತ್ನಿಸಿದಾಗ ಮಾತ್ರ ಕ್ಷಣಭಂಗುರವಾಗುತ್ತಿತ್ತು. ಉಳಿದಂತೆ ಬೆಳಿಗ್ಗೆ ಎದ್ದಾಗ ಅವರಿಗೆ ರಾತ್ರಿಯ ಕನವರಿಕೆಗಳ ಬಗ್ಗೆ ಎಳ್ಳಷ್ಟೂ ನೆನಪಿರುತ್ತಿರಲಿಲ್ಲ. ಇದಕ್ಕೆ ಕಾರಣ 12ನೇ ವಯಸ್ಸಿಗೇ ಅವರು ತಂದೆಯನ್ನು ಕಳೆದುಕೊಂಡು ಅನುಭವಿಸಿದ ಯಾತನೆಗಳಿರಬಹುದು. ಅವರಿವರಲ್ಲಿ ಕೆಲಸಮಾಡಿ ಅನಿಸಿಕೊಂಡಿದ್ದರ ಪರಿಣಾಮವಾಗಿರಬಹುದು ಅಥವಾ ಅಪ್ಪನ ಆಕಾಂಕ್ಷೆಗಳೆಲ್ಲ ತಾತನ ಸಾವಿನ ಜೊತೆಗೆ ಕೊನೆಯಾದುದರ ಬಗೆಗಿನ ಖೇದ ಮನದಲ್ಲಿ ಉಳಿದುಹೋಗಿದ್ದಿರಬಹುದು ಅಥವಾ ಮೇಲ್ಪದರಕ್ಕೆ ಯಾವುದಕ್ಕೂ ತಾನು ವಿಚಲಿತನಾಗೆನೆಂಬ ಅಪ್ಪನ ವ್ಯಕ್ತಿತ್ವದ ಒಳಮಜಲಿರಬಹುದು.

ಒಟ್ಟಿನಲ್ಲಿ ಅಪ್ಪನ ಕನವರಿಕೆಗಳ ಬಗ್ಗೆ ನನಗೆ ಸ್ಪಷ್ಟತೆಯಿಲ್ಲ. ನಾವು ಅರ್ಧರಾತ್ರಿಯ ಅವರ ಕನವರಿಕೆಗಳ ಬಗ್ಗೆ ಹೇಳಿದಾಗಲೆಲ್ಲ ಅವರು ತಮ್ಮ ಅಪ್ಪನಿಂದ ಬಳುವಳಿಯಾಗಿ ಬಂದಿದ್ದ ಮತ್ತು ಅಟ್ಟಕೇರಿಸಿದ್ದ ಸ್ವೀಟ್ ಸ್ಟಾಲ್‌ನ ದೊಡ್ಡ ಬಾಣಲಿ ಮತ್ತು ಎಣ್ಣೆ ಕರಿಯುವ ಜಾಲರಿಯನ್ನೊಮ್ಮೆ ನೋಡಿ ಬಂದು ಭಾವುಕರಾಗುತ್ತಿದ್ದರು. ಒಂದು ಮರೆಯಲಾಗದ, ಮರೆಯಬಾರದ ಅನುಭೂತಿಯಂತೆ ಅದನ್ನು ನನಗೆ ತೋರಿಸಿ "ನೋಡು, ಇಷ್ಟೇ ನಮ್ಮಪ್ಪನಿಂದ ನನಗೆ ಬಂದಿದ್ದು. ಇದನ್ನ ಜೋಪಾನವಾಗಿ ನೋಡಿಕೋ. ಅಷ್ಟೇ ನಿನ್ನನ್ನ ನಾನು ಕೇಳಿಕೊಳ್ಳೋದು" ಎನ್ನುತ್ತಿದ್ದರು.

ನಮ್ಮ ತಾತನ ಸ್ವೀಟ್ ಅಂಗಡಿಯಲ್ಲಿ ನಿತ್ಯ ತಯಾರಾಗುತ್ತಿದ್ದ ಬಗೆಬಗೆಯ ಸಿಹಿತಿಂಡಿಗಳ ಬಗ್ಗೆ, ನಮ್ಮದೇ ಖಾರ ಭಟ್ಟಿಯಲ್ಲಿ ತಯಾರಾಗುತ್ತಿದ್ದ ಬಗೆಬಗೆಯ ಚೌಚೌ, ಮಿಕ್ಸ್‌ಚರ್‌ಗಳ ಬಗ್ಗೆ ಅತೀ ಉತ್ಸಾಹದಿಂದ ಅಪ್ಪ ಹೇಳುತ್ತಾ "ನಮ್ಮ ಅಪ್ಪಾಜಿ ಇರೋವರೆಗೂ ನಾವು ಯಾರ ಮನೆಮುಂದೆಯೂ ಹೋಗೋ ಪರಿಸ್ಥಿತಿ ಬರಲಿಲ್ಲ! ಎಲ್ಲಾ ಮಕ್ಕಳೂ ಸಿಹಿ ತಿಂಡಿ, ತುಪ್ಪ ತಿಂದೇ ಬೆಳೆದದ್ದು. ಏನಾದ್ರೂ ಸ್ಪೆಷಲ್ ತಿನಿಸು ಮಾಡಿದಾಗ ಅಪ್ಪಾಜಿ ನನಗೆ ತಿನಿಸಿಯೇ ಮುಂದುವರಿಯುತ್ತಿದ್ದದ್ದು" ಎಂಬುದನ್ನ ನೆನಪಿಸಿಕೊಳ್ಳೋರು.

ಕೆಲವೊಮ್ಮೆ ತಾತನ ಸ್ವೀಟ್ ಅಂಗಡಿ ಮತ್ತು ಅದರ ಮೇಲಿನ ವ್ಯಾಮೋಹದಿಂದಲೇ ಅವರಿಗೆ ಸಕ್ಕರೆ ಕಾಯಿಲೆ ಬಂದದ್ದು ಎಂಬುದನ್ನು ಹೇಳುತ್ತಲೇ ಹೇಗೆ ಅವರಿಗಾಗುತ್ತಿದ್ದ ಸಣ್ಣ ಪುಟ್ಟ ಗಾಯಗಳು ಮಾಯುತ್ತಿರಲಿಲ್ಲವೆಂದೂ ಮತ್ತು ಈ ಕಾಯಿಲೆಯನ್ನು ಗುಣಪಡಿಸಲೆಂದು ಕರೆದೊಯ್ದ ಬೇರೆ ಬೇರೆ ಜಾಗಗಳ ಬಗ್ಗೆಯೂ ಹೇಳುತ್ತಿದ್ದರು.

ಇಂದಿನ ಸರ್ವವ್ಯಾಪಿ ಸಕ್ಕರೆ ಕಾಯಿಲೆ insulin ಇರದ ಆ ಕಾಲದಲ್ಲಿ ಮನುಷ್ಯನನ್ನು ಒಳಗಿಂದಲೇ ತಿನ್ನುವ ಮಾರಣಾಂತಿಕ ಕಾಯಿಲೆ ಎಂದೇ ಪರಿಗಣಿತವಾಗಿದ್ದುದರಿಂದ ಅದು ತಾತನನ್ನು ಮಾನಸಿಕವಾಗಿಯೂ ಕೃಶ ಮಾಡಿತ್ತು. ಅವರು ಸಾಯುವ ಕೆಲವು ತಿಂಗಳುಗಳ ಮುಂಚೆ ಅಪ್ಪನನ್ನು ಕರೆದು "ಜಯಣ್ಣ ಹೆಣ್ಣುಮಕ್ಕಳು ಇರುವ ಮನೆ ಕಣೋ. ನೀನು ನೋಡಿದ್ರೆ ಉಡಾಳ, ಜಾಸ್ತಿ ಮೆರೀಬೇಡಾ. ಎಲ್ಲಾರ್ನೂ ದಡ ಮುಟ್ಟಿಸೋ ಕೆಲಸ ನಿಂದು ಕಣಪ್ಪಾ. ಜಮೀನು ಮನೆಯೆಲ್ಲಾ ಮಾರಿದ್ರೂ ಪರವಾಗಿಲ್ಲ, ಕಳ್ ಬೀಳ್ಬೇಡ ಕೆಟ್ಟುದು ಮಾಡ್ಬೇಡ. ಇವಾಗಿನ ಅವತಾರ ಎಲ್ಲಾ ಬಿಟ್ಟುಬುಡು, ಮನುಷ್ಯ ಆಗು. ಇವನು ತೊಂಟಪ್ಪನ ಮಗ ಅಂತಾ ಯಾರೂ ಬೆಳ್ಳು ತೋರಿಸದಂಗೆ ಬದುಕ್ ಬುಡು ಸಾಕು. ಅದೇ ನನಗೆ ನೆಮ್ಮದಿ" ಅನ್ನುತ್ತಿದ್ದರಂತೆ.

ಬಹುಶಃ ಅಪ್ಪನ ಕನವರಿಕೆಗೆ ಇದು ಮುಖ್ಯ ಕಾರಣವಾ? ಗೊತ್ತಿಲ್ಲ. ಆದರೆ ಒಂದು ಮಾತ್ರ ಸತ್ಯ. ಅಪ್ಪ ತನ್ನಪ್ಪನ ಹೆಸರಿಗೆ ಚ್ಯುತಿ ಬರುವ ಯಾವ ಕೆಲಸವನ್ನೂ ಜೀವಮಾನದಲ್ಲಿ ಮಾಡಲಿಲ್ಲ ಮತ್ತು ಅವರಿಗೆ ನನ್ನಿಂದಲೂ ಅದೇ ನಿರೀಕ್ಷೆಯಿತ್ತು ಅನ್ನಿಸುತ್ತದೆ. ಈ ಇಡೀ ಕಥನದ ಮೂಲಕ ನಾನು ಬಹುಶಃ ಅಪ್ಪನನ್ನು ಜಾಗೃತಭಾವದಲ್ಲಿ ಕನವರಿಸುತ್ತಿದ್ದೇನೆ ಅನಿಸುತ್ತದೆ.

ಕಡೆಗೆ ಅಪ್ಪನಿಗೆ ಎಲ್ಲವೂ, ಎಲ್ಲರೂ ಮರೆತರೂ – ಭಾಷೆ ಮಾತ್ರ ಮರೆಯಲಿಲ್ಲ. ಅಷ್ಟರ ಮಟ್ಟಿಗೆ ಭಾಷೆ ಎಂಬುದೊಂದು ಅಂತರಗಂಗೆ.

ಓದಿ ಓದಿ ಮರುಳಾಗಿ!

ಛಂದ ಪುಸ್ತಕ ಬಹುಮಾನ

ಹೊಸ ಕತೆಗಾರರನ್ನು ಗುರುತಿಸುವ ಸಲುವಾಗಿ ನಮ್ಮ ಪ್ರಕಾಶನ ಸಂಸ್ಥೆಯು ಕಳೆದ ಇಪ್ಪತ್ತು ವರ್ಷಗಳಿಂದ ಕತೆಗಳ ಹಸ್ತಪ್ರತಿ ಸ್ಪರ್ಧೆಯನ್ನು ನಡೆಸುತ್ತಾ ಬಂದಿದೆ. ಈವರೆಗೆ ಒಂದೂ ಕಥಾಸಂಕಲನವನ್ನು ಪ್ರಕಟಿಸದವರು ಈ ಸ್ಪರ್ಧೆಯಲ್ಲಿ ಭಾಗವಹಿಸಬಹುದು. ಇತರ ಪ್ರಕಾರಗಳಲ್ಲಿ ಒಂದೆರಡು ಪುಸ್ತಕಗಳನ್ನು ಪ್ರಕಟ ಮಾಡಿದವರೂ ಇದರಲ್ಲಿ ಭಾಗವಹಿಸುವ ಅವಕಾಶವಿರುತ್ತದೆ. ಮೊದಲ ಸುತ್ತಿನ ಆಯ್ಕೆಯನ್ನು ಪ್ರಕಾಶನದ ಸದಸ್ಯರು ಮಾಡಿ, ಕೊನೆಯ ಆಯ್ಕೆಗಾಗಿ ಸುಮಾರು ಹತ್ತು ಹಸ್ತಪ್ರತಿಗಳನ್ನು ನಾಡಿನ ಹಿರಿಯ ಸಾಹಿತಿಗಳಿಗೆ ಒಪ್ಪಿಸುತ್ತಾರೆ. ಆಯ್ಕೆಯಾದ ಹಸ್ತಪ್ರತಿಯನ್ನು ಪುಸ್ತಕ ರೂಪದಲ್ಲಿ ಪ್ರಕಟಿಸಿ, ಪ್ರಶಸ್ತಿ ಪತ್ರ, ಫಲಕ ಹಾಗೂ ನಲವತ್ತು ಸಾವಿರ ರೂಪಾಯಿ ಬಹುಮಾನವನ್ನು ನೀಡಲಾಗುತ್ತದೆ. ಈವರೆಗೂ ಈ ಸ್ಪರ್ಧೆಯಲ್ಲಿ ಬಹುಮಾನ ಪಡೆದವರ ವಿವರಗಳ ಪಟ್ಟಿಯನ್ನು ಮುಂದಿನ ಪುಟದಲ್ಲಿ ನೀಡಿದ್ದೇವೆ.

ಇವರಲ್ಲಿ ಮೌನೇಶ ಬಡಿಗೇರ, ಶಾಂತಿ ಕೆ ಅಪ್ಪಣ್ಣ, ಪದ್ಮನಾಭ ಭಟ್ ಶೇವ್ಕಾರ ಮತ್ತು ಸ್ವಾಮಿ ಪೊನ್ನಾಚಿ ಅವರಿಗೆ ಕೇಂದ್ರ ಸಾಹಿತ್ಯ ಅಕಾಡೆಮಿಯ ಯುವ ಪುರಸ್ಕಾರ ದೊರೆತಿದೆ. ವಿನಯಾ, ಶಾಂತಿ ಕೆ ಅಪ್ಪಣ್ಣ ಮತ್ತು ಪದ್ಮನಾಭ ಭಟ್ ಶೇವ್ಕಾರರ ಪುಸ್ತಕಗಳಿಗೆ ಕರ್ನಾಟಕ ಸಾಹಿತ್ಯ ಅಕಾಡೆಮಿಯ ಪುಸ್ತಕ ಬಹುಮಾನ ಅಥವಾ ದತ್ತಿ ಬಹುಮಾನಗಳು ಸಂದಿವೆ. ಇನ್ನೂ ಹಲವಾರು ನಾಡಿನ ಪ್ರಮುಖ ಪ್ರಶಸ್ತಿ ಮತ್ತು ಬಹುಮಾನಗಳೂ ಈ ಕೃತಿಗಳಿಗೆ ಲಭ್ಯವಾಗಿವೆ.

ನೀವು ಈ ಸ್ಪರ್ಧೆಯಲ್ಲಿ ಭಾಗವಹಿಸಬೇಕೆ? ಹಾಗಿದ್ದರೆ ನಮ್ಮ ಮುಂದಿನ ವರ್ಷದ ಸ್ಪರ್ಧೆಯ ಆಹ್ವಾನವನ್ನು ಖ್ಯಾತ ಕನ್ನಡ ನಿಯತಕಾಲಿಕೆಗಳಲ್ಲಿ ಅಥವಾ ಸಾಮಾಜಿಕ ಜಾಲತಾಣಗಳಲ್ಲಿ ನಿರೀಕ್ಷಿಸಿರಿ. ಹೆಚ್ಚಿನ ವಿವರಗಳಿಗೆ 98444 22782 ಗೆ ಸಂದೇಶ ಕಳುಹಿಸಿರಿ.

ಓದಿ ಓದಿ ಮರುಳಾಗಿ!

ಛಂದ ಪುಸ್ತಕ ಬಹುಮಾನ ಪಡೆದ ಕೃತಿಗಳು

ಕತೆಗಾರರು	ಕಥಾಸಂಕಲನ	ತೀರ್ಪುಗಾರರು
ಸುನಂದಾ ಕಡಮೆ	ಪುಟ್ಟ ಪಾದದ ಗುರುತು	ಅಶೋಕ ಹೆಗಡೆ/ ಸುಮಂಗಲಾ
ಅಲಕ ತೀರ್ಥಹಳ್ಳಿ	ಈ ಕತೆಗಳ ಸಹವಾಸವೇ ಸಾಕು	ಕೇಶವ ಮಳಗಿ/ ಸುಮಂಗಲಾ
ಲೋಕೇಶ ಅಗಸನಕಟ್ಟೆ	ಹಟ್ಟಿಯೆಂಬ ಭೂಮಿಯ ತುಣುಕು	ಬೊಳುವಾರು
ವಿನಯಾ	ಊರ ಒಳಗಣ ಬಯಲು	ನೇಮಿಚಂದ್ರ
ಸಂದೀಪ ನಾಯಕ	ಗೋಡೆಗೆ ಬರೆದ ನವಿಲು	ಅಮರೇಶ ನುಗಡೋಣಿ
ಕಣಾದ ರಾಘವ	ಮೊದಲ ಮಳೆಯ ಮಣ್ಣು	ಕೆ. ಸತ್ಯನಾರಾಯಣ
ಬಸವಣ್ಣೆಪ್ಪಾ ಕಂಬಾರ	ಆಟಿಕೆ	ಕುಂ. ವೀರಭದ್ರಪ್ಪ
ಮೌನೇಶ ಬಡಿಗೇರ	ಮಾಯಾಕೋಲಾಹಲ	ಓ.ಎಲ್.ಎನ್. ಸ್ವಾಮಿ
ಪದ್ಮನಾಭ ಭಟ್	ಕೇಪಿನ ಡಬ್ಬಿ	ಎಂ. ಎಸ್. ಆಶಾದೇವಿ
ಶಾಂತಿ ಕೆ ಅಪ್ಪಣ್ಣ	ಮನಸು ಅಭಿಸಾರಿಕೆ	ಎಚ್.ಎಸ್.ಆರ್
ದಯಾನಂದ	ದೇವರು ಕಚ್ಚಿದ ಸೇಬು	ನಾ. ಡಿಸೋಜಾ
ಸ್ವಾಮಿ ಪೊನ್ನಾಚಿ	ಧೂಪದ ಮಕ್ಕಳು	ಎಂ. ಎಸ್. ಶ್ರೀರಾಮ್
ಶಶಿ ತರೀಕೆರೆ	ಡುಮಿಂಗ	ಲಲಿತಾ ಸಿದ್ಧಬಸವಯ್ಯ
ಛಾಯಾ ಭಟ್	ಬಯಲರಸಿ ಹೊರಟವಳು	ತಾರಿಣಿ ಶುಭದಾಯಿನಿ
ಕಾವ್ಯಾ ಕಡಮೆ	ಮಾಕೋನ ಏಕಾಂತ	ಟಿ.ಪಿ. ಅಶೋಕ
ಗುರುರಾಜ ಕುಲಕರ್ಣಿ	ಹ್ಯಾಷ್‌ಟ್ಯಾಗ್	ವಸುಮತಿ ಉಡುಪ

ಛಂದ ಪುಸ್ತಕ ಬಹುಮಾನ

ಪುಟ್ಟ ಪಾದದ ಗುರುತು - ಸುನಂದಾ ಪ್ರಕಾಶ ಕಡಮೆ - ₹ 130
ಈ ಕತೆಗಳ ಸಹವಾಸವೇ ಸಾಕು - ಅಲಕ ತೀರ್ಥಹಳ್ಳಿ - ₹ 155
ಹಟ್ಟಿಯೆಂಬ ಭೂಮಿಯ ತುಣುಕು - ಲೋಕೇಶ ಅಗಸನಕಟ್ಟೆ - ₹ 180
ಗೋಡೆಗೆ ಬರೆದ ನವಿಲು - ಸಂದೀಪ ನಾಯಕ - ₹ 60
ಮೊದಲ ಮಳೆಯ ಮಣ್ಣು - ಕಣಾದ ರಾಘವ - ₹ 140
ಆಟಿಕೆ - ಬಸವಣ್ಣೆಪ್ಪಾ ಕಂಬಾರ - ₹ 100
ಮಾಯಾಕೋಲಾಹಲ - ಮೌನೇಶ ಬಡಿಗೇರ - ₹ 165
ಕೇಪಿನ ಡಬ್ಬಿ - ಪದ್ಮನಾಭ ಭಟ್, ಶೇವ್ಕಾರ - ₹ 190
ಮನಸು ಅಭಿಸಾರಿಕೆ - ಶಾಂತಿ ಕೆ ಅಪ್ಪಣ್ಣ - ₹ 230
ದೇವರು ಕಚ್ಚಿದ ಸೇಬು - ದಯಾನಂದ - ₹ 140
ಧೂಪದ ಮಕ್ಕಳು - ಸ್ವಾಮಿ ಪೊನ್ನಾಚಿ - ₹ 130
ಡುಮಿಂಗ - ಶಶಿ ತರೀಕೆರೆ - ₹ 130
ಬಯಲರಸಿ ಹೊರಟವಳು - ಛಾಯಾ ಭಟ್ - ₹ 150
ಮಾಕೋನ ಏಕಾಂತ - ಕಾವ್ಯಾ ಕಡಮೆ - ₹ 170
ಹ್ಯಾಷ್‌ಟ್ಯಾಗ್ - ಗುರುರಾಜ ಕುಲಕರ್ಣಿ - ₹ 135

ಕಥಾಸಂಕಲನ

ಶಕುಂತಲಾ - ಗುರುಪ್ರಸಾದ್ ಕಾಗಿನೆಲೆ - ₹ 80
ಜುಮುರು ಮಳೆ - ಸುಮಂಗಲಾ - ₹ 220
ಶಾಲಭಂಜಿಕೆ - ಡಾ. ಕೆ. ಎನ್. ಗಣೇಶಯ್ಯ - ₹ 180 (7ನೇ ಮುದ್ರಣ)
ಕಾರಂತಜ್ಜನಿಗೊಂದು ಪತ್ರ - ಸಚ್ಚಿದಾನಂದ ಹೆಗಡೆ - ₹ 150
ಹಕೂನ ಮಟಾಟ - ನಾಗರಾಜ ವಸ್ತಾರೆ - ₹ 80
ಕಾಲಿಟ್ಟಲ್ಲಿ ಕಾಲುದಾರಿ - ಸುಮಂಗಲಾ - ₹ 200
ಹುಲಿರಾಯ - ಕೀರ್ತಿರಾಜ್ - ₹ 80
ನಿರವಯವ - ನಾಗರಾಜ ವಸ್ತಾರೆ - ₹ 125
ಹನ್ನೊಂದನೇ ಅಡ್ಡರಸ್ತೆ - ಸುಮಂಗಲಾ - ₹ 170
ಗಾಳಿಗೆ ಮೆತ್ತಿದ ಬಣ್ಣ - ಕರ್ಕಿ ಕೃಷ್ಣಮೂರ್ತಿ - ₹ 180
ಕನ್ನಡಿ ಹರಳು - ಪದ್ಮನಾಭ ಭಟ್, ಶೇವ್ಕಾರ - ₹ 170
ಒಂದು ಚಿಟಿಕೆ ಮಣ್ಣು - ಲಕ್ಷ್ಮಣ ಬಾದಾಮಿ - ₹ 180
ಬಂಡಲ್ ಕತೆಗಳು - ಎಸ್ ಸುರೇಂದ್ರನಾಥ್ - ₹ 180
ದೇವರ ರಜಾ - ಗುರುಪ್ರಸಾದ್ ಕಾಗಿನೆಲೆ - ₹ 225 (2ನೇ ಮುದ್ರಣ)
ಕಟ್ಟು ಕತೆಗಳು - ಎಸ್ ಸುರೇಂದ್ರನಾಥ್ - ₹ 230
ಮಡಿಲು (ನೀಳ್ಗತೆ) - ನಾಗರಾಜ ವಸ್ತಾರೆ - ₹ 15
ತಿರಾಮಿಸು - ಶಶಿ ತರೀಕೆರೆ - ₹ 210
ತೊಟ್ಟು ಕ್ರಾಂತಿ - ಕಾವ್ಯಾ ಕಡಮೆ - ₹ 180
ಒಂದು ಬಾಗಿಲು ಮತ್ತು ಮೂರೂ ಚಿಲ್ಲರೆ ವರ್ಷಗಳು - ಶಾಂತಿ ಕೆ ಅಪ್ಪಣ್ಣ - ₹ 190

ಪ್ರಬಂಧ

ಪೂರ್ವ ಪಶ್ಚಿಮ - ಎಂ. ಆರ್. ದತ್ತಾತ್ರಿ - ₹ 80
ರಾಗಿಮುದ್ದೆ - ರಘುನಾಥ ಚ. ಹ. - ₹ 120
ಕುಟ್ಟವಲಕ್ಕಿ / ಗೊಜ್ಜವಲಕ್ಕಿ - ಪ್ರಶಾಂತ ಆಡೂರ - ₹ 170 / ₹ 170
ಕಿಲಿಮಂಜಾರೋ - ಪ್ರಶಾಂತ್ ಬೀಚಿ - ₹ 100
ಮಿಸಳ್ ಭಾಜಿ - ಭಾರತಿ ಬಿ ವಿ - ₹ 190
ಸಾವೆಂಬ ಲಹರಿ - ಗುರುಪ್ರಸಾದ ಕಾಗಿನೆಲೆ - ₹ 140
ವೈದ್ಯ, ಮತ್ತೊಬ್ಬ - ಗುರುಪ್ರಸಾದ ಕಾಗಿನೆಲೆ - ₹ 120
ಅಪ್ಪನ ರ್‍ಯಾಲೀಸ್ ಸೈಕಲ್ - ದರ್ಶನ್ ಜಯಣ್ಣ - ₹ 120
ಇಮೋಜಿ ಭಾಷೆ - ಕರ್ಕಿ ಕೃಷ್ಣಮೂರ್ತಿ - ₹ 150

ಅನುವಾದ

ದಿ ಚಾಯ್ಸ್ - ಈಡಿತ್ ಎವಾ ಎಗರ್ (ಜಯಶ್ರೀ ಭಟ್) - ₹ 280
ದೇಹವೇ ದೇಶ - ಗರಿಮಾ ಶ್ರೀವಾಸ್ತವ (ವಿಕ್ರಮ ವಿಸಾಜಿ) - ₹ 280
ಪರ್ಸೆಪೊಲಿಸ್- ಮಾರ್ಜಾನ್ ಸತ್ರಪಿ (ಪ್ರೀತಿ ನಾಗರಾಜ) - ₹ 395
ಗಾಳಿ ಪಳಗಿಸಿದ ಬಾಲಕ - ವಿಲಿಯಂ ಕಾಂಕ್ವಾಂಬಾ (ಕರುಣಾ ಬಿ ಎಸ್) - ₹ 320
ಅಮೋಸ್ ಫಾರ್ಚೂನ್ - ಎಲಿಝಬೆತ್ ಯೇಟ್ಸ್ (ಜಯಶ್ರೀ ಭಟ್) - ₹ 110
ನವ ಜೀವಗಳು - ವಿಲಿಯಂ ಡಾಲ್ರಿಂಪಲ್ (ನವೀನ ಗಂಗೋತ್ರಿ) - ₹ 250
ಮೈಕೆಲ್ ಕೆ - ಜೆ.ಎಂ. ಕುಟ್‌ಸೀ (ಸುನಿಲ್ ರಾವ್) - ₹ 170
ಲೇರಿಯೊಂಕ - ಹೆನ್ರಿ ಆರ್. ಓಲೆ ಕುಲೆಟ್ (ಪ್ರಶಾಂತ ಬೀಚಿ) - ₹ 140
ಅರೆಶತಮಾನದ ಮೌನ - ಯಾನ್ ರಫ್-ಓ'ಹರ್ನ್ (ಅರುಣ್) - ₹ 310
ಪರ್ವತದಲ್ಲಿ ಪವಾಡ - ನ್ಯಾಂಡೊ ಪರಾಡೊ (ಸಂಯುಕ್ತಾ ಪುಲಿಗಲ್) - ₹ 340
ಚಂದಿರ ಬೇಕೆಂದವನು - ಮಿಮಿ ಬೇರ್ಡ್ (ಪ್ರಜ್ಞಾ ಶಾಸ್ತ್ರಿ) - ₹ 320
ಬಂಡೂಲ - ವಿಕಿ ಕಾನ್‌ಸ್ಟಂಟೇನ್ ಕ್ರುಕ್ (ರಾಜ್ಯಶ್ರೀ ಕುಳಮರ್ವ) - ₹ 425
ರೆಬೆಲ್ ಸುಲ್ತಾನರು - ಮನು ಎಸ್ ಪಿಳ್ಳೈ (ಸಂಯುಕ್ತಾ ಪುಲಿಗಲ್) - ₹ 420
ಫಾಲೋಯಿಂಗ್ ಫಿಶ್ - ಸಮಂತ್ ಸುಬ್ರಮಣಿಯನ್ (ಸಹನಾ ಹೆಗಡೆ) - ₹ 280
ಜಗವ ಚುಂಬಿಸು - ಸುಬ್ರೊತೋ ಬಾಗ್ಚಿ (ವಂದನಾ ಪಿ ಸಿ) - ₹ 240
ಪರ್ದಾ ಅಂಡ್ ಪಾಲಿಗಮಿ - ಇಕ್ಬಾಲುನ್ನೀಸಾ ಹುಸೇನ್ (ದಾದಾಪೀರ್) - ₹ 550
ವಾಡಿವಾಸಲ್ - ಚಿ. ಸು. ಚೆಲ್ಲಪ್ಪ (ಸತ್ಯಕಿ) - ₹ 100
ನಾಲ್ಕನೇ ಎಕರೆ - ಶ್ರೀರಮಣ (ಅಜಯ್ ವರ್ಮಾ ಅಲ್ಲೂರಿ) - ₹ 100
ಮಾವೋನ ಕೊನೆಯ ನರ್ತಕ - ಲೀ ಶ್ವಿನ್‌ಶಿಂಗ್ (ಜಯಶ್ರೀ ಭಟ್) - ₹ 340
ಕೋಬಾಲ್ಟ್ ಬ್ಲೂ - ಸಚಿನ್ ಕುಂಡಲ್‌ಕರ್ (ಸಪ್ನಾ ಕಟ್ಟಿ) - ₹ 150
ವಿದ್ಯಾವಂತ ವೇಶ್ಯೆಯ ಆತ್ಮಕಥೆ - ಮಾನದಾ ದೇವಿ (ನಾಗ ಹುಬ್ಳಿ) - ₹ 240
ದಿ ಲೈಟ್‌ಹೌಸ್ ಫ್ಯಾಮಿಲಿ - ಫಿರಾತ್ ಸುನೇಲ್ (ಮಾಧುರಿ ಕುಲಕರ್ಣಿ) - ₹ 230
ನನ್ನ ತಂಗಿ ಈಡಾ - ಕಾರೋಲೀನ ವಾಲ್ (ಹರ್ಷ ರಘುರಾಮ್) - ₹ 260
ಸತ್ತವರ ಸೊಲ್ಲು - ಆಶುತೋಷ್ ಭಾರದ್ವಾಜ್ (ಕಾರ್ತಿಕ್ ಆರ್.) - ₹ 380
ಮುರಿದ ಕಡಲು - ಮನೋಜ್ ರೂಪ್ಡಾ (ಚಂದ್ರಶೇಖರ ಮದಭಾವಿ) - ₹ 230

ತಳಾತಳ - ಬಿ. ಜೆಯಮೋಹನ್ (ಶಾಂತಿ ಕೆ ಅಪ್ಪಣ್ಣ) - ₹ 295
ಹುಟ್ಟುಮಚ್ಚೆ - ನೆಜಾತಿ ಒಝೀರಿ (ಹರ್ಷ ರಘುರಾಮ್) - ₹ 250
ಮೂಡಣ ಮಾರುತ - ಉಣುದುರ್ತಿ ಸುಧಾಕರ್ (ದೀಪಕ್. ಎಂ) - ₹ 225

ವಸುಧೇಂದ್ರ

ಮನೀಷೆ - ಕತೆಗಳು - ₹ 120 (8ನೇ ಮುದ್ರಣ)
ಯುಗಾದಿ - ಕತೆಗಳು - ₹ 215 (9ನೇ ಮುದ್ರಣ)
ಚೇಳು - ಕತೆಗಳು - ₹ 120 (8ನೇ ಮುದ್ರಣ)
ಹಂಪಿ ಎಕ್ಸ್‌ಪ್ರೆಸ್ - ಕತೆಗಳು - ₹ 195 (10ನೇ ಮುದ್ರಣ)
ಮೋಹನಸ್ವಾಮಿ - ಕತೆಗಳು - ₹ 270 (8ನೇ ಮುದ್ರಣ)
ವಿಷಮ ಭಿನ್ನರಾಶಿ - ಕತೆಗಳು - ₹ 280 (5ನೇ ಮುದ್ರಣ)
ಕೋತಿಗಳು - ಪ್ರಬಂಧ - ₹ 120 (8ನೇ ಮುದ್ರಣ)
ನಮ್ಮಮ್ಮ ಅಂದ್ರೆ ನಂಗಿಷ್ಟ - ಪ್ರಬಂಧ - ₹ 100 (31ನೇ ಮುದ್ರಣ)
ರಕ್ಷಕ ಅನಾಥ - ಪ್ರಬಂಧ - ₹ 200 (5ನೇ ಮುದ್ರಣ)
ವರ್ಣಮಯ - ಪ್ರಬಂಧ - ₹ 225 (7ನೇ ಮುದ್ರಣ)
ಐದು ಪೈಸೆ ವರದಕ್ಷಿಣೆ - ಪ್ರಬಂಧ - ₹ 280 (6ನೇ ಮುದ್ರಣ)
ಹರಿಚಿತ್ತ ಸತ್ಯ - ಕಾದಂಬರಿ - ₹ 200 (7ನೇ ಮುದ್ರಣ)
ತೇಜೋ-ತುಂಗಭದ್ರಾ - ಕಾದಂಬರಿ - ಉತ್ತಮ/ಸಾದಾ (₹500/₹450) (21ನೇ ಮುದ್ರಣ)
ಮಿಥುನ - ಶ್ರೀರಮಣರ ಕತೆಗಳು - ₹ 135 (8ನೇ ಮುದ್ರಣ)
ಎವರೆಸ್ಟ್ - ಜಾನ್ ಕ್ರಾಕೌರ್ - ₹ 450 (4ನೇ ಮುದ್ರಣ)
ರೇಷ್ಮೆ ಬಟ್ಟೆ - ಕಾದಂಬರಿ - ₹ 450 (7ನೇ ಮುದ್ರಣ)

ಕಾದಂಬರಿ

ಎನ್ನ ಭವದ ಕೇಡು - ಎಸ್ ಸುರೇಂದ್ರನಾಥ್ - ₹ 75
ನ್ಯಾಸ - ಹರೀಶ ಹಾಗಲವಾಡಿ - ₹ 470
ಗುಣ - ಗುರುಪ್ರಸಾದ್ ಕಾಗಿನೆಲೆ - ₹ 150
ದ್ವೀಪವ ಬಯಸಿ - ಎಂ. ಆರ್. ದತ್ತಾತ್ರಿ - ₹ 320 (2ನೇ ಮುದ್ರಣ)
ತಾರಾಬಾಯಿಯ ಪತ್ರ - ದತ್ತಾತ್ರಿ ಎಂ ಆರ್ - ₹ 160
ಅಗೆದಷ್ಟೂ ನಕ್ಷತ್ರ - ಸುಮಂಗಲಾ - ₹ 230
ಪ್ರಿಯೇ ಚಾರುಶೀಲೆ - ನಾಗರಾಜ ವಸ್ತಾರೆ - ₹ 380
ಋಷ್ಯಶೃಂಗ - ಹರೀಶ ಹಾಗಲವಾಡಿ - ₹ 160
ಅಂತು - ಪ್ರಕಾಶ ನಾಯಕ್ - ₹ 200
ಚುಕ್ಕಿ ಬೆಳಕಿನ ಜಾಡು - ಕರ್ಕಿ ಕೃಷ್ಣಮೂರ್ತಿ - ₹ 200
ದೀಪವಿರದ ದಾರಿಯಲ್ಲಿ - ಸುಶಾಂತ್ ಕೋಟ್ಯಾನ್ - ₹ 160
ದಾರಿ - ಕುಸುಮಾ ಆಯರಹಳ್ಳಿ - ₹ 395
ಬರೀ ಎರಡು ರೆಕ್ಕೆ - ಸುನಂದಾ ಪ್ರಕಾಶ ಕಡಮೆ - ₹ 260 (2ನೇ ಮುದ್ರಣ)

ಮಕ್ಕಳ ಸಾಹಿತ್ಯ

ಪೂರ್ಣನ ಗರಿಗಳು - ಕವಿತೆಗಳು - ಪೂರ್ಣಪ್ರಜ್ಞ - ₹ 70
ಹಲೋ ಹಲೋ ಚಂದಮಾಮ - ಕವಿತೆಗಳು - ರಾಧೇಶ ತೋಳ್ಪಾಡಿ - ₹ 50
ಪುಟ್ಟ ಜನ್ನು ದೊಡ್ಡ ಕಣ್ಣು - ಕಾದಂಬರಿ - ಸೌಮ್ಯ ಪ್ರಭು ಕಲ್ಯಾಣ್‌ಕರ್ - ₹ 215

ಕವಿತೆ

ಮದ್ಯಸಾರ - ಅಪಾರ - ₹ 90 (2ನೇ ಮುದ್ರಣ)

ಪದಚರಿತೆ

ಸರಿಗನ್ನಡಂ ಗೆಲ್ಗೆ - ಅಪಾರ - ₹ 390 (3ನೇ ಮುದ್ರಣ)

ಆತ್ಮಕತೆ

ಕೋಲುದಾರಿ - ಸಿದ್ದೇಶ್ ಕೆ - ₹ 160